അനുഗാമി

Nadakkavu, Kozhikode, Kerala, 673011
www.insightpublica.com
e-mail: insightpublica@gmail.com

Anugami
Author: **Sreeni Elayur**
(Malayalam)
First Insight Edition: May 2024
Copyright © Reserved
All rights reserved.
Printed and Published by
InsightinPublica Printers & Publishers Pvt. Ltd.
ISBN 978-93-5517-900-5
₹240

അനുഗാമി

നോവലെറ്റുകൾ

ശ്രീനി ഇളയൂർ

1963 സെപ്റ്റംബർ 01ന് മലപ്പുറം ജില്ലയിലെ ഇളയൂരിൽ ജനനം. 1981 ൽ പെരിന്തൽമണ്ണ ഗവ.പോളിടെക്നിക്കിൽ നിന്നും സിവിൽ എഞ്ചിനീയറിംഗിൽ ഡിപ്ലോമ. 1985 മുതൽ സംസ്ഥാന സർക്കാറിനു കീഴിൽ ജലസേചന വകുപ്പിൽ ഉദ്യോഗം. 2019 ഓഗസ്റ്റ് 31ന് വയനാട് കാവേരി പ്രൊജക്ട് ഡിവിഷനിൽ എക്സിക്യൂട്ടീവ് എഞ്ചിനീയറായിരി ക്കെ സർവ്വീസിൽ നിന്നും വിരമിച്ചു.

പ്രസിദ്ധീകരിച്ച പുസ്തകങ്ങൾ: അപ്രതീക്ഷിതം (ക്രൈം മിസ്റ്ററി കഥകൾ), ബൂമറാംഗ് (ക്രൈം നോവലെറ്റുകൾ), പകച്ചതൽ (കുറ്റാ ന്വേഷണ നോവൽ)

ഭാര്യ : ഗീത. കെ (ഗൈനക്കോളജിസ്റ്റ്),മകൾ : സാന്ദ്ര

വിലാസം: 'ശലഭം', ഇളയൂർ, ഇരുവേറ്റി പോസ്റ്റ്, അരീക്കോട്, മലപ്പുറം ജില്ല - 673639

Mobile : 9061 803 605

E-mail: sreenivasansalabham@gmail.com

ശ്രീനി ഇളയൂർ

ഉള്ളടക്കം

ആമുഖം

എന്റെ നാലാമത്തെ പുസ്തകമായ അനുഗാമി സന്തോഷപൂർവ്വം വായനക്കാർക്ക് സമർപ്പിക്കുകയാണ്.

യാദൃശ്ചികമായാണ് എഴുത്തിന്റെ പാതയിലേക്ക് പ്രവേശിച്ചത്. 2021 ൽ അപ്രതീക്ഷിതവും 2022 ൽ ബ്യൂമറാംഗും 2023 ൽ പകച്ചരുളും വായനക്കാർ ആവേശപൂർവ്വം സ്വീകരിച്ചതാണ്, തുടർന്നെഴുതാനുള്ള പ്രചോദനമായത്. ഈ മൂന്ന് പുസ്തകങ്ങളുടെയും തുടർച്ചതന്നെയാണ് അനുഗാമിയും.

പകച്ചരുൾ എന്ന കുറ്റാന്വേഷണ നോവൽ പ്രസിദ്ധീകരിച്ച ഇൻസൈറ്റ് പബ്ലിക്ക തന്നെ എന്റെ പുതിയ പുസ്തകം പ്രസിദ്ധീകരി ക്കാൻ തയ്യാറായതിൽ നന്ദിയും കടപ്പാടും രേഖപ്പെടുത്തുന്നു.

പുസ്തകരചനയിൽ എപ്പോഴും എനിക്ക് പ്രചോദനമായ പ്രശസ്ത എഴുത്തുകാരൻ മരിയറോസ്, പ്രിയസുഹൃത്ത് ഹരി ഗ്ലാൻസ്, പുസ്ത കത്തിന്റെ പ്രാഥമിക എഡിറ്റിംഗ് നിർവ്വഹിച്ച കൃഷ്ണൻ ചേലേമ്പ്ര എന്നിവരോടുള്ള നന്ദി ഈ സന്ദർഭത്തിൻ അറിയിക്കട്ടെ.പ്രത്യേകം നന്ദി പറയേണ്ടത് ആർട്ടിസ്റ്റ് സഗീറിനോടാണ്. ഈ പുസ്തകത്തിലെ അഞ്ച് നോവലെറ്റുകളെയും മനോഹരമായ ചിത്രങ്ങളില്ലൂടെ അലങ്കരി ച്ചതിന്. സഗീർക്കയാണ് അനുഗാമിയുടെ കവർ ചിത്രവും വരച്ചിട്ടുള്ളത്.

എന്റെ എഴുത്ത ജീവിതത്തിൽ പ്രോത്സാഹനവും പിന്തുണയുമായി കൂടെയുള്ള കുടുംബാംഗങ്ങൾക്കും പ്രിയ സുഹൃത്തുക്കൾക്കും നന്ദി. പുസ്തകത്തിന്റെ കവർ ഡിസൈൻ ചെയ്ത ഇൻസൈറ്റിലെ ഡിസൈനർ അഭിഷേകിനും നന്ദി അറിയിക്കുന്നു.

ശ്രീനി ഇളയൂർ

സർവനാശിനി

ജീവ പരീക്ഷണമെന്ന പേരിൽ ഒരു മൾട്ടിനാഷണൽ കമ്പനി നഗര ത്തിൽ നടത്തുന്ന സമ്മേളനം റിപ്പോർട്ട് ചെയ്യാൻ താനും കൂടി പോകണമെന്ന ചീഫ് എഡിറ്ററുടെ നിർദേശം കേട്ടപ്പോൾ രോഹന് അത്ഭുതം തോന്നി. രണ്ട് ടീമുകളെ നേരത്തതന്നെ നിയോഗിച്ചിട്ടു ണ്ട്. അതും സീനിയേഴ്സിന്റെ നേതൃത്വത്തിലുള്ള ടീം. താരതമ്യേന ജൂനിയറായ തന്നെക്കൂടി എന്തിനായിരിക്കും ഇതിനു നിയോഗിക്കുന്നത് എന്ന സംശയത്തിന് അപ്പോൾ തന്നെ മറുപടി കിട്ടി.

'നമ്മുടെ ഈ നഗരത്തിൽ നടക്കാൻ പോകുന്നത് മൾട്ടി നാഷണൽ കമ്പനി നടത്തുന്ന ഒരു സാധാരണ സമ്മേളനമല്ല. ലോകമാകെ ശ്ര ദ്ധിക്കപ്പെട്ടുന്നൊരു പരീക്ഷണ പ്രദർശനം ആ സമ്മേളനത്തിന്റെ ഭാഗമായി നടത്തുന്നുണ്ട്. അമ്പതോളം രാജ്യങ്ങളിലേക്ക് ലൈവായി ടെലികാസ്റ്റിങ് ചെയ്യപ്പെട്ടുന്ന പ്രോഗ്രാമാണിത്. പരമാവധി കവറേജ് കൊടുക്കണമെന്ന് നിർദേശം വന്നിട്ടുണ്ട്. രാഷ്ട്രീയ, സാമൂഹികതല ങ്ങളിൽ വലിയ പ്രത്യാഘാതമുണ്ടാകാനിടയുള്ള പരീക്ഷണമാണത്. പങ്കെടുക്കുന്ന വി.ഐ.പികളുടെ എണ്ണത്തിലും ഈ സമ്മേളനം ഒരു ചരിത്രമാകും. ക്ഷണിക്കപ്പെട്ട ആയിരത്തി അഞ്ഞൂറുപേരും വി.ഐ.പി കളാണ്. താൻ ഔദ്യോഗികവും അനൗദ്യോഗികവുമായി കിട്ടാവുന്നതു വിവരങ്ങൾ കളക്ട് ചെയ്ത് റിപ്പോർട്ട് തയ്യാറാക്കണം.'

ബൈക്കെടുക്കാതെ ഓട്ടോയിലാണ് രോഹൻ സമ്മേളന സ്ഥല ത്തെത്തിയത്. ടൂറിസം വാരാഘോഷത്തെ അനുസ്മരിക്കുന്ന പന്തലി നകത്തേക്കു കയറിയപ്പോൾ താൻ കുറച്ച വൈകിപ്പോയോ എന്ന് രോഹനു തോന്നി. പ്രോഗ്രാം തുടങ്ങാൻ സമയമേറെയുണ്ടെങ്കിലും ധാരാളം ആളുകൾ ഇപ്പോഴേ എത്തിയിട്ടുണ്ട്. പഞ്ചനക്ഷത്ര ഹോട്ട ലിന്റെ ഭാഗമായുള്ള വിശാലമായ ഗ്രൗണ്ടിലാണ് കമനീയമായ പന്ത ലൊരുക്കിയിട്ടുള്ളത്. വിശിഷ്ടാതിഥികൾക്കായി ആഡംബരപൂർണമായ

കസേരകൾ നിരത്തിയിട്ടുണ്ട്.

പ്രത്യേകമായി കെട്ടിയുയർത്തിയ പ്രൗഢമായ വേദിയുടെ സമീപ ത്തേക്ക് രോഹൻ നടന്നുചെന്നു. അടുത്തെത്തിയപ്പോഴാണ് സ്റ്റേജിന്റെ ഗാംഭീര്യം രോഹന് ബോധ്യപ്പെടുന്നത്. ഒരു നൂറ് പേരെയെങ്കിലും ഈ വേദിക്ക് ഉൾക്കൊള്ളാനാവും. ഗ്രൗണ്ടിന്റെ ഏതുഭാഗത്തുനിന്ന് നോക്കിയാലും സ്റ്റേജിൽ നടക്കുന്ന സംഭവങ്ങൾ കാണാനാവും. കൂടുതൽ വ്യക്തമായി കാണാനായി പല ഭാഗങ്ങളിലും ഡിജിറ്റൽ ഡിസ്പ്ലേ സ്ക്രീനുകളുമുണ്ട്.

ഗേറ്റിൽ കർശനമായ സെക്യൂരിറ്റി പരിശോധനകൾക്കുശേഷം പാസ്സും ഐഡന്റിറ്റി കാർഡും പരിശോധിച്ച് ഉറപ്പുവരുത്തിയതിനുശേ ഷമേ ആളുകളെ സമ്മേളനപ്പന്തലിലേക്ക് കയറ്റിവിടുന്നുള്ളൂ.

രോഹൻ പന്തലിലൂടെ കുറച്ചുദൂരം നടന്നു. ആളുകൾ വന്നുകൊണ്ടി രിക്കുന്നുണ്ട്. പന്തലിൽനിന്ന് ഹോട്ടലിലേക്ക് പ്രവേശിക്കാൻ രണ്ടുമൂന്ന് വഴികളുണ്ടെന്ന് കണ്ടെത്തി. ഒരു വഴിയിലൂടെ ഹോട്ടലിനുള്ളിലേക്ക നടന്നു.

സമ്മേളനം സംഘടിപ്പിക്കുന്ന മൾട്ടിനാഷണൽ കമ്പനിയുടെ ലോഗോയോടുകൂടിയ യൂണിഫോമണിഞ്ഞ വളണ്ടിയർമാരെ ഹോട്ടലിൽ ധാരാളമായി കണ്ടു. ദേശീയതലത്തിൽതന്നെ അറിയപ്പെടുന്ന ഇവന്റ് മാനേജ്മെന്റ് ഗ്രൂപ്പിനാണ് പ്രോഗ്രാം നടത്തിപ്പിന്റെ ചുമതല. അവരാണ് വളണ്ടിയർമാരെ നിയോഗിച്ചിരിക്കുന്നത്.

ഒരു വളണ്ടിയർ രോഹനെ സമീപിച്ച് ഐഡന്റിറ്റി കാർഡ് ആവശ്യ പ്പെട്ടു. രോഹൻ തന്റെ പ്രസ് കാർഡ് കാണിച്ചതോടെ അയാൾ ഗൗരവം വിട്ടു.

'ഗുഡ് ആഫ്റ്റർനൂൺ സാർ. സാറിനെവിടേക്കാണ് പോകേണ്ടത്? റെഫ്രഷ്മെന്റ് റൂമിലേക്കാണോ? എങ്കിൽ ഈ വഴി വരൂ.'

രോഹൻ ആ വളണ്ടിയറെ പിന്തുടർന്നു. ആരെയെങ്കിലും പരിചയമു ള്ളവരെ കാണണം. അതാണിപ്പോൾ വേണ്ടത്.

'സാർ, ഇതാണ് മീഡിയയ്ക്കുള്ള റെഫ്രഷ്മെന്റ് റൂം.'

മങ്ങിയ വെളിച്ചം മാത്രമുള്ള ഒരു ഹാളിലാണ് രോഹൻ എത്തിച്ചേ ർന്നത്. ഒരു മിനി ബാറാണ് റെഫ്രഷ്മെന്റ് റൂമാക്കി മാറ്റിയിട്ടുള്ളത്. കണ്ണുകൾ പരിസരവുമായി ഇണങ്ങിച്ചേർന്നപ്പോൾ പരിചിതരും അല്ലാത്തവരുമായ നിരവധി പേർ ആ ഹാളിലുണ്ടെന്ന് രോഹൻ തിരിച്ചറിഞ്ഞു. ഒട്ടേറെ ശബ്ദങ്ങൾ പരസ്പരം കൂടിക്കലർന്ന് രോഹന്റെ കാതിൽ പതിച്ചുകൊണ്ടിരുന്നു.

പ്രമുഖ പത്രത്തിന്റെ സീനിയർ കറസ്പോണ്ടന്റ് സുധാകരനാണ് രോഹനെ ആദ്യം ശ്രദ്ധിച്ചത്. രോഹൻ കുറച്ചകാലം സുധാകരന്റെ കീഴിൽ അപ്രന്റീസ് ആയി ജോലി നോക്കിയിട്ടുണ്ട്.

'വാ... വാ... ഇത്രേം നേരം എവിടായിരുന്ന ? ഞങ്ങളൊക്കെ കുറേ നേരമായി ഇതിനകത്തുണ്ട്. നീയെന്താ കഴിക്കുന്നത് ?'

'എനിക്കൊന്നും വേണ്ട.'

'എന്നാ ഒരു ചിൽഡ് ബീറാക്കിയാലോ?'

രോഹൻ ഹാളിൽ ഒന്ന് കണ്ണോടിച്ചു. പഞ്ചനക്ഷത്രമാണെങ്കിലും ഒരു ലോക്കൽ ബാറുപോലെ അന്തരീക്ഷം മാറിക്കൊണ്ടിരിക്കയാണ്. പത്രക്കാരും ചാനലുകാരുമൊക്കെയായി ഒരു പത്തറുപതുപേരെങ്കിലും അതിനകത്തുണ്ടാകും. മദ്യഗ്ലാസ് കൈയിലേന്തികൊണ്ടുള്ള ഉച്ചത്തിലു ള്ള സംഭാഷണങ്ങളാണ് ചുറ്റും.

'ഇവിടെ കഴിക്കുന്നതിന് നിയന്ത്രണമൊന്നുമില്ല. പക്ഷേ സ്വന്ത മായി വല്ലതും റിപ്പോർട്ട് ചെയ്യണമെങ്കിൽ പാകത്തിനേ കഴിക്കാവൂ. ഞാനിവിടെ ഇരിക്കാൻ തുടങ്ങിയിട്ട് കുറേ നേരമായെങ്കിലും അധികം കഴിച്ചിട്ടില്ല. നീ അങ്ങോട്ടൊന്ന നോക്ക്. ഇപ്പോഴേ ചില ലവൻമാർ ഓഫാകുന്ന ലക്ഷണമുണ്ട്. ഫ്രീ ആണെന്നു കണ്ടാൽ മദ്യം കോരിക്കുടി ക്കുന്നവരാണ് പത്രക്കാർ.'

'ഏയ്, അത് പത്രക്കാരുടെ മാത്രം പ്രത്യേകതയൊന്നുമല്ല. പൊതുവെ മലയാളിയുടെ ഒരു ശീലമാണത്.'

'ഈ സമ്മേളനത്തിന്റെ രാഷ്ട്രീയം നീ മനസ്സിലാക്കിയിട്ടുണ്ടോ ?'

രോഹൻ ഉണ്ടെന്നോ ഇല്ലെന്നോ പറയാതെ വെറുതെ തലയാട്ടി. അപ്രന്റീസ് ആയിരുന്ന കാലത്ത് സുധാകരൻസാർ ഏത് പ്രശ്നത്തെ ക്കുറിച്ചും ആഴത്തിൽ വിശദമായി പറഞ്ഞുതരുമായിരുന്നു.

'ഒരു മൾട്ടി നാഷണൽ കമ്പനി ഇത്രയും വിപ്ലമമായൊരു സമ്മേളനം കേരളത്തിൽ നടത്തുന്നത് എന്തുകൊണ്ടായിരിക്കും. അതും അറുപതിലേറെ രാജ്യങ്ങളിൽ ബിസിനസ് നടത്തുന്ന ഒരു കമ്പനി. കേരളത്തിന്റെ ചരിത്രത്തിൽതന്നെ സ്വകാര്യ മേഖലയിൽ നടക്കുന്ന ഏറ്റവും വിപ്ലമായ പബ്ലിക് റിലേഷൻ പ്രോഗ്രാമാണ് ഇന്ന് നടക്കാൻ പോകുന്നത്.' സുധാകരൻ വിശദീകരിച്ചു.

'സത്യത്തിൽ ഇവിടെ വരുന്നതുവരെ ഇതിന്റെ വലുപ്പം എനിക്ക് ബോധ്യപ്പെട്ടിരുന്നില്ല. രണ്ടുദിവസം മുമ്പുവരെ ഇങ്ങനെയൊരു ടാസ്ക് എന്നെ ഏൽപിച്ചിട്ടുപോലുമില്ലായിരുന്നു. ഹോ, എത്ര ലക്ഷങ്ങൾ പൊടിച്ചിട്ടുണ്ടാവും ഈ പ്രോഗ്രാമിന്. കഴിഞ്ഞ നാലഞ്ചു ദിവസമായി ഈ പഞ്ചനക്ഷത്ര ഹോട്ടൽ മുഴുവനായും ഈ കമ്പനിയുടെ ആൾക്കാ ർക്കായി മാറ്റിവെച്ചിട്ടുണ്ടത്രേ. ആറുമാസം മുമ്പുതന്നെ ഇതിനായി ബുക്ക് ചെയ്തിട്ടുണ്ടെന്നാണറിഞ്ഞത്.'

'ലക്ഷങ്ങളിലൊതുങ്ങില്ല. അതിനുമപ്പുറം. കമ്പനിയുടെ ഈ പ്രസ്റ്റീജി യസ് പ്രോഗ്രാമിനുവേണ്ടി അവർ കോടികളാണ് മുടക്കുന്നത്. അതിന്റെ കാരണമറിയാമോ? കമ്പനിയുടെ ഏറ്റവും വലിയ വിപണിയാണ് ഇന്ത്യാമഹാരാജ്യം. മറ്റ് അറുപത് രാജ്യങ്ങളെക്കാൾ എത്രയോ

മുന്നിലാണ് അവരുടെ ലാഭക്കണക്കിൽ ഇന്ത്യ. ഇന്ത്യയുടെ കാർഷിക വികസനത്തിന്റെ പതാകാവാഹകരെന്നാണ് ഇവർ അറിയപ്പെടുന്നത്. ഇന്ത്യയിൽതന്നെ ഈ കമ്പനിക്ക് ഏറ്റവും കൂടുതൽ വരുമാനം ഉണ്ടാ ക്കിക്കൊടുത്തത് നമ്മുടെ ഈ കൊച്ച കേരളമാണ്. സർക്കാരിൽനിന്ന് കയ്യയച്ചുള്ള സഹായവും അവർക്ക് കേരളത്തെ പ്രിയങ്കരമാക്കുന്നു. പത്തോളം രാജ്യങ്ങളിൽനിന്ന് വിവിധ കാരണങ്ങൾ പറഞ്ഞ് ഈ കമ്പനിയെ പടിയടച്ച് പിണ്ഡം വച്ചപ്പോഴും പിടിച്ചുനില്ലാനായത് നമ്മുടെ രാജ്യം നൽകിയ സഹകരണം കൊണ്ടായിരുന്നു. നമ്മുടെ മാവുകളിലും കശുമാവുകളിലും ഉൽപാദനം ഗണ്യമായി വർധിപ്പിച്ചുകൊണ്ട് കർഷ കർക്ക് കൂടുതൽ ആദായം നേടിക്കൊടുക്കുന്നതിൽ കമ്പനിയുടെ കീടനാശിനി വഹിച്ച പങ്ക് നമുക്കറിയാമല്ലോ. എല്ലാ തിരിച്ചടികളേയും മറികടന്നുകൊണ്ട് കമ്പനി വീണ്ടും പ്രതാപത്തിലേക്ക് നീങ്ങിക്കൊണ്ടി രിക്കയായിരുന്നു. അപ്പോഴാണ് ഒറ്റപ്പെട്ട ചില സംഭവങ്ങളുടെ പേരിൽ ചില സാമൂഹികവിരുദ്ധരുണ്ടാക്കിയ ബഹളങ്ങൾ. അതേറ്റെപിടിക്കാൻ ചില പ്രസ്ഥാനങ്ങളും മാധ്യമങ്ങളും.'

രോഹൻ നിശ്ശബ്ദനായി കേട്ടിരുന്നു.

'കശുമാവുകളിലും മാവുകളിലും മറ്റ കാർഷിക വിളകളിലും തളിക്കുന്ന കമ്പനിയുടെ ഈ കീടനാശിനി മനുഷ്യന് യാതൊരു ഉപദ്രവവുമുണ്ടാക്കി ല്ലെന്ന് ലോകസമക്ഷം കാണിച്ചുകൊടുക്കാനാണ് അവരീ സമ്മേളനം വിളിച്ചു ചേർത്തിട്ടുള്ളത്. ഇവിടെ ക്ഷണിക്കപ്പെട്ട ആയിരത്തി അഞ്ഞൂറോളം പൗരപ്രമുഖരുടെ മുന്നിൽവച്ച് അവരത് തെളിയിക്കും.'

എങ്ങനെ എന്ന് രോഹൻ ചോദിച്ചില്ല. രോഹന്റെ മനസ്സ് വേറെ എവിടെയോ അലയുകയായിരുന്നു. മുമ്പൊരിക്കൽ സുഹൃത്തായ ഹിഷാം എന്ന ഫോട്ടോഗ്രാഫറോടൊപ്പം ഇതേ കമ്പനി തളിച്ച കീട നാശിനിയേറ്റ് കരുവാളിച്ച ഗ്രാമത്തിലേക്ക് നടത്തിയ യാത്രയായിരുന്നു ഓർമയിൽ വന്നത്. മത്സരത്തിനയക്കാൻ പറ്റിയ ഫോട്ടോകളെന്തെങ്കി ലും കിട്ടുമോയെന്ന പ്രതീക്ഷയിലാണ് ഹിഷാം ആ ദുരന്തഭൂമിയിലേക്ക് യാത്ര പ്ലാൻ ചെയ്തത്. പോരുന്നോ എന്ന് ചോദിച്ചപ്പോൾ രോഹനും കൂടെ പോവുകയായിരുന്നു. പത്രവാർത്തകളും ചിത്രങ്ങളും കണ്ടിരുന്നെ ങ്കിലും ആദ്യമായിട്ടായിരുന്നു രോഹൻ ആ പ്രദേശത്തേക്ക് പോകുന്നത്. പത്രമാഫീസിൽനിന്നും മൂന്നു ദിവസം ലീവെടുത്തപ്പോഴും യാത്രാ ഉദ്ദേ ശ്യമൊന്നും ഓഫീസിൽ വെളിപ്പെടുത്തിയിരുന്നില്ല.

കീടനാശിനിയുടെ പേമാരിയേറ്റ് വിഷലിപ്തമായ ഗ്രാമങ്ങളിലെ ദുരിത ക്കാഴ്ചകൾ പകർത്തി മത്സരത്തിനയക്കാമെന്ന പ്രതീക്ഷയിലായിരുന്ന ഹിഷാം. ഒരു കൗതുകത്തിന്റെ പേരിലായിരുന്ന രോഹൻ ഹിഷാമിനെ

അനുഗമിച്ചത്. എന്നാൽ ആ ഗ്രാമങ്ങളിലേക്കുപോയ ഹിഷാമും രോഹന
മല്ല തിരിച്ചപോരുമ്പോൾ അവർ രണ്ടുപേരും. നല്ല ഫോട്ടോകൾക്കായി
ആർത്തിയോടെ ഓരോ വീടും കയറിയിറങ്ങിക്കൊണ്ടിരിക്കുകയായി
രുന്ന അവർ. പ്രാദേശിക പത്ര ലേഖകനായിരുന്ന ചന്ദ്രനായിരുന്ന
വഴികാട്ടി. ദൃശ്യങ്ങൾ പകർത്തിക്കൊണ്ടിരിക്കെ ഏറെത്താമസിയാതെ
അവരാ കാഴ്ചകളിൽ വെന്തുരുകിപ്പോയി. നെഞ്ചകം ചുട്ടുപൊള്ളിക്കുന്ന
നൊമ്പരപ്പെടുത്തുന്ന ദൃശ്യങ്ങൾ അവരുടെ സർവ്വനാഡികളെയും
തളർത്തി. ബാഗിൽനിന്ന് ക്യാമറ പോലും പുറത്തെടുക്കാനാവാതെ,
മനസ്സും ശരീരവും തളർന്നതോടെ, ഒരു നെരിപ്പോടിലെന്നപോലെ
ഉള്ളകം നീറി പുകഞ്ഞുതുടങ്ങിയപ്പോൾ ഒന്നുറക്കെ പൊട്ടിക്കരയാ
നായി അവർ ആളുകളില്ലാത്ത ഇടങ്ങൾ തേടി.

സുധാകരന്റെ സംസാരമാണ് രോഹനെ ചിന്തയിൽനിന്നുമുണ
ർത്തിയത്.

'എടോ, രോഹൻ. വാർത്തകളൊക്കെ മുൻകൂട്ടി അറിയണമെങ്കിൽ
പത്രപ്രവർത്തകരെപ്പോഴും കണ്ണും കാതും തുറന്നതന്നെ ഇരിക്കണം.
ഓരോ അടച്ചിട്ട വാതിലും പതുക്കെ തള്ളിനോക്കണം. തുറന്നില്ലെങ്കിൽ
ജനാലകൾക്ക് വെളിയിൽ കാതുകൂർപ്പിച്ച് നിൽക്കണം. അല്ലെങ്കിൽ
എവിടെയൊക്കെയാണോ വാർത്തകൾ പ്രചരിക്കാനിടയുള്ളത്
അവിടങ്ങളിലൊക്കെ ചുറ്റിത്തിരിഞ്ഞുകൊണ്ടിരിക്കണം. അപ്പോഴേ
മറ്റുള്ളവരറിഞ്ഞിട്ടില്ലാത്ത രഹസ്യങ്ങളുടെ പൊട്ടും പൊടിയും നമ്മുടെ
കൈകളിലേക്കെത്തൂ. തിരഞ്ഞെടുക്കപ്പെട്ട ആറുപേർ ഇന്ന് പരസ്യമായി
സമ്മേളന വേദിയിൽവച്ച് ആ കീടനാശിനി കുടിച്ച് അത് മനുഷ്യർക്ക്
ഒരു തരത്തിലും ഹാനികരമല്ല എന്ന് തെളിയിക്കും.'

രോഹൻ ഞെട്ടിപ്പോയി. എന്തസംബന്ധമാണ് സുധാകരൻസാർ
പറയുന്നത്. ജീവപരീക്ഷണം നടത്തുന്നു എന്നാണ് ബ്രോഷറിൽ പറയു
ന്നത്. കീടനാശിനി കുടിച്ചിട്ടാണോ ജീവപരീക്ഷണം നടത്തുന്നത്?
അത് മരണപരീക്ഷണമല്ലേ?

രോഹന്റെ മനസ്സ് പിന്നെയും ആ കീടനാശിനി ദുരിതം വിതച്ച ഗ്രാ
മത്തിലേക്ക് നടന്നുചെന്നു.

ചന്ദ്രൻ അവരെ ചെറിയൊരു വീട്ടിലേക്കു കൂട്ടിക്കൊണ്ടുപോയി.

'മുപ്പത്തിരണ്ടു വയസ്സുള്ള എന്റെ മോനെ കാണണോ? അവനകത്ത്
കിടപ്പുണ്ട്.' അവരകത്തേക്കു കയറി. കൊതുകുവല പതുക്കെ ഉയർത്തി
സൂക്ഷിച്ചുനോക്കിയപ്പോൾ പുതച്ചുകിടക്കുന്ന ഒരു കൊച്ചുകുട്ടിയെ
കണ്ടു. ഒരു വയസ്സേ തോന്നിക്കുള്ളൂ. ഇതാണോ ഈ അമ്മ പറഞ്ഞ
മുപ്പത്തിരണ്ടു വയസ്സുകാരൻ. എപ്പോഴും ഉറങ്ങിക്കൊണ്ടിരിക്കുകയാണ്,

ആ ചെറുപ്പക്കാരൻ കുഞ്ഞെന്നാണ് അമ്മ പറയുന്നത്. കുഞ്ഞിനെ പിരിഞ്ഞ് അമ്മയ്ക്കെങ്ങോട്ടും പോകാനാവില്ല.

'നീ ആ ബീറും വെച്ചോണ്ടിരിക്കയാണോ ? കഴിക്കുന്നില്ലെങ്കിൽ നമുക്ക് പുറത്തേക്കിറങ്ങാം. ഞാൻ നിനക്കൊരാളെ പരിചയപ്പെടുത്തി തരാം.'

രോഹനും സുധാകരനും റെഫ്രഷ്മെന്റ് ഹാളിന് പുറത്തിറങ്ങി. വഴിയിലൊക്കെ വളണ്ടിയേഴ്സ് അവരെ അഭിവാദ്യം ചെയ്തുകൊണ്ടി രുന്നു. സമ്മേളന ഗ്രൗണ്ടിലേക്ക് പോകുന്നതിന് പകരം രോഹനെ ഹോട്ടലിലെ ഒരു മുറിയിലേക്കാണ് സുധാകരൻ കൊണ്ടുപോയത്. അകത്തേക്ക ചെല്ലാൻ അനുവാദം കിട്ടിയതോടെ രണ്ടുപേരും ഉള്ളി ലേക്ക കടന്നു.

'ഇത് കമ്പനിയുടെ സോണൽ മാനേജർ.'

ഫോണിൽ തിരക്കിലായിരുന്ന സ്യൂട്ട് ധാരിയെ രോഹന് പരിചയ പ്പെടുത്തി.

'ഹലോ സുധാകരൻസാർ, നേരത്തെ എത്തിക്കാണമല്ലേ. എല്ലാം ഓക്കെ അല്ലേ.? എന്തെങ്കിലും പിഴവുകളുണ്ടെങ്കിൽ പറയാൻ മടിക്ക രുത്. ഇവിടെ ആർക്കും ഒന്നിനുമൊരു കുറവുവരരുതെന്ന് ഞങ്ങൾക്ക് നിർബന്ധമുണ്ട്.'

'എല്ലാം ഓക്കെയാണ് സാർ. ഞാനിപ്പോൾ വന്നത് ഇന്നത്തെ സമ്മേളനത്തിൽ ജീവപരീക്ഷണത്തിനായി തിരഞ്ഞെടുക്കപ്പെട്ട വ്യ ക്തികളുടെ പേരുകൾ അനൗൺസ് ചെയ്തോ എന്നറിയാനാണ്.'

'വിഷമല്ല, ഔഷധമാണ് എന്ന പരീക്ഷണത്തിൽ പങ്കെടുക്കുന്ന ആറുപേരുടേയും വിവരങ്ങൾ പുറത്തുവിട്ടുവല്ലോ. താങ്കൾ അറിഞ്ഞില്ല അല്ലേ. കുറേ നേരമായി എല്ലാ ചാനലുകളിലും ആ പേരുകൾ സ്ക്രോൾ ചെയ്തുകൊണ്ടിരിക്കുന്നുണ്ട്.'

'ആരൊക്കെയാണ് ആ ആറുപേർ?'രോഹന് ചോദിക്കാതിരിക്കാ നായില്ല.

'കമ്പനിയുടെ ഒരു പ്രൊഡക്ടിന്റെ പരീക്ഷണത്തിന് ഏറ്റവും അനു യോജ്യർ കമ്പനിയുടെ സ്വന്തം ആളുകളാണെന്ന നിഗമനത്തിലാണ് ഞങ്ങൾ എത്തിച്ചേർന്നിട്ടുള്ളത്. അതുകൊണ്ടുതന്നെ മൂന്നുപേർ കമ്പ നിയുടെ പ്രധാന പാർട്ണർമാർ തന്നെയാണ്. മറ്റുള്ള മൂന്നുപേരിൽ ഒരാൾ മിസ്റ്റർ ഷാനവാസ് കമ്പനിയുടെ സ്റ്റേറ്റ് മാനേജർ. മറ്റൊരാൾ മിസ്റ്റർ നന്ദഗോപൻ, സൗത്ത് ഇന്ത്യൻ മാനേജർ. മൂന്നാമതായി മിസ്റ്റർ നരംഗ്ബർമൻ, ആൾ ഇന്ത്യാ മാനേജർ. ആറുപേരിൽ മൂന്നുപേർ

ഇന്ത്യക്കാരും മൂന്ന് വിദേശികളും.'

മാനേജർ പിന്നീട് കുറേനേരം ഫോണിൽ ബിസിയായിരുന്നു. രോഹൻ സുധാകരന്റെ കൈയിൽ തട്ടി പതുക്കെ എണീറ്റു. രണ്ടുപേരും പുറത്തിറങ്ങി.

'ഈ നന്ദഗോപനെന്ന പേര് നല്ല പരിചയമാണല്ലോ. ആ പേരിൽ ഇവിടൊരു കാർഷിക ശാസ്ത്രജ്ഞനുണ്ടായിരുന്നു. കീടനാശിനികളുടെ പ്രചാരകനായിരുന്ന ഒരു ശാസ്ത്രജ്ഞൻ. പുസ്തകങ്ങളിലൂടെയും ലേഖന ങ്ങളിലൂടെയും പ്രഭാഷണങ്ങളിലൂടെയും ഈ കമ്പനിയുടെ കീടനാശിനി കൾക്കുവേണ്ടി ഘോരഘോരം വാദിച്ചിരുന്ന ഒരാൾ. ഇനി അദ്ദേഹമാ യിരിക്കുമോ ഈ സൗത്ത് ഇന്ത്യാ മാനേജർ ?'

സുധാകരൻ രോഹന്റെ മുഖത്തേക്കുനോക്കി.

'നിനക്ക് അയാളെ അറിയുമോ ?'

'പിന്നേ, കുറേ പ്രഭാഷണങ്ങൾ ഞാൻ റിപ്പോർട്ട് ചെയ്തിട്ടുണ്ട്. പരിസ്ഥിതി വാദികളെ തലങ്ങും വിലങ്ങും ചീത്തപറഞ്ഞുകൊണ്ടാണ് എല്ലായിടത്തും അദ്ദേഹത്തിന്റെ സംസാരം തുടങ്ങുക. പരിസ്ഥിതി പ്രവർത്തകരെ രാജ്യദ്രോഹികൾ എന്നാണ് വിശേഷിപ്പിക്കാറുള്ളത്. എന്തെല്ലാം മണ്ടത്തരങ്ങളാണ് പുള്ളിയുടെ വീഡിയോകളിൽ ഉണ്ടാ യിരുന്നതെന്നോ.'

'ആളതുതന്നെ. നീ പറഞ്ഞതിനോടൊന്നും ഞാൻ യോജിക്കുന്നി ല്ല. എക്കാലത്തും കമ്പനിയുടെ ഒരു വിശ്വസ്തനായിരുന്ന നന്ദഗോപൻ എന്നത് ശരിതന്നെ. കമ്പനിയോട്ടുള്ള കമ്മിറ്റ്മെന്റ് പരിഗണിച്ചുകൊ ണ്ടാകും അദ്ദേഹത്തെ സൗത്ത് ഇന്ത്യാ മാനേജരായി നിയമിച്ചത്.'

'നന്ദഗോപൻ, പലപ്പോഴും തികച്ചും അശാസ്ത്രീയമായ കാര്യങ്ങൾ സയൻസിന്റെ തലയിൽ കെട്ടിവച്ച് പറയാറുണ്ട്. അക്കാര്യത്തിലാണ് എനിക്കുള്ള വിരോധം.' രോഹൻ പറഞ്ഞു.

'അദ്ദേഹത്തെപ്പോലെ ഉന്നതനായൊരു കാർഷിക ശാസ്ത്രജ്ഞൻ എന്തെങ്കിലും ശാസ്ത്രീയമായ തെളിവുകളില്ലാതെ തന്റെ കാഴ്ചപ്പാടുകൾ അവതരിപ്പിക്കുമെന്ന് ഞാൻ കരുതുന്നില്ല. നന്ദഗോപൻ എല്ലാ കാര്യ ങ്ങളും വളരെ യുക്തിപൂർവമേ അക്കാലത്തൊക്കെ സംസാരിക്കാറുള്ളൂ. എന്റെ ഒരടുത്ത സുഹൃത്തായിരുന്ന നന്ദഗോപൻ. പണം തട്ടിയെടു ക്കാൻ വേണ്ടിയാണ് പരിസ്ഥിതി വാദികൾ കമ്പനിക്കെതിരെ വ്യാജ പ്രചാരണം നടത്തുന്നതും പുതിയ പുതിയ ഇരകളെ ഉണ്ടാക്കിക്കൊണ്ട് വരുന്നതുമെന്നും ആർക്കാണറിയാത്തത്!' സുധാകരൻ നീരസത്തോടെ

പറഞ്ഞു.

'ആ ഷാനവാസ് എന്നയാൾ പഴയൊരു ജനപ്രതിനിധിയല്ലേ?'

'അതെ, കമ്പനിയൊരു പ്രതിസന്ധി നേരിട്ടപ്പോൾ ജനങ്ങളിൽ ഒരു വിഭാഗത്തെ കമ്പനിക്കൊപ്പം നിറുത്താൻ കഠിനാധ്വാനം ചെയ്ത ആളാണ് പഴയൊരു നേതാവായ ഷാനവാസ്. അതോടെ പിന്നീടൊരിക്കലും അദ്ദേഹത്തിന് മത്സരിക്കാൻ പറ്റാത്ത അവസ്ഥയിലായി. എവിടെ ചെന്നാലും ജനങ്ങളിൽ ഒരു ഭാഗത്തിന്റെ പ്രതിഷേധം. ക്വാളിഫിക്കേഷൻ മാനദണ്ഡങ്ങൾ പോലും മാറ്റിയെഴുതിയിട്ടാണ് അദ്ദേഹത്തെ മാനേജർ പോസ്റ്റിലേക്ക് കൊണ്ടുവന്നത്. നരംഗ് ബർമൻ സാറിനെ താൻ അറിയാൻ വഴിയില്ല. അദ്ദേഹം കുറേക്കാലം ആ ജില്ലയിൽ ജോലി ചെയ്തിരുന്നു. ആ കാലത്തുതന്നെ കമ്പനിയുടെ ഒരു ഉദ്യോഗസ്ഥനെപ്പോലെത്തന്നെയാണ് ഇടപെട്ടിരുന്നത്. റിട്ടയർ ചെയ്തപ്പോൾ കമ്പനി അദ്ദേഹത്തെ ഏറ്റെടുത്തു.'

'ഇന്നത്തെ പ്രോഗ്രാമിന്റെ വിശദാംശങ്ങൾ സാറിനറിയുമോ ?'

'അങ്ങനെ ചോദിക്ക്. ഒന്നുമല്ലെങ്കിലും ഞാനീ സിറ്റിയിലെ ഏറ്റവും സീനിയറായൊരു ജേണലിസ്റ്റല്ലേ. ഇന്ന് സ്റ്റേജിൽവെച്ച് നേരത്തെ പറഞ്ഞ ആറുപേരും കമ്പനിയുടെ കീടനാശിനിയിൽനിന്നും അഞ്ചുതുള്ളി അളന്നെടുത്ത് വെള്ളമൊഴിച്ച് നേർപ്പിച്ച് കുടിക്കുന്നു. അതുതന്നെയാണ് ഈ ജീവപരീക്ഷണം. അവരിലുണ്ടാകുന്ന ഓരോ മാറ്റങ്ങളും നിരീക്ഷിക്കാൻ വിദഗ്ധരായ ഡോക്ടർമാരുടെയും ഗവേഷകരുടെയും സംഘം സ്റ്റേജിലുണ്ടാവും. കമ്പനി അവകാശപ്പെടുന്നത് കീടനാശിനി കുടിക്കുന്ന ആറുപേരും ഒരു പോറലുമേൽക്കാതെ സ്റ്റേജിൽ തന്നെ ഇരുന്ന് ബാക്കി പരിപാടികൾ വീക്ഷിക്കും എന്നാണ്.'

'അതെങ്ങനെ വിശ്വസിക്കാനാവും? കീടനാശിനി അതേതായാലും ഒരു തുള്ളിപോലും അകത്തുചെന്നാൽ ശരീരത്തിൽ അതിന്റെ പ്രത്യാഘാതങ്ങളുണ്ടാക്കില്ലേ. ഈ കമ്പനിയുടെ കീടനാശിനിയെക്കുറിച്ചാണെങ്കിൽ ധാരാളം ആരോപണങ്ങളുമുള്ളതല്ലേ. ഹെലികോപ്റ്ററിൽ കീടനാശിനി തളിച്ചതിന്റെ പേരിൽ പിറന്നുവീഴുന്ന കുഞ്ഞുങ്ങൾക്കുവരെ ജനിതക വൈകല്യമുണ്ടാവുന്നെന്ന വാർത്തകളുണ്ടല്ലോ. ആ പ്രദേശം മുഴുവൻ മാറാരോഗികളെക്കൊണ്ട് നിറഞ്ഞിരിക്കുകയല്ലേ. എന്നിട്ടും ഇത്രയധികം ജനങ്ങളുടെ മുമ്പിൽ പരസ്യമായി കീടനാശിനി കുടിച്ചിട്ട് ഒന്നും സംഭവിക്കില്ലെന്ന് കമ്പനിക്കെങ്ങനെ പറയാനാവും ?'

'ആ ഗ്രാമത്തിൽ സംഭവിച്ചതിന്റെ കാരണങ്ങളെക്കുറിച്ചൊക്കെ നന്ദഗോപന്റെ അന്നത്തെ പുസ്തകത്തിൽ അക്കമിട്ട്

വിശദീകരിക്കുന്നുണ്ടല്ലോ. സർക്കാരിൽനിന്നും കമ്പനിയിൽനിന്നും നഷ്ടപരിഹാരം അടിച്ചെടുക്കാനുള്ള ഗൂഢാലോചനയാണ് ചില പരിസ്ഥിതി സംഘടനകൾ നടത്തിയത്. കമ്പനിയുടെ കീടനാശിനി തളിച്ചതാണ് ആ പ്രദേശത്തെ ചില അസുഖങ്ങൾക്ക കാരണമെന്ന് അവരും അവരോടൊപ്പം ചില സാഹിത്യകാരൻമാരും സാംസ്കാ രികനായകരെന്ന് അവകാശപ്പെടുന്നവരും കൊട്ടിഘോഷിച്ചപ്പോൾ കുറച്ചപേരെങ്കിലും അത് സത്യമാണെന്ന് തെറ്റിദ്ധരിച്ച. അതാണ് യഥാ ർഥത്തിൽ സംഭവിച്ചത്. അവിടെയുണ്ടായ അസുഖങ്ങൾക്കൊക്കെ ആ കീടനാശിനിയാണ് കാരണമെന്ന് ആരെങ്കിലും ശാസ്ത്രീയമായി തെളിയി ച്ചിട്ടുണ്ടോ? സർക്കാർ നിയോഗിച്ച അന്വേഷണ കമ്മീഷൻ എന്താണ് പറഞ്ഞത് ? കീടനാശിനി ഉപയോഗിച്ചതുകൊണ്ടാണ് ജനങ്ങൾ രോഗികളായതെന്നതിന് ശാസ്ത്രീയമായ തെളിവുകളില്ലെന്നല്ലേ.'

രോഹൻ ആ കമ്മീഷനെക്കുറിച്ചോർത്തു. അവരുടെ വിവാദമായ പ്രസ്താവനകൾ ഓർത്തെടുത്തു. ഒരു പ്രദേശത്തെ ജനിതക വൈകല്യ ങ്ങൾക്ക കാരണം അവിടെ പ്രയോഗിക്കപ്പെട്ടിട്ടുള്ള കീടനാശിനിയാ ണെന്ന് തെളിയിക്കണമെങ്കിൽ അനേകം വർഷം ഇരകളെ നിരീക്ഷിച്ച് ശാസ്ത്രീയമായി പഠനം നടത്തി പരീക്ഷണ, നിരീക്ഷണങ്ങളിലൂടെ എത്തുന്ന നിഗമനങ്ങളുടെ അടിസ്ഥാനത്തിലേ പറയാനാവൂ. പഠനം പൂർത്തിയാക്കുന്നതുവരെയെങ്കിലും കീടനാശിനിയുടെ ഉപയോഗം നിറ ത്തിവയ്ക്കണമെന്നുപോലും കമ്മീഷൻ നിർദേശിച്ചില്ലല്ലോ എന്നായിരുന്ന രോഹൻ അത്ഭുതപ്പെട്ടത്. പരിസ്ഥിതി പ്രവർത്തകനായ ഒരു കവി അക്കാലത്ത് പറഞ്ഞത് ഇപ്പോഴും ഓർമവരുന്നുണ്ട്. അവശേഷിക്കുന്ന മാനവരാശിയെങ്കിലും രക്ഷപ്പെടട്ടേ എന്ന് കരുതണമെങ്കിൽ മസ്തിഷ്ക ത്തിലേക്ക് സയൻസ് വാരി നിറച്ചാൽ മാത്രം പോര, ഹൃദയത്തിൽ ഇത്തിരി കനിവുകൂടി വേണമായിരുന്ന എന്നാണ്.

രോഹനും ഹിഷാമും ഗ്രാമത്തിലൂടെ നടക്കുമ്പോൾ ഒരു വീട്ടിൽ രണ്ട് വയസ്സുള്ള ഒരു പെൺകുട്ടിയെ ജയിലിലെന്നപോലെ ഒരു മുറിക്കുള്ളിൽ അടച്ചിട്ട കാഴ്ച എത്രയോ ദിവസം രോഹന്റെ ഉറക്കം കെടുത്തിയതാണ്. ബുദ്ധിഭ്രമം കാരണം അടുത്ത നിമിഷം എന്താണ് ചെയ്യുകയെന്ന് പ്ര വചിക്കാനാവാത്ത ഒരു മനുഷ്യക്കുട്ടി. കിളിവാതിലിലൂടെ കൊടുക്കുന്ന ഭക്ഷണം വല്ലപ്പോഴും കഴിച്ചെങ്കിലായി. ഇന്നുമാ കാഴ്ച ഹൃദയത്തിൽ കൊളുത്തിവലിക്കുന്നുണ്ട്.

'ഞാനിവിടെയൊക്കെയൊന്ന് ചുറ്റി നടക്കട്ടെ. പ്രോഗ്രാം തുടങ്ങാ നിനിയും സമയമുണ്ടല്ലോ.'

'രോഹൻ ചെല്ല്. എനിക്ക് പ്രോഗ്രാം തുടങ്ങുന്നതിനുമുമ്പ് കുറച്ച്

വി.ഐ.പികളുമായിട്ട് മുട്ടാനുണ്ട്. നമുക്ക് പ്രത്യേകമായിട്ട് എന്തെങ്കില്യ മൊക്കെ സംഘടിപ്പിക്കണ്ടേ?'

രോഹൻ പ്രത്യേക ലക്ഷ്യമൊന്നുമില്ലാതെ ഹോട്ടൽ ലോബിയില്ലൂടെ നടന്നുതുടങ്ങി. ഈ പഞ്ചനക്ഷത്ര ഹോട്ടലിന്റെ ഉള്ളിൽ പ്രവേശി ക്കുന്നത് ആദ്യമായിട്ടാണ്. ഹോട്ടൽ മുഴുവനും കമ്പനിയുടെ പ്രധാന ഉദ്യോഗസ്ഥർക്കും വിശിഷ്ടാതിഥികൾക്കുമായി മാസങ്ങൾക്കുമുമ്പേ ബുക്ക് ചെയ്തിട്ടുള്ളതാണ്. രോഹൻ കുറച്ചുനേരം ഹോട്ടലിനുള്ളിൽ കറങ്ങിത്തിരിഞ്ഞു. നിരവധി ആളുകൾ കടന്നുപോയെങ്കിലും പരിചയമു ള്ളവരല്ലാത്തതിനാൽ രോഹൻ ആരോടും സംസാരിക്കാൻ മുതിർന്നില്ല. ഇനി സമ്മേളന ഗ്രൗണ്ടിലേക്കുതന്നെ പോകാമെന്ന് തീരുമാനിച്ച് ആ വഴിക്ക് നടന്നുതുടങ്ങി. ഒരു മുറിയുടെ മുമ്പിൽ വളണ്ടിയേഴ്സ് കാവ ലിനിൽക്കുന്നത് കണ്ടു. കാവൽ നിൽക്കാൻ മാത്രം ആ മുറിക്ക് എന്ത് പ്രത്യേകതയാണുള്ളതെന്ന് രോഹൻ അത്ഭുതപ്പെട്ടു. ആ ഹാളിന്റെ അറ്റത്തുനിന്നും സ്റ്റേജിലേക്കെത്തുന്ന രീതിയിൽ ഒരു പാസ്സേജ് പ്രത്യേ കമായി കെട്ടിയുയർത്തിയിട്ടുണ്ട്. രോഹൻ ആ പാസേജിലൂടെ നടന്ന് സ്റ്റേജിനടുത്തെത്തുന്നതിനുമുമ്പ് ഗ്രൗണ്ടിലേക്കിറങ്ങി.

സമ്മേളന പന്തലിനു താഴെ കസേരകൾ ഭൂരിഭാഗവും നിറഞ്ഞിട്ടുണ്ട്. ക്ഷണിക്കപ്പെട്ട അതിഥികളിൽ ഒട്ടുമുക്കാലും എത്തിയിട്ടുണ്ടെന്നുതോ ന്നി. വന്നുകൊണ്ടിരിക്കുന്ന ആളുകളെ സ്വീകരിക്കാനും അവർക്കായി നീക്കിവച്ച സീറ്റുകളിൽ കൊണ്ടിരുത്താനും വളണ്ടിയർമാർ ഉത്സാഹ ത്തോടെ രംഗത്തുണ്ട്.

രോഹൻ ഗ്രൗണ്ടിനെ ചുറ്റമൊന്നു വലംവച്ചശേഷം മാധ്യമ പ്രവ ർത്തകർക്കായി വേർതിരിച്ച ഏരിയയിലേക്ക് നീങ്ങി. പരിചയക്കാർ ആരെങ്കിലുമൊക്കെ ഉണ്ടോയെന്ന് നോക്കിയെങ്കിലും ആരെയും കണ്ടെ ത്താനായില്ല.

ഇതുവരെ അറിഞ്ഞ കാര്യങ്ങളൊക്കെ ഒരു പാഡിൽകുറിച്ചിട്ടു. വി.ഐ.പികൾ ആരൊക്കെയോ എത്തിച്ചേർന്നതായുള്ള അറിയിപ്പ കൾ കേൾക്കുന്നുണ്ട്. വേദിയിലും ചില ചലനങ്ങൾ ആരംഭിച്ചിട്ടുണ്ട്. സ്റ്റേജിൽ കാണുന്നതിനെക്കാൾ വ്യക്തമായി ഡിജിറ്റൽ ഡിസ്പ്ലേ ബോർഡിൽ നോക്കിയാൽ കാണാം.

മാധ്യമ പ്രവർത്തകരുടെ കസേരകളാണ് കൂടുതലായും ഒഴിഞ്ഞുകിട ക്കുന്നത്. റിഫ്രഷ്മെന്റ് റൂമിൽനിന്ന് പലരും പുറത്തിറങ്ങിയിട്ടുണ്ടാവില്ല. എന്തായാലും ഒന്നുകൂടി കറങ്ങി വരുന്നതാണ് നല്ലതെന്നു തോന്നുന്നു. സീനിയറായ പത്രക്കാരെ ആരെയെങ്കിലും മുട്ടാൻ സാധിച്ചാൽ കുറേക്കൂടി വിവരങ്ങൾ കളക്ട് ചെയ്യാമായിരുന്നു.

ഡിസ്പ്ലേ ബോർഡുകൾക്ക താഴെ തൂക്കിയിട്ട കീടനാശിനിയുടെ പരസ്യബോർഡ് കണ്ടപ്പോൾ രോഹന്റെ ഓർമകളിൽ വീണ്ടും കീടനാശിനി ആവേശിച്ച ഗ്രാമത്തിന്റെ കാഴ്ചകൾ തികട്ടിവന്നു. ഹിഷാ മിനോടൊപ്പം തിരിച്ച് നാട്ടിലെത്തിയിട്ടും മൂന്നു ദിവസത്തോളം താമസ സ്ഥലത്തുനിന്ന് പുറത്തിറങ്ങാനേ കഴിഞ്ഞില്ല. ആകെയൊരു മരവിപ്പ്. തലയ്ക്കാരോ ചുറ്റികകൊണ്ട് അടിച്ചതുപോലെ. ഏറ്റവും അവസാനമായി കണ്ട കാഴ്ചയിലാണ് ഇനി ഒരു നിമിഷംപോലും അവിടെ നിൽക്കാനാ വില്ലെന്ന് തോന്നിയത്. തലമാത്രം വളർന്നുപോയ ഒരു കുട്ടിയുടെ ദൃശ്യ മായിരുന്നു അത്. പിന്നീട് സഹപ്രവർത്തകരിൽ പലരോട്ടം ഈ വിഷ യത്തെക്കുറിച്ച് സംസാരിച്ചുനോക്കി. മറ്റെവിടെയുമില്ലാത്ത രീതിയിൽ ഇത്തരമൊരു ദുരന്തം ആ ഗ്രാമത്തിലുണ്ടാവാൻ മറ്റെന്തെങ്കിലും കാര ണമുണ്ടാവുമോ. നേർകണ്ണിൽ കാണുന്ന സത്യം ലോകത്തിനുമുന്നിൽ തുറന്നു പറയാൻ ശാസ്ത്രജ്ഞരും ഗവേഷകരുമൊന്നും തയ്യാറാകാതിരു ന്നത് എന്തുകൊണ്ടായിരുന്നു. നിരാലംബരും നിസ്സഹായരുമായ ഒരു ജനസമൂഹത്തിന്റെ നിലവിളി കേട്ടില്ലെന്ന് നടിക്കാൻ ഭരണക്കൂടത്തിന് എങ്ങനെ സാധിക്കുന്നു. ഒന്നിനും കൃത്യമായൊരു ഉത്തരം കിട്ടിയില്ല.

അപ്രതീക്ഷിതമായി ഏറെ കാലത്തെ ഇടവേളയ്ക്കുശേഷം ഒരു രാത്രി തന്റെ മുറിയിലേക്കുവന്ന ദേവരാജനിൽനിന്നാണ് രോഹന് ചില ഉത്തരങ്ങൾ കിട്ടിയത്. പക്ഷേ ആ ഉത്തരങ്ങളൊന്നും രോഹൻ പ്രതീക്ഷിച്ചവയായിരുന്നില്ല. രാത്രി ഏറെ നേരം ദേവരാജനമായി സംസാരിച്ചിരുന്നു. ദേവരാജൻ സംസാരിച്ചതിലേറെയും പരിസ്ഥിതി വിഷയങ്ങളായിരുന്നുവെങ്കിലും പണ്ടൊക്കെ സംസാരിച്ചതിൽനിന്നും ഏറെ വ്യത്യസ്തമായിരുന്നു അവയെല്ലാം.

കോളേജിൽ പഠിക്കുന്ന കാലത്താണ് രോഹൻ ദേവരാജനെ പരിചയപ്പെടുന്നത്. പല പ്രോഗ്രാമുകളിലും അതിഥിയായിവന്ന് പ്രസം ഗിക്കുകയും കവിത ചൊല്ലുകയും ചെയ്തിരുന്ന ദേവരാജനെ വളരെ ആരാ ധനയോടെയാണ് രോഹൻ ചെന്ന് പരിചയപ്പെട്ടത്. പിന്നീടെപ്പോഴോ കേരളത്തിലെ പരിസ്ഥിതി സംരക്ഷണ സമരങ്ങളുടെ മുൻനിരയിൽ ദേവരാജന്റെ പേരും കേട്ടുതുടങ്ങി. അപ്പോഴും അപൂർവമായി നഗരത്തി ലെത്തുമ്പോൾ രോഹന്റെ മുറിയിലെത്താൻ ദേവരാജൻ മറക്കാറില്ല. കാലം പോകപ്പോകെ കേരളത്തിൽ പരിസ്ഥിതി സംരക്ഷണ സമരങ്ങ ളുടെ മൂർച്ച കുറഞ്ഞുതുടങ്ങിയതോടെ ദേവരാജനും വാർത്തകളിൽനിന്ന് അപ്രത്യക്ഷനായി.

നീണ്ട ഒരു ഇടവേളയ്ക്കുശേഷം ദേവരാജൻ വീണ്ടും പ്രത്യക്ഷപ്പെട്ടപ്പോൾ

രോഹന് വളരെ സന്തോഷമായി. പ്രായത്തിന്റെ ചില അവശതകളൊ ഴിച്ചാൽ ദേവരാജന്റെ വാക്കുകളിലെ തീക്ഷ്ണതയ്ക്കോ ശബ്ദത്തിന്റെ ഗാംഭീര്യത്തിനോ കാര്യമായ പോരലേറ്റിരുന്നില്ല.

കേരളത്തിലെ പരിസ്ഥിതി പ്രക്ഷോഭങ്ങളുടെ പിൻനടത്തങ്ങളെക്ക റിച്ചുള്ള ആശങ്കകൾ രോഹൻ ദേവരാജനുമായി പങ്കുവെച്ചു.

'താൻ പറയുന്നതിനൊരു മറുവശമുണ്ട്. യഥാർഥത്തിൽ പരിസ്ഥിതി സംരക്ഷകരുടെ എണ്ണം കുറയുകയല്ല, മറിച്ച് എല്ലാവരും പരിസ്ഥിതി സംരക്ഷകരായി മാറുകയാണുണ്ടായത്. ഓണമാഘോഷിക്കുന്നതിനെ ക്കാൾ ഗംഭീരമായല്ലേ പരിസ്ഥിതിദിനം ആഘോഷിക്കുന്നത്. ഇപ്പോൾ പരിസ്ഥിതി ആശയങ്ങളെല്ലാം മുന്നോട്ടവയ്ക്കുന്നതും നടപ്പിലാക്കുന്നതും വൻകിട മാഫിയകളും ഭരണകൂടവും ചേർന്നാണ്. ഇപ്പോൾ പ്രകൃതിക്ക നേരെയുള്ള പീഡനങ്ങൾക്കെല്ലാം ഒരൊറ്റ ബ്രാന്റ്നെയിമാണുള്ളത്, എക്കോഫ്രന്റ്ലി. ഭൂമിയെ നശിപ്പിക്കുന്ന എല്ലാ മാഫിയകളും ഒത്തൊ രുമിച്ച് പരിസ്ഥിതി സംരക്ഷകരുടെ കുപ്പായമണിഞ്ഞ് വികസനം എന്ന മുദ്രാവാക്യം വിളിച്ചുകൊണ്ടിരിക്കുകയാണ്.'

'വികസന പ്രവർത്തനങ്ങൾക്കിടയിൽ പരിസ്ഥിതിക്ക് കോട്ടമു ണ്ടാകുന്നത് സ്വാഭാവികമല്ലേ. വികസനമില്ലെങ്കിൽ നാടിന്റെ വളർച്ച മുരടിച്ചുപോവുകയില്ലേ.' രോഹൻ ഒരു സംശയം പ്രകടിപ്പിച്ചു.

'വികസനം എന്ന് പേരിട്ടുവിളിച്ചാൽ വനമോ മലയോ പുഴയോ വയലോ വായുവോ മണ്ണോ ജലമോ നശിപ്പിച്ചുകൊണ്ടായാലും ഭരണകൂടം ആഗ്രഹിക്കുന്നതെന്തും നടപ്പിലാക്കാൻ സാധ്യമായ അവസ്ഥയാണ് ഇന്നുള്ളത്. നേരിയ എതിർപ്പപോലും പ്രകടിപ്പിച്ചാൽ അവരെ മുഴവൻ വികസനവിരോധികളായി ചിത്രീകരിച്ച് ഒറ്റപ്പെട ത്താനും അടിച്ചൊതുക്കാനും കേരളം മുഴവൻ ഒറ്റക്കെട്ടാണിപ്പോൾ. ഇനിയൊന്നും പഴയതുപോലാവില്ല.പരിസ്ഥിതി പ്രവർത്തകരുടെ കയ്യിലുണ്ടായിരുന്ന ആശയപരമായ ആയുധങ്ങളുടെയെല്ലാം മൂർച്ച നഷ്ട പ്പെട്ടിരിക്കുന്നു. ഭരണകൂടവും മാഫിയകളുമാണ് ഇപ്പോൾ പരിസ്ഥിതി സംരക്ഷണത്തിന്റെ അജണ്ട തീരുമാനിക്കുന്നത്.'

'ഇത് കേരളത്തിലെ മാത്രം പ്രശ്നമാണോ? മറ്റിടങ്ങളിലെ അവസ്ഥ എന്താണ്?'

'ലോകത്തിന്റെ പല ഭാഗങ്ങളിലും മാറ്റങ്ങൾ വന്നുകഴിഞ്ഞു. ആശയങ്ങളിലും സമരരൂപങ്ങളിലുമൊക്കെ അമ്പരപ്പിക്കുന്ന തരത്തിൽ പോസിറ്റീവായ മാറ്റം. സ്വന്തം ജീവൻ ബലിയർപ്പിച്ചുപോലും പരിസ്ഥിതി സംരക്ഷിക്കുമെന്ന നിലപാടുമായി യുവാക്കളായ പോരാളികളുടെ

കൂട്ടങ്ങൾ രൂപപ്പെട്ടുകൊണ്ടിരിക്കയാണ്. നമ്മുടെ നാട്ടം ഈ പാത പിന്തുടരുന്ന കാലം അതിവിദൂരമൊന്നുമല്ല.'

രാത്രി ഏറെനേരം ദേവരാജനുമായി സംസാരിച്ചിരുന്നു. പിറ്റേന്ന് പുലർച്ചെ ദേവരാജൻ യാത്ര പറഞ്ഞിറങ്ങി.

ഗ്രൗണ്ടിൽനിന്ന് ഹോട്ടലിലേക്കു പോകാനായി രോഹൻ എണീറ്റു. ചുറ്റം നോക്കുന്നതിനിടയിലാണ് പരിചിതമായ ഒരു മുഖം ശ്രദ്ധയിൽപ്പെ ട്ടത്. സോണിയ രോഹനെ കണ്ടതും കൈയ്യുർത്തി അഭിവാദ്യം ചെയ്ത് അടുത്തേക്കുവന്നു. മറ്റൊരു പത്രത്തിലാണെങ്കിലും ഇടയ്ക്കൊക്കെ കാണുമ്പോൾ സൗഹൃദം പങ്കുവയ്ക്കാറുണ്ട്.

'രോഹൻ, താനിവിടെയുണ്ടാകുമെന്ന് പ്രതീക്ഷിച്ചില്ല. തന്റെ പത്ര ത്തിൽനിന്ന് മറ്റ് ടീംസൊന്നുമില്ലേ?'

'ഉണ്ട്. രണ്ട് ടീമുകൾ പോന്നിട്ടുണ്ട്. സോണിയ എപ്പോഴാണെത്തി യത്? താനീ കമ്പനിയുടെ പുറകെ കുറച്ചകാലം അന്വേഷണവുമായി നടന്നിരുന്നതാണല്ലോ. തന്റെ ഒരു സീരിസും പത്രത്തിലുണ്ടായി രുന്നല്ലോ'

'അതുകൊണ്ടാണല്ലോ ഞാനിവിടെയുമെത്തിയത്'

'ഇവരീ കീടനാശിനി പരസ്യമായി കുടിക്കുമെന്ന് പറയുന്നതിൽ എനിക്കത്ര വിശ്വാസം തോന്നുന്നില്ല. ഏത് കീടനാശിനിയായാലും കുടിച്ചാൽ മരിക്കുമെന്നുറപ്പല്ലേ.'

'അതങ്ങനെയല്ല രോഹൻ. ഇവർ കേവലം അഞ്ചുതുള്ളികൾ മാത്രം കുടിയ അളവിൽ വെള്ളമൊഴിച്ച് നേർപ്പിച്ചിട്ടാണ് കുടിക്കുന്നത്. അതിന്റെ പേരിൽ മരണമൊന്നും സംഭവിക്കാൻ സാധ്യതയില്ല. ചെറിയ തോതിലുള്ള ശാരീരിക അസ്വസ്ഥതകളൊക്കെ തക്കസമയത്ത് ഹോസ്പിറ്റലിൽ എത്തിച്ചാൽ മാറ്റുകയും ചെയ്യും. വിദഗ്ധ ഡോക്ടർമാർ സ്റ്റേജിൽതന്നെ ഉള്ളതുകൊണ്ട് സ്റ്റേജിൽവെച്ചതന്നെ മറുമരുന്ന് കൊട്ട ക്കാനുമാവും. എന്നാലും ഇതൽപം കട്ടത്ത പരീക്ഷണം തന്നെയാണ്. മരണം സംഭവിച്ചില്ലെങ്കിലും ശരീരത്തിലെ അവയവങ്ങൾക്ക് കേടുവര ത്താൻ ഈ നേരിയ അളവുതന്നെ കാരണമാകും.'

'സാധാരണ ഗതിയിൽ ഒരു കീടനാശിനി കുപ്പിയുടെ അടപ്പുതുറന്ന് വാസനിച്ചാൽതന്നെ ഒരാൾക്ക് ബോധം പോവാൻ അത്രമതി. പിന്നെ യല്ലേ ഒരു തുള്ളി അകത്തെത്തുന്നത്. ജനത്തിന്റെ കണ്ണിൽ പൊടിയിടാ നുള്ള എന്തോ തന്ത്രം ഇതിനു പിന്നിലുണ്ടെന്നാണ് എന്റെ അഭിപ്രായം. ഈ കീടനാശിനികളൊക്കെ എന്നേ നിരോധിക്കേണ്ടതാണ് എന്നാണ്

എനിക്ക് തോന്നിയിട്ടുള്ളത്.'

'അതൊക്കെ വെറുമൊരു കാല്പനിക ചിന്തയാണ്. കീടനാശിനി കളില്ലെങ്കിൽ നമ്മുടെ നാട്ടിൽ ഒരൊറ്റ പച്ചക്കറിപോലും ഉൽപാദിപ്പി ക്കാനാവില്ല. നെല്ലിന്റേതുൾപ്പെടെ എല്ലാ കാർഷിക വിളകളുടെയും ഉൽപാദനം പകുതിയിൽ താഴെയായി കുറയും. ഇത്രയധികം ജനങ്ങ ൾക്ക് ഭക്ഷണം കഴിക്കണ്ടേ? രാസവളങ്ങൾ വേണ്ട, കീടനാശിനികൾ വേണ്ട എന്നൊക്കെ പറയുന്നവർ നമ്മുടെ ഭക്ഷ്യോൽപാദനത്തെപ്പറ്റി ചിന്തിക്കാറേ ഇല്ല. തങ്ങൾക്ക് വേണ്ടതെല്ലാം തമിഴനും തെലുങ്കനു മൊക്കെ ഉണ്ടാക്കി എത്തിച്ചുകൊള്ളും എന്ന സമാധാനത്തിലാണ് ഇവർ ജീവിക്കുന്നത്. ഇവിടെ ഉപയോഗിക്കുന്നതിനെക്കാൾ പത്തിരട്ടി കീടനാശിനി ഉപയോഗമാണ് തമിഴ്നാട്ടിലും ആന്ധ്രപ്രദേശിലും. അവർ ഈ വിഷമടിച്ച് ഉണ്ടാക്കിത്തരുന്നതാണ് നാമീവെട്ടിവിഴുങ്ങുന്നത്.'

'കീടനാശിനി വിഷമാണെന്ന് താൻ സമ്മതിച്ചല്ലോ. ആ വിഷം അവർ കുടിക്കുമെന്ന് താൻ കരുതുന്നുണ്ടോ? അതും കമ്പനി ഉടമകളും പ്രധാനപ്പെട്ട ഉദ്യോഗസ്ഥരും. അവർ കീടനാശിനിക്കുപകരം മറ്റെന്തെ ങ്കിലും കുടിച്ച് കീടനാശിനി അപകടകരമല്ലെന്ന് വരുത്തിത്തീർക്കുക യായിരിക്കും.'

'ലോകത്തിലെ തന്നെ ഏറ്റവും പ്രശസ്തമായ മൾട്ടിനാഷണൽ കമ്പനിയാണിത്. ഇവർ അത്തരമൊരു നാടകം കളിച്ച് ജനങ്ങളെ പറ്റി ക്കാൻ ശ്രമിക്കുമെന്ന് എനിക്ക തോന്നുന്നില്ല. അമ്പതു രാജ്യങ്ങളിലേക്ക് ലൈവ് ടെലികാസ്റ്റ് ചെയ്യുന്നുണ്ട്. ജനലക്ഷങ്ങളാണ് ഇത് കാണുന്ന ണ്ടാവുക. ഒരു നാടകം നടത്തി ജനങ്ങളുടെ കണ്ണിൽ പൊടിയിടാനായി ഇത്രയധികം സന്നാഹങ്ങളൊരുക്കുമെന്ന് ഞാൻ വിശ്വസിക്കുന്നില്ല.'

'നോക്ക് സോണിയ, ഇവരുടെ കീടനാശിനി ഹെലികോപ്റ്ററിലൂടെ തളിച്ചതിന്റെ ഫലമായി എത്രയോ ഗ്രാമങ്ങൾ നരകയാതന അനുഭവി ക്കുന്നത് നീയും നേരിട്ട് കണ്ടതല്ലേ. എന്നിട്ടും നീയാ കീടനാശിനിയെ യും ആ കമ്പനിയെയും ന്യായീകരിക്കുന്നത് കാണമ്പോൾ അത്ഭുതം തോന്നുന്നു.'

'ആ സംഭവത്തെ ഞാനൊരിക്കലും അനുകൂലിച്ചിട്ടില്ല. കശുമാവിൻ തോട്ടത്തിലോ മാവിൻതോട്ടത്തിലോ കീടനാശിനി പ്രയോഗിക്കുന്ന തിന് ഞാനെതിരല്ല. ഉൽപാദന വർധനവിനും അതുമൂലം കർഷകരുടെ വരുമാന വർധനവിനും അത് തികച്ചും അനിവാര്യമാണ്. എന്നാൽ അതേ കീടനാശിനി ഹെലികോപ്റ്റർ വഴി തളിച്ചപ്പോഴാണ് ആ ഗ്രാമ ങ്ങളിൽ ദുരിതമുണ്ടായത്. അതാണ് കമ്പനിയുടെ ഭാഗത്തുനിന്നുണ്ടായ

തെറ്റ്. വായുവിലും കുളങ്ങളിലും കുടിവെള്ളത്തിലുമൊക്കെ ഈ കീടനാശിനി കലരുകയും അതിന്റെ നിത്യോപയോഗം മാരകമായ അസുഖങ്ങൾക്ക് കാരണമാവുകയും ചെയ്യും. ഇക്കാര്യങ്ങളൊക്കെ ഞാൻ വിശദമായിത്തന്നെ എന്റെ ലേഖനത്തിൽ പറഞ്ഞിട്ടുണ്ട്. അതിനർഥം ആ കീടനാശിനിയേ ഉപയോഗിക്കരുത് എന്നല്ല.'

'പക്ഷേ, ആ ഗ്രാമങ്ങളിലൂടെ ചുറ്റി നടന്നപ്പോൾ എനിക്കങ്ങനെയല്ല തോന്നിയത്. തലമുറകളിലേക്ക് കൈമാറുന്ന ജനിതക വൈകല്യങ്ങ ൾക്ക് കാരണമായത് കീടനാശിനിയെന്ന പേരിൽ അവർ തളിച്ച മാരക വിഷമാണ്. അവരാരും അത് കുടിച്ചവരല്ല. ആ വായു ശ്വസിച്ചതുകൊണ്ട പോലും രോഗബാധിതരായവരാണവർ. അത് കീടങ്ങളെ നശിപ്പിക്കാൻ വേണ്ടിയുള്ളതല്ല. മാനവരാശിയെ നശിപ്പിക്കാനുള്ളതാണ്.'

'രോഹൻ എന്നാണ് പരിസ്ഥിതി പക്ഷക്കാരനായത്? ഞാൻ പരി സ്ഥിതിയെ കാണുന്നത് മനുഷ്യന്റെ നിലനിൽപ്പുമായി ബന്ധപ്പെടുത്തി യിട്ടാണ്. ഒരു ദിവസം പോലും ഭക്ഷണം വേണ്ട എന്ന് തീരുമാനിക്കാൻ കഴിയാത്ത മനുഷ്യന് ആവശ്യമായ ഭക്ഷണം ഉണ്ടാകണമെങ്കിൽ ഇത്തരം ചില വിട്ടുവീഴ്ചകൾ ചെയ്തേ മതിയാകൂ എന്നാണ് എന്റെ പക്ഷം. നമുക്ക് പിന്നെ കാണാം. എനിക്ക് കുറച്ച കാര്യങ്ങൾ ചെയ്തു തീർക്കാനുണ്ട്.' സോണിയ തന്റെ സീറ്റിലേക്ക മടങ്ങി.

എം.പിയും കോർപ്പറേഷൻ മേയറും എത്തിച്ചേർന്ന അനൗൺസ്മെ ന്റ് കേട്ടാണ് രോഹൻ ഗ്രൗണ്ടിൽനിന്ന് ഹോട്ടലിലേക്കുള്ള പാസേജി ലേക്ക് കയറിയത്. പല തരത്തിലുള്ള വിശിഷ്ടാതിഥികളും അനുചര ന്മാരുമൊക്കെയായി എല്ലായിടത്തും നല്ല തിരക്കാണ്. വളണ്ടിയേഴ്സ് കാവൽനിൽക്കുന്ന മുറിയുടെ മുന്നിലൂടെ പോകുമ്പോൾ രോഹൻ ആ കാവൽക്കാരെ നോക്കി. ഇപ്പോൾ ആളുകൾ മാറിയിട്ടുണ്ട്. നേരത്തെ കണ്ടവരല്ല.

രോഹൻ റെഫ്രഷ്മെന്റ് റൂമിലെത്തി. സുധാകരൻ സാറോ മറ്റേതെ ങ്കിലും പരിചയക്കാരോ ഉണ്ടോയെന്ന നോക്കി. കുറച്ചനേരം അവിടെ ചെലവഴിച്ചെങ്കിലും അടുത്ത പരിചയക്കാരെ ആരെയും കണ്ടുമുട്ടാനാ യില്ല. രണ്ടുമൂന്നപേർ രോഹനെ വിഷ് ചെയ്യു. റെഫ്രഷ്മെന്റ് ഹാളിൽ തിരക്ക് വളരെ കുറഞ്ഞിട്ടുണ്ട്. പ്രോഗ്രാമിന്റെ ഉദ്ഘാടനത്തിന് ഇനി അധികസമയമില്ല. രോഹൻ കുറച്ച നേരം മാത്രം അവിടെ ചെലവഴി ച്ച് പുറത്തിറങ്ങി. ഹോട്ടലിലാകെ ഒന്നുചുറ്റിക്കറങ്ങി. പുതിയൊരു വഴി കണ്ടെത്തി അതിലൂടെ വീണ്ടും ഗ്രൗണ്ടിലെത്തി.

സമ്മേളന സ്ഥലം ഭൂരിഭാഗവും നിറഞ്ഞിട്ടുണ്ട്. മാധ്യമ

പ്രവർത്തകർക്കായുള്ള സീറ്റുകളും നിറഞ്ഞുതുടങ്ങി. രോഹൻ ചുറ്റും നോക്കി സുധാകരൻ സാറിനെ കണ്ടെത്തി. അടുത്തുകണ്ട ഒരൊഴിഞ്ഞ കസേരയിലേക്ക് രോഹൻ കുതിച്ചെത്തി.

'താനെവിടെയായിരുന്നു ഇതുവരെ?'

'ഞാൻ സാറിനെത്തിരക്കി ചുറ്റിക്കൊണ്ടിരിക്കയായിരുന്നു.'

'ഞാനതിനിടയ്ക്ക് എം.പിയുമായി കുറച്ചുനേരം സംസാരിച്ചു. വേറെയും കുറച്ചുപേരെ കിട്ടി. എങ്ങും വി.ഐ.പികളുടെ ചാകരയാണ്.'

'കീടനാശിനി കുടിക്കുന്ന പരീക്ഷണത്തിനാണ് എല്ലാവരും ആകാംക്ഷയോടെ കാത്തിരിക്കുന്നതെന്ന് തോന്നുന്നു. എപ്പോഴാണീ പരീക്ഷണം ?'

'കേന്ദ്ര കാർഷിക വകുപ്പ് സെക്രട്ടറിയുടെ ഉദ്ഘാടനത്തിനും ആശംസാപ്രസംഗങ്ങൾക്കും ശേഷമാണ് ജീവപരീക്ഷണം. സ്റ്റേജിൽവെച്ച് ആറുപേരും മരുന്ന് കുടിക്കും.'

'മരുന്നോ?'

'കീടനാശിനിക്ക് നാട്ടിൻപുറങ്ങളിൽ മരുന്ന് എന്നാണ് പറയുക. കാർഷിക വിളകളുടെ രോഗങ്ങൾക്കുള്ള ഔഷധമായിട്ടാണ് കർഷകർ കീടനാശിനിയെ കാണുന്നത്. അവർക്കിതൊരു മരുന്നും ടോണിക്കു മാണ്.'

'പരീക്ഷണത്തിൽ പങ്കെടുക്കുന്നവരിൽ ആരെയെങ്കിലും കണ്ട് സംസാരിച്ചോ?'

'ആരെയും കാണാൻ അനുവദിക്കുന്നില്ല. ഞാനാ നന്ദഗോപൻ സാറി നെയെങ്കിലും കാണാനായി ഒന്ന് വിളിച്ചുനോക്കി. ഫോൺ സ്വിച്ച്ഡ് ഓഫാ. ഇനിയേതായാലും ഇവിടെയിരുന്ന് കാണലേ നടക്കൂ. സ്റ്റേജിന മുൻവശത്ത് ചാനല് കാരുടെ ബഹളമാണ്. എത്രയോ രാജ്യങ്ങളിലേക്ക് ലൈവ് ടെലികാസ്റ്റുള്ളതുകൊണ്ടാണ് ഇത്ര തിരക്ക്.'

'യഥാർഥത്തിൽ ഈ കമ്പനിയുടേതെന്നല്ല, ഏത് കീടനാശിനിയും ഒരു തുള്ളിയെങ്കിലും അകത്തായാൽ മനുഷ്യന് ഹാനികരമല്ലേ. പിന്നെ എങ്ങനെയാണ് ഈ കണ്ട ആളകൾക്കുമുന്നിൽവെച്ച് പരസ്യമായി അവർ കീടനാശിനി കുടിച്ചുള്ള പ്രദർശനം നടത്തുന്നത് ? അവർക്ക് അപകടം പറ്റുമെന്ന കാര്യം ഉറപ്പല്ലേ?'

'എന്റെ രോഹാ, നീയിത്ര മണ്ടനായിപ്പോയല്ലോ. കീടനാശിനി യിൽ വിഷമുണ്ടെങ്കിൽ മനുഷ്യൻ കുടിച്ചാൽ മരിക്കും. ഈ കാണുന്ന ആയിരത്തി അഞ്ഞൂറിലധികം വിശിഷ്ടാതിഥികളുടെ മുന്നിൽവെച്ച്

കമ്പനിയുടെ ഉടമകളും സീനിയർ ഉദ്യോഗസ്ഥരുമായ ആറുപേർ സ്വന്തം കമ്പനിയുടെ കീടനാശിനി കുടിച്ച് അപകടമൊന്നും പറ്റില്ലെ ന്ന് പറയുന്നുണ്ടെങ്കിൽ അതിനർഥം ആ കീടനാശിനിയിൽ വിഷമില്ല എന്നതന്നെയാണ്.'

'വിഷമില്ലാത്ത കീടനാശിനിയോ? രാസകീടനാശിനികളിൽ വിഷമില്ലാത്തയുണ്ടോ? ഏതായാലും ഈ കമ്പനിയുടെ കീടനാശിനി വിഷമുള്ളതാണെന്ന് എല്ലാവർക്കുമറിയയില്ലേ?'

'രോഹാ, ആദ്യം നീയൊരു കാര്യം മനസ്സിലാക്ക്. കോടിക്കണക്കിന് രൂപയുടെ ബിസിനസ്സാണ് കീടനാശിനികളുടേത്. നമുക്കൊക്കെ സങ്ക ൽപിക്കുവാൻ കഴിയുന്നതിനപ്പുറമുള്ള സംഖ്യകളാണ് കമ്പനികളുടെ വരുമാനം. രാജ്യങ്ങളിലെ നിയമങ്ങൾ തങ്ങൾക്കനുകൂലമാക്കാനായി തങ്ങളുടെ വരുതിയിൽ നിൽക്കുന്നവരെ അധികാരത്തിലേറ്റാൻ വരെ തയ്യാറാകുന്ന കമ്പനികളുണ്ട്. അതിനുവേണ്ടി അവരെന്തും ചെയ്യും. അത്ര യ്യും പവർഫുൾ ആണിവർ. കേരളത്തിലും പരാജയപ്പെട്ട് പിൻവാങ്ങേ ണ്ടിവന്നാൽ ഇന്ത്യയെന്ന വലിയ കമ്പോളം പോലും ഈ കമ്പനിക്ക് നഷ്ടപ്പെട്ടെന്നുവരും. അതോടെ മറ്റ രാജ്യങ്ങളിൽനിന്നും സമ്മർദങ്ങ ളുണ്ടാവും. പ്രക്ഷോഭങ്ങൾ ഉയർന്നുവരും. ഇപ്പോൾതന്നെ പത്തോളം രാജ്യങ്ങളിൽ ഈ കമ്പനിക്ക് പ്രവേശിക്കാനാവില്ല. അതിന്റെ എണ്ണം കൂട്ടുന്ന അവസ്ഥ എന്ത് വിലകൊടുത്തും കമ്പനിക്ക് ഒഴിവാക്കേണ്ടതുണ്ട്. അതിനുവേണ്ടിയാണ് ആർക്കും ദോഷമില്ലാത്ത ഇത്തരമൊരു പ്രദ ർശനം. ഇതിനെ നാടകമെന്നോ തട്ടിപ്പെന്നോ എന്തുവേണമെങ്കിലും വിളിക്കാം. പക്ഷേ, ഈ ആറുപേരും മരുന്ന് പരീക്ഷണത്തിൽ വിജ യിച്ചാൽ ലോകത്തിനുമുമ്പിൽ കമ്പനിയുടെ യശസ്സ് വാനോളമുയരും.'

'അവർ കുടിക്കുന്നത് ശരിയായ കീടനാശിനിയാണോ എന്ന് ആരെങ്കിലും പരിശോധിക്കുമോ ?'

'ആ മുൻനിരയിൽ ഇരിക്കുന്ന കുറച്ച് ആളുകളെ കണ്ടോ? അവരാണ് പ്രത്യേക ക്ഷണിതാക്കളായ ജഡ്ജിങ് പാനൽ അംഗങ്ങൾ. റിട്ടയേർഡ് ജഡ്ജിമാരൾപ്പെടെ പല തലങ്ങളിൽനിന്നുള്ള ഉന്നത വ്യക്തികൾ. അവരാണ് കീടനാശിനി കുപ്പികൾ തുറന്ന് പരിശോധിച്ച് ഉറപ്പുവരു ത്തുക.'

'ഏതെങ്കിലും ചെറിയ മൃഗങ്ങൾക്ക് പട്ടിക്കോ, പൂച്ചയ്ക്കോ കൊടുത്ത് പരീക്ഷിക്കണമെന്ന് അവർ ആവശ്യപ്പെട്ടാലോ?'

'നീ മണ്ടൻ ചോദ്യം ചോദിക്കരുത്. ഒരു പട്ടിക്കോ പൂച്ചക്കോ പരീ ക്ഷണാർഥം കീടനാശിനി കൊടുത്താലുള്ള പ്രത്യാഘാതങ്ങളെപ്പറ്റി

നിനക്കറിയില്ലേ. ഒന്നും സംഭവിച്ചില്ലെങ്കിൽപോലും ജയിലിൽ പോകേ ണ്ടിവരും. പിന്നെ, ആ പാനലിലുള്ളവരുടെ ഡ്യൂട്ടി അത്ര മാത്രമാണ്. തുറന്ന നോക്കുക, മണത്തു നോക്കുക, അത് കീടനാശിനിയാണെന്ന് ഉറപ്പവരുത്തുക. അത്രമാത്രം.'

'അതുതന്നെയാണെങ്കിൽ പ്രശ്നമില്ല. സംഘാടകർ എന്തെങ്കിലും കൃത്രിമം കാണിച്ചിട്ടുണ്ടെങ്കിൽ അവർ തിരിച്ചറിയില്ലേ?'

'ഇല്ല, അവിടെയാണ് നിനക്ക് തെറ്റുപറ്റിയത്. അതേ നിറവും മണവും രുചിയുമുള്ള മറ്റൊരു ലായനിയാണ് അവർക്ക് കിട്ടുന്നതെങ്കിലോ? അവരെങ്ങനെ തിരിച്ചറിയാനാണ്? നീ അറിയാൻ വേണ്ടി ഒരു രഹസ്യം ഞാൻ പറയാം. ഹോട്ടലിലെ വലത്തേ ബ്ലോക്കിൽ വളണ്ടിയേഴ്സ് കാവൽനിൽക്കുന്ന ഒരു മുറി നീ ശ്രദ്ധിച്ചിരുന്നോ. അവിടെ അവർ അത്തരമൊരു ലായനി തയ്യാറാക്കി വെച്ചിട്ടുണ്ട്. കമ്പനിയുടെ കെമിസ്റ്റ് കൾ തന്നെയാണ് ലായനി തയ്യാറാക്കിയിട്ടുള്ളത്. കുടിക്കുമ്പോൾ ഒരു ചവർപ്പ് ഉണ്ടാകുമെങ്കിലും സംഗതി ഒരു ഫ്രൂട്ട് ജ്യൂസാണ്. ഈ ലായനി കമ്പനിയുടെ സ്വന്തം കീടനാശിനി കുപ്പിയിലാക്കി സീൽ ചെയ്താണ് പരി ശോധനയ്ക്ക് കൊണ്ടുവരുന്നത്. ജഡ്ജിയെന്നല്ല, കൊലകൊമ്പൻ വിദ ഗ്ധനായാലും അത് കീടനാശിനിയല്ലെന്ന് തിരിച്ചറിയാൻ പോവുന്നില്ല. ആരുമത് വിരൽമുക്കി വായിൽവെക്കാനൊന്നും പോകുന്നില്ലല്ലോ. '

'പ്രോഗ്രാം തുടങ്ങാറായി എന്നു തോന്നുന്നു.'

ഇംഗ്ലീഷിലും മലയാളത്തിലുമായി മനോഹരമായ ശബ്ദത്തിൽ പ്രോ ഗ്രാമിന്റെ വിവരണങ്ങൾ വന്നുതുടങ്ങി.

രോഹൻ ചുറ്റും നോക്കി. സമ്മേളന ഹാൾ പൂർണമായും നിറഞ്ഞി രിക്കുന്നു. ഒറ്റ കസേരപോലും ഒഴിഞ്ഞിരിക്കുന്നതായി തോന്നിയില്ല. പാനീയങ്ങളും സ്നാക്സും വളണ്ടിയർമാർ നിശ്ശബ്ദരായി വിതരണം ചെയ്യുന്നുണ്ട്. സ്റ്റേജിലെ കാഴ്ചകളിലേക്ക് കണ്ണുംനട്ടിരിക്കയാണ് അതിഥികൾ.

കമ്പനിയുടെ പ്രധാനിയെന്ന് തോന്നുന്ന ഒരാൾ സ്വാഗതപ്രസംഗ ത്തിനായി സ്റ്റേജിലെത്തിയിട്ടുണ്ട്. വിശിഷ്ടാതിഥികളെ ഓരോരുത്തരെ യായി പേരെടുത്തു പറഞ്ഞുകൊണ്ട് സ്റ്റേജിലേക്ക് ക്ഷണിക്കുകയാണ്. ബൊക്കെ കൊടുത്തുകൊണ്ട് അതിഥികളെ സ്റ്റേജിലേക്ക് അനുഗമിക്ക ന്നുണ്ട് മറ്റ ചില പ്രമുഖർ.

കമ്പനിയുടെ പ്രോഡക്ടുകളെക്കുറിച്ചും ആഗോള കാർഷിക മേഖലയിൽ കമ്പനിയുടെ സ്വാധീനത്തെക്കുറിച്ചുമൊക്കെ കണക്കുകൾ സഹിതം അവതരിപ്പിക്കുകയാണിപ്പോൾ. ഇത്തരമൊരു സമ്മേളനം

വിളിച്ചു ചേർക്കാനിടയായ സാഹചര്യവും അദ്ദേഹം ചുരുങ്ങിയ വാച കങ്ങളിൽ അവതരിപ്പിച്ചു. വിവിധ രാജ്യങ്ങളിൽനിന്ന് കമ്പനിക്ക് ലഭിച്ച അവാർഡുകളും അയാൾ ഉയർത്തിക്കാട്ടി. തുടർന്നായിരുന്നു ഉദ്ഘാടനം.

ഇന്ത്യയിലെ കാർഷിക വ്യവസ്ഥിതിയെക്കുറിച്ചും അതിൽ കീടനാ ശിനികളുടെ പങ്കിനെക്കുറിച്ചും ഉദ്ഘാടകൻ വിസ്തരിച്ചു. സംഘാടകരായ കമ്പനിയേയും അവരുടെ കീടനാശിനിയേയും പ്രത്യേകം പരാമർശിക്ക കയും കമ്പനിയുടെ സേവനത്തെ പുകഴ്ത്തുകയും ചെയ്തു.

ഉദ്ഘാടനത്തിനുശേഷം പത്തോളം വിശിഷ്ടവ്യക്തികളുടെ ആശംസാ പ്രസംഗങ്ങളായിരുന്നു. അതിനുശേഷമായിരുന്നു എല്ലാവരും ആകാംക്ഷയോടെ കാത്തിരുന്ന 'വിഷമല്ല ഔഷധമാണ്' എന്ന പേരിലുള്ള ജീവപരീക്ഷണം.

രോഹൻ തന്റെ പാഡിൽ ആവശ്യമായ വിവരങ്ങൾ കുറിച്ചുകൊ ണ്ടിരുന്നു.

ഇപ്പോൾ ജഡ്ജിങ് പാനൽ അംഗങ്ങളെല്ലാം സ്റ്റേജിലേക്കെത്തി യിരിക്കുന്നു. വളണ്ടിയേഴ്സ് മേശപ്പുറത്ത് കൊണ്ടുവച്ച കീടനാശിനിക്ക പ്പികൾ ഓരോരുത്തരായി പരിശോധിക്കുകയാണ്.

രോഹൻ സ്റ്റേജിലേക്ക് നോക്കാതെ സമീപത്തുള്ള ഡിജിറ്റൽ ഡിസ്പ്ലേ ബോർഡിലേക്കാണ് നോക്കിക്കൊണ്ടിരുന്നത്. സീല് പൊട്ടിച്ച് അടപ്പ് തുറക്കുമ്പോഴേക്കും കീടനാശിനിയുടെ രൂക്ഷഗന്ധം സഹിക്കവയ്യാതെ അവർ മൂക്കുപൊത്തുന്നുണ്ട്. പരിശോധന തുടരു മ്പോൾ അനൗൺസ്മെന്റുകളും മുറുകിവരുന്നു. ഇപ്പോൾ പരിശോധന കഴിഞ്ഞ് കുപ്പികളടച്ച് മേശപ്പുറത്തുവച്ച് ജഡ്ജിങ് പാനൽ അംഗങ്ങൾ സ്റ്റേജിൽനിന്നിറങ്ങിക്കൊണ്ടിരിക്കുന്നു.

ജീവപരീക്ഷണത്തിൽ പങ്കെടുക്കുന്ന ആറുപേരെയും പരിചയ പ്പെടുത്തലായിരുന്നു അടുത്ത ചടങ്ങ്. ഓരോരുത്തരെയും സ്റ്റേജിന്റെ മുൻനിരയിലെ കസേരകളിലേക്കിരുത്തി. കമ്പനിയുടെ മൂന്ന് പ്രധാന പാർട്ണർമാരും മൂന്ന് ഉദ്യോഗസ്ഥരും. അവരാറുപേരെയും മുന്നിൽ നിരന്നിരുന്ന ആയിരത്തി അഞ്ഞൂറോളം അതിഥികൾ കൗതുകത്തോടെ നോക്കി.

നിർണായകമായ നിമിഷങ്ങൾ അടുത്തുകൊണ്ടിരിക്കയാണ്. അനൗൺസ്മെന്റുകൾക്ക് ചടുലതയേറിയിട്ടുണ്ട്. ചാനൽ പ്രവർത്ത കരുൾപ്പെടെ എല്ലാവരും ആകാംക്ഷയോടെ സ്റ്റേജിലേക്കതന്നെ മിഴിതുറന്നിരിക്കയാണ്. കാണികളുടെ നെഞ്ചിടിപ്പ് കൂടിവരുന്നുണ്ടോ

എന്ന് തോന്നുംവിധം പലരും സീറ്റുകളിൽനിന്ന് എഴുന്നേറ്റുനിന്ന് തുടങ്ങി. ആർക്കും ഇരിപ്പുറയ്ക്കാത്ത അവസ്ഥ.

മുന്നിൽ നിരത്തിവച്ച കീടനാശിനി കുപ്പികളിൽനിന്ന് ഒരെണ്ണം ഒരു വളണ്ടിയർ കമ്പനിയുടെ മേധാവികളിലൊരാൾക്ക് കൈമാറി. തുടർന്ന് മറ്റ് അഞ്ചുപേർക്കും ഓരോ കുപ്പികൾ കൈകളിലേക്ക നൽകി. ആറുപേരും അടപ്പുതുറന്ന് വളണ്ടിയർ നീട്ടിയ ഫില്ലറിലേക്ക് കീടനാശിനി എടുത്തു. കുപ്പികൾ തിരികെ വാങ്ങി ആറുപേർക്കും ഓരോ ഗ്ലാസുകൾ കൈമാറി. ഗ്ലാസുകളിലേക്ക് ആറുപേരും അഞ്ചുതുള്ളി വീതം കീടനാശിനി ഒഴിച്ചു.

നെഞ്ചിടിപ്പോടെ മൂവായിരത്തിലേറെ കണ്ണുകൾ ആ കാഴ്ച കണ്ടുകൊ ണ്ടിരിക്കയാണ്.

വളണ്ടിയർമാർ എല്ലാ ഗ്ലാസുകളിലേക്കും ശുദ്ധജലം നിറച്ചൊഴിച്ച് ലായനി നേർപ്പിച്ചു.

അനൗൺസ്മെന്റുകളുടെ താളവും വേഗവും മുറുകി വരികയാണ്. കൗണ്ട് ഡൗൺ ആരംഭിച്ചിരിക്കുന്നു.

10,9,8,7............3,2,1

നേരിട്ടും ടെലിവിഷനിലൂടെയും കാണുന്ന ലക്ഷക്കണക്കിന് മനുഷ്യരെ സാക്ഷികളാക്കിക്കൊണ്ട് ആറുപേരും ഗ്ലാസ് ചുണ്ടോടടുപ്പിച്ചു. ഒറ്റവലിക്ക് ഗ്ലാസിലുള്ള പാനീയം കുടിച്ച് തീർത്തു.

നാടകത്തിന്റെ അന്ത്യരംഗം നേരത്തെ അറിയാവുന്നതുകൊണ്ട് രോഹന് സ്റ്റേജിലെ കാഴ്ചകളിൽ പ്രത്യേക താൽപര്യമൊന്നും തോന്നി യില്ല. അവർ കുടിക്കുന്ന, നിറവും മണവും മാറ്റിയ ഏതെങ്കിലും ഫ്രൂട്ട് ജ്യൂ സുകൾക്ക് അവരിലൊരു ചെറുചലനം പോലും ഉണ്ടാക്കാനാവില്ലെന്ന് ഉറപ്പാണ്. ജ്യൂസ് കുടിച്ച് ചിരിച്ചുകൊണ്ട് കാണികൾക്കുനേരെ കൈവീശി അവർ തങ്ങളുടെ സീറ്റുകളിൽ തിരിച്ച ചെന്നിരിക്കും.

ഒരലർച്ച കേട്ടിട്ടാണ് രോഹൻ തലയുയർത്തി സ്റ്റേജിലേക്ക നോക്കിയത്. ഞെട്ടിപ്പിക്കുന്ന ഒരു കാഴ്ചയാണ് കാണാനായത്. കുടി ച്ചുതീർന്ന ഗ്ലാസ് വളണ്ടിയർക്ക് തിരിച്ചുകൊടുക്കാനായി കൈനീട്ടിയെ ങ്കിലും കമ്പനി മേധാവിയുടെ കൈയിൽനിന്നും ഗ്ലാസ് താഴെ വീണു. അതോടൊപ്പം തന്നെ അദ്ദേഹവും കുഴഞ്ഞ് സ്റ്റേജിലേക്ക വീഴുന്ന കാഴ്ച കണ്ട് ജനങ്ങളിൽനിന്ന് ഭീതിദമായൊരു ശബ്ദം ഉയർന്നു. മറ്റുള്ള അഞ്ചുപേരും അതേ നിമിഷങ്ങളിൽത്തന്നെ അലർച്ചയോടെ നിലത്തേ ക്ക പതിച്ചു. ഒന്നരിയാടാൻ പോലുമാവാതെ ആറുപേരും നിലത്തുവീണ്

ജീവനുവേണ്ടി പിടഞ്ഞുകൊണ്ടിരുന്നു.

സമ്മേളന പന്തലിൽ ആകാംക്ഷാഭരിതരായി കാഴ്ചകണ്ടുനിന്ന ആളുകളൊന്നടങ്കം സ്റ്റേജിനടുത്തേക്ക് ഇരമ്പിയാർത്തു. എങ്ങും ഉച്ചത്തിലുള്ള നിലവിളിയൊച്ചകൾ. എന്താണ് സംഭവിച്ചത് എന്നറിയാത്ത ഞെട്ടലിൽ രോഹൻ സുധാകരൻ സാറിന്റെ മുഖത്തേക്ക നോക്കി. പിശാചിനെ നേരിൽകണ്ടതുപോലെ ആ മുഖം വിളറി വെളുത്തിരുന്നു.

ക്ഷണിക്കപ്പെട്ട ആയിരത്തി അഞ്ഞൂറിലേറെ വരുന്ന പൗരപ്രമു ഖർ മാത്രമല്ല, കേരളത്തിലും ഇന്ത്യയിലങ്ങോളവും വിദേശത്തുമുള്ള ജനലക്ഷങ്ങൾ ഈ പ്രോഗ്രാം ലൈവായി കണ്ടുകഴിഞ്ഞു. കമ്പനിക്ക് എവിടെയാണ് പാളിയിട്ടുണ്ടാവുക? ഇതൊരു ആസൂത്രണ പിഴവായിരി ക്കുമോ. ഇത്രയും വിപുലമായ സന്നാഹങ്ങളും സംവിധാനങ്ങളുമുള്ള ഈ ബഹുരാഷ്ട്ര കമ്പനിക്ക് ഈ രീതിയിലൊരു അബദ്ധം സംഭവിക്കുമോ? അതോ സംഭവിച്ചത് അബദ്ധമല്ലെന്നുണ്ടോ?

വേദിയിൽനിന്നും ഗ്രൗണ്ടിൽനിന്നുമുള്ള നിലവിളികൾക്ക് ശമന മായില്ല. ജനങ്ങൾ ഉച്ചത്തിൽ അലറിവിളിച്ചുകൊണ്ട് ലക്ഷ്യമില്ലാതെ പായുന്നുണ്ട്. വിദഗ്ധ ഡോക്ടർമാർ ഓരോരുത്തരേയും പരിശോധിച്ച് പ്രഥമശുശ്രൂഷ നൽകുകയാണ്. വളണ്ടിയേഴ്സ് വളരെ പ്രയാസപ്പെട്ട് ഒരുക്കിയെടുത്ത വഴിയിലൂടെ ആംബുലൻസുകൾ സ്റ്റേജിനടുത്തുവരെ എത്തിക്കഴിഞ്ഞു. ഓരോരുത്തരെയായി കയറ്റിക്കൊണ്ട് ആംബുലൻസു കൾ സൈറൺ മുഴക്കിക്കൊണ്ട് പുറത്തേക്ക കുതിച്ചു.

ഇനിയെന്താണ് ചെയ്യേണ്ടതെന്ന് രോഹൻ ഒരു നിമിഷം ആലോചിച്ചു. ഇതുവരെയുള്ള എല്ലാ കണക്കുകൂട്ടലുകളും തെറ്റിയിരി ക്കുന്നു. സുധാകരൻസാർ ആ നിമിഷത്തിൽതന്നെ സ്റ്റേജിനടുത്തേക്ക് കുതിക്കുന്നത് കണ്ടിരുന്നു. ഇനി ഈ ആൾക്കൂട്ടത്തിനിടയിൽനിന്ന് സുധാകരൻസാറിനെ കണ്ടുപിടിക്കാമെന്നുള്ള പ്രതീക്ഷയില്ല. പെട്ടെ ന്നാണ് തോളിലാരോ തട്ടിയത്. സോണിയയാണ്. ആ മുഖം ആകെ വിളറി വെളുത്തിരുന്നു.

'രോഹൻ, ഇനി നാമിവിടെ നിന്നിട്ട കാര്യമില്ല. നമുക്ക് എങ്ങനെ യെങ്കിലും ഇവിടെനിന്ന് പുറത്തുകടക്കാം. ഈ ജനക്കൂട്ടത്തിനിടയിലൂടെ വെളിയിലെത്താനാകുമെന്ന് തോന്നുന്നില്ല. നമുക്ക് ഹോട്ടലിനുള്ളിലൂടെ പോയി നോക്കാം.'

'വാ, നമുക്ക് സ്റ്റേജിനു പിന്നിലുള്ള പാസേജിലൂടെ പോകാം.'

രോഹൻ ആളുകളെ വകഞ്ഞുമാറ്റി സോണിയയോടൊപ്പം മുന്നോട്ട നീങ്ങി. പാസേജിൽ നല്ല തിരക്കായിരുന്നു. വളണ്ടിയേഴ്സും കമ്പനി

ഉദ്യോഗസ്ഥരെമെല്ലാം അങ്ങോട്ടുമിങ്ങോട്ടും ഓടിക്കൊണ്ടിരിക്കുന്നത് കാണാമായിരുന്നു. ഏതാനും മിനുട്ടുകൾക്ക മുമ്പുള്ള അവസ്ഥയിലല്ല ഇപ്പോൾ കാര്യങ്ങൾ. എല്ലാം കൈവിട്ടുപോയിക്കഴിഞ്ഞു. ആത്മവി ശ്വാസത്തോടെ അതിഥികളെ സ്വീകരിച്ചിരുന്ന വളണ്ടിയർമാരിപ്പോൾ ഭ്രാന്തമായ രീതിയിൽ ലക്ഷ്യമില്ലാതെ നീങ്ങിക്കൊണ്ടിരിക്കയാണ്. രോഹനും സോണിയയും തിരക്കിനിടയിലൂടെ അരിച്ചരിച്ച് മുന്നോട്ട നീങ്ങി. വളണ്ടിയർമാർ കാവൽനിന്നിരുന്ന മുറിയുടെ മുന്നിലെത്തി യപ്പോൾ രോഹൻനിന്നു. ആ മുറിയുടെ വാതിലിപ്പോൾ തുറന്ന കിടക്കുകയാണ്. വാതിൽക്കൽ കാവൽക്കാരാരുമില്ല. രോഹൻ വാതിൽക്കലെത്തി മുറിക്കുള്ളിലേക്ക് കണ്ണോടിച്ചു. ഒരു വലിയ മേശയ്ക്ക് മുകളിലായി നിരവധി ഉപകരണങ്ങൾ നിരത്തിവച്ചിട്ടുണ്ട്. ഈ പരീ ക്ഷണശാലയിൽ നിർമിച്ചെടുത്ത ലായനിയായിരുന്ന അവരാറപേരും കുടിക്കേണ്ടിയിരുന്നത്. യഥാർഥത്തിൽ ആ ലായനി തന്നെയാണോ അവർ കുടിച്ചത്? ആർക്കാണതിന്റെ സത്യമറിയുക? സോണിയയ്ക്ക് യാതൊന്നും മനസ്സിലായില്ല. എല്ലാം പിന്നീട് പറയാമെന്നു പറഞ്ഞ് രോഹൻ സോണിയയെയും കൂട്ടി ഹോട്ടലിന് പുറത്തെത്തി. പോലീസ് വാഹനങ്ങളുടെ വലിയൊരു നിര ഹോട്ടലിലേക്ക് പ്രവേശിക്കുന്നത് അവർ കണ്ടു.

'എങ്ങോട്ടാണ് പോകേണ്ടത് ?' രോഹൻ ചോദിച്ചു.

'എനിക്കെന്റെ സ്കൂട്ടർ കണ്ടുപിടിക്കണം. അതിനുമുമ്പ് ഒരു കാപ്പി കുടിക്കണം. ആ കാഴ്ചകണ്ട് എന്റെ തലയാകെ പെരുത്തിരിക്കയാണ്. കയ്യും കാലും കഴയ്യുന്നതുപോലെ. എവിടെയെങ്കിലും കുറച്ചനേരം സമാ ധാനമായി ഇരിക്കണം.'

'നമുക്ക് ആദ്യമൊരു കഫേയിലേക്ക പോകാം.'

അവർ ഒരു ഓട്ടോ വിളിച്ച് ഒരു കഫേയിലെത്തി.

കാപ്പികുടിച്ച് കുറച്ചനേരം വിശ്രമിച്ചതോടെ സോണിയ സംസാരിച്ച തുടങ്ങി.

'ഇങ്ങനെയൊന്ന് ഞാനൊരിക്കലും പ്രതീക്ഷിച്ചില്ല. അഞ്ചുതുള്ളി കീടനാശിനി വെള്ളത്തിൽ കലക്കിക്കുടിച്ചാൽ കാര്യമായ അപകടമൊ ന്നുമുണ്ടാവില്ലെന്നാണ് കമ്പനിയെപ്പോലെ ഞാനും വിശ്വസിച്ചിരുന്നത്. ഈ കീടനാശിനി ഇത്ര മാരകമാണെന്ന് അറിഞ്ഞിരുന്നില്ല. പക്ഷേ, ഇതു സംഘടിപ്പിച്ച കമ്പനിക്കും സ്വന്തം കീടനാശിനിയിലെ വിഷസാ ന്നിധ്യത്തെക്കുറിച്ച് അറിയില്ലെന്നത് തികച്ചും അത്ഭുതകരം തന്നെ.'

'ഇത് ചതിക്ക് കിട്ടിയ തിരിച്ചടിയാണ്.'

'രോഹനെന്താണ് പറഞ്ഞുവരുന്നത്. ആര് ആരെയാണ് ചതിച്ചത്?'

'ഈ കമ്പനി ആദ്യം ചതിച്ചത് സാധാരണ ജനങ്ങളെയാണ്. ഇന്നാകട്ടെ ക്ഷണിച്ചുവരുത്തിയ അതിഥികളെയും. ഈ പ്രോഗ്രാം കണ്ടു കൊണ്ടിരിക്കുന്ന ലക്ഷക്കണക്കിന് ആളുകളെയും ചതിക്കാൻ ശ്രമിച്ചു.'

'എങ്ങനെ രോഹൻ ? നീയൊന്നു തെളിച്ചുപറ.'

'ഇന്ന് സ്റ്റേജിൽവെച്ച് ആറുപേരും കുടിക്കേണ്ടിയിരുന്നത് കമ്പനി യുടെ കീടനാശിനി ആയിരുന്നില്ല. അതേ മണവും നിറവുമുള്ള മറ്റൊരു ലായനി കമ്പനിയുടെ കെമിസ്റ്റുകൾ തയ്യാറാക്കിയിരുന്നു. അത് അവരുടെ കീടനാശിനി കുപ്പിയിൽ നിറച്ച് പരീക്ഷണമെന്ന പേരിൽ ഇത്രയും ആളുകളുടെ മുമ്പിൽവെച്ച് കുടിക്കാനായിരുന്നു അവരുടെ പ്ലാൻ. നമ്മൾ പോരുമ്പോൾ ഹോട്ടലിൽ കണ്ട മുറിയില്ലേ? ആ മുറിയിൽ വെച്ചായിരുന്നു ആ ലായനി തയ്യാറാക്കിയിരുന്നത്. അതവർ കുടിക്ക കയും ഒന്നും സംഭവിക്കാതെ ചിരിച്ചുകൊണ്ട് സീറ്റിലേക്ക് മടങ്ങുകയും ചെയ്യുന്ന ഒരു നാടകം തന്നെയായിരുന്നു കമ്പനി അവതരിപ്പിക്കാൻ ഉദ്ദേശിച്ചിരുന്നത്. അതിൽ വിജയിച്ചിരുന്നെങ്കിൽ ഈ ലോകത്തെ കാർഷിക മേഖല മുഴുവൻ അവർ കീഴടക്കിയേനെ.'

'അവർക്കങ്ങനെയൊരു പദ്ധതി ഉണ്ടായിരുന്നോ? എന്നിട്ട് എങ്ങനെ അവർ പരാജയപ്പെട്ടു?'

'അതെനിക്കറിഞ്ഞുകൂടാ. എനിക്ക് തോന്നുന്നത് അവർ തയ്യാറാ ക്കിയ ലായനി നിറച്ച കുപ്പികൾക്കുപകരം വേദിയിലേക്ക് കുടിക്കാനായി എത്തിച്ചത് കമ്പനിയുടെ തന്നെ യഥാർഥ കീടനാശിനിക്കുപ്പികളായി രുന്നുവെന്നാണ്.'

'ആരാണ് ആ കുപ്പികൾ മാറ്റിയത്?'

'അതിനിയും കണ്ടെത്തേണ്ടിയിരിക്കുന്നു. ഒന്നുകിൽ ആ മുറിക്ക ള്ളിലിരിക്കുമ്പോൾ, അതല്ലെങ്കിൽ ആ മുറിയിൽനിന്ന് സ്റ്റേജിലേക്ക് കൊണ്ടുവരുമ്പോൾ. ഇതിനിടയിൽ എവിടെയോവെച്ച് ആ കുപ്പികൾ മാറ്റിയിട്ടുണ്ടാകാം.'

'ആ ലായനി തയ്യാറാക്കിയവർക്ക് പിഴവ് പറ്റിയതായിക്കൂടെ? അല്ലാതെ ഇത്രയും സുരക്ഷാ സംവിധാനത്തിലുള്ള പ്രോഗ്രാമിനിടയ്ക്ക് പുറത്തുനിന്ന് ആർക്കെങ്കിലും വന്ന് ഇത് ചെയ്യാനാവുമോ?'

'അത് അന്വേഷിക്കേണ്ടിയിരിക്കുന്നു.'

'എന്തുവെച്ചാൽ ?'

'പ്രോഗ്രാമിന്റെ നടത്തിപ്പിന് രണ്ടു ടീമുകളാണ് ആ ഹോട്ടലിനുള്ളിൽ

ഉണ്ടായിരുന്നത്. ഒന്ന് കമ്പനിയിലെ ഉദ്യോഗസ്ഥർ. രണ്ട് ആ ഇവന്റ്
മാനേജ്മെന്റ് ടീമിന്റെ വളണ്ടിയർമാർ. ഇക്കൂട്ടരിൽ ആരെങ്കിലുമായിരി
ക്കും എന്നാണ് എന്റെ തോന്നൽ.'

'കമ്പനിയുടെ മാനേജ്മെന്റിനുള്ളിൽ എന്തെങ്കിലും പ്രശ്നങ്ങളുണ്ടെ
ങ്കിൽ ഒരു വിഭാഗം മറ്റൊരു വിഭാഗത്തിനെതിരേ നടത്തിയ ശ്രദ്ധാലോ
ചനയായിക്കൂടെ?'

'അതിലൊരു പ്രശ്നമുള്ളത് ഈ സംഭവത്തോടെ കമ്പനിയുടെ
നിലനിൽപ്പതന്നെ അപകടത്തിലാവുമെന്ന് ഉറപ്പാണ്. എന്ത് കാര
ണത്താലും കമ്പനിയെ തകർക്കാനുള്ള ഒരു ആലോചന ഉള്ളിൽ
നിന്നുണ്ടാവുമോ എന്നതാണ് ആലോചിക്കേണ്ടത്'

'അങ്ങനെയെങ്കിൽ താൻ പറഞ്ഞതുപോലെ ആ വളണ്ടിയേഴ്സി
ന്റെ ഭാഗത്തുനിന്നാകും. പക്ഷേ വളണ്ടിയേഴ്സ് ആർക്കുവേണ്ടിയാകും
ഇത് ചെയ്തിട്ടുണ്ടാവുക. അവർക്കിതുകൊണ്ടെന്തേ നേട്ടമാണുണ്ടാവു
ന്നത്?'

'വളണ്ടിയേഴ്സാണ് ഇത് ചെയ്തിട്ടുള്ളതെങ്കിൽ അവർ മറ്റാരോ
ഏൽപിച്ച ഒരു ദൗത്യം നിറവേറ്റുകയാണ് ചെയ്തിട്ടുണ്ടാവുക. കമ്പനിയുടെ
നാശം ആഗ്രഹിക്കുന്ന ആരോ. അതല്ലെങ്കിൽ കമ്പനിയോട് പ്രതികാരം
ചെയ്യാൻ ആഗ്രഹിക്കുന്ന ആരോ ഇതിനു പിന്നിലുണ്ടെന്നാണ് എനിക്ക
തോന്നുന്നത്.'

അപ്പോഴാണ് രോഹന്റെ മൊബൈലിലേക്ക് സുധാകരന്റെ ഫോൺ
വന്നത്.

'രോഹൻ, നീ എവിടെയാ?'

'സാറേ, ഞാൻ പുറത്തെ ഒരു കഫേയിലുണ്ട്.'

'ഇവിടെ നിന്നിറങ്ങിയത് നന്നായി. ഹോട്ടൽ മുഴുവൻ പോലീസിന്റെ
വലയത്തിലാണ്.'

'സാറേ, യഥാർഥത്തിൽ എന്താണവിടെ സംഭവിച്ചത്? സാറിന്
എന്തെങ്കിലും വിവരം കിട്ടിയോ?'

'രോഹൻ, അതൊരു അട്ടിമറിയാണ്. ആ ലായനി ആരോ
ബോധപൂർവം മാറ്റി. ആ മുറിക്കുള്ളിൽവെച്ചതന്നെ. കുടിക്കാനുള്ള
ലായനി തയ്യാറാക്കിയതിനുശേഷം കമ്പനിയുടെ പന്ത്രണ്ടുപേർ അതു
കുടിച്ചനോക്കിയതാണ്. അവർക്കാർക്കും ഒരു നേരിയ വിരയൽപോ
ലുമുണ്ടായിട്ടില്ല. സ്വാഗത പ്രസംഗത്തിന് തൊട്ടുമുമ്പ് മാത്രമാണ് ആ
മുറി തുറന്ന് കുപ്പികൾ സ്റ്റേജിലേക്ക് കൊണ്ടുപോയിരുന്നുള്ളൂ. അത്
കൊണ്ടുപോകുമ്പോൾ വളണ്ടിയേഴ്സും ഉദ്യോഗസ്ഥരുമായി ഒട്ടേറെ

ആളുകളുണ്ടായിരുന്നു. അതുകൊണ്ടുതന്നെ അതിനുമുമ്പ് മുറികളിലി ൽവെച്ചതന്നെ കുപ്പികൾ ആരോ മാറ്റി എന്നുള്ളതുറപ്പാണ്. ലായനി നിർമാണം നടക്കുന്നതുകൊണ്ട് അതിനടുത്തുള്ള സിസിടിവി ക്യാമറ കമ്പനി ആവശ്യപ്പെട്ടതുപ്രകാരം ഓഫാക്കിയിരുന്നു. സ്റ്റേജിലെത്തിയത് ലായനിക്കുപകരം കമ്പനിയുടെ യഥാർഥ കീടനാശിനി തന്നെയായി രുന്നു.'

'ആ മുറിക്ക മുന്നിൽ കാവൽ നിന്നവരെ ചോദ്യം ചെയ്തില്ലേ?'

'അതിലെന്തോ ദുരൂഹതയുണ്ട്. ആദ്യം കാവൽ നിന്നവരെ മറ്റ ഡ്യൂട്ടികളിലേക്ക് പറഞ്ഞയച്ചിട്ട് പുതുതായി അഞ്ചുപേരാണ് കാവൽ നിന്നിരുന്നത്. അവരെക്കുറിച്ച് ഇവന്റ്മാനേജ്മെന്റ് ഗ്രൂപ്പിന്റെ കയ്യിൽ യാതൊരു വിവരവുമില്ല. തങ്ങൾ നിയോഗിച്ച ആളുകളല്ല എന്ന നിഗമ നത്തിലാണ് അവർ നിൽക്കുന്നത്.'

'അവരായിരിക്കാം ചിലപ്പോൾ ആ മുറികളില്ലിൽ കയറി കുപ്പികൾ മാറ്റിയിട്ടുണ്ടാവുക.'

'അങ്ങനെയൊരു സംശയത്തിന്റെ പിന്നാലെയാണ് ഇപ്പോൾ കമ്പനിയുടെ അന്വേഷണം നടക്കുന്നത്.'

'ആ ആറുപേരുടെയും അവസ്ഥ എങ്ങനെയുണ്ട് സാർ?'

'ഏയ്, അവരൊക്കെ രക്ഷപ്പെട്ടു. ഹോസ്പിറ്റലിൽവെച്ച് മറുമരു ന്ന് കൊടുത്തതോടെ എല്ലാവരും ജീവിതത്തിലേക്ക് തിരിച്ചെത്തി. എല്ലാവരും സാധാരണ നിലയിലെത്താൻ കുറച്ചധികം കാലം വേണ്ടിവരും.'

'അതുകൊണ്ട് ഈ അപകടം മൂലം കാര്യമായ തകരാറൊന്നും പറ്റിയില്ലല്ലോ അല്ലേ?'

'സംഭവങ്ങൾ പ്രതീക്ഷിച്ച രീതിയിലല്ലല്ലോ നടന്നത്. അതുകൊണ്ട് കമ്പനി ശക്തമായൊരു തിരിച്ചടി നേരിട്ടു. കീടനാശിനി അപകടരഹി തമാണെന്ന് തെളിയിക്കാൻ നടത്തിയ പരീക്ഷണം തിരിച്ചടിച്ചതോടെ കമ്പനി ഒറ്റ നിമിഷം കൊണ്ട് പാപ്പരായി. മിക്ക രാജ്യങ്ങളിൽനിന്നും കമ്പനിയെ ബ്ലാക്ക് ലിസ്റ്റിൽപ്പെടുത്തിയ വാർത്തകൾ വന്നുകൊണ്ടി രിക്കുന്നു. ഓഹരി വിപണിയിൽ കമ്പനിയുടെ ഓഹരി കൂപ്പുകുത്തിയി രിക്കയാണ്. നഷ്ടം കണക്കാക്കുവാൻ കൂടി കഴിയാത്തത്ര വലുതാണ്. ഇന്ത്യാസർക്കാരിന്റെ തീരുമാനം ഏതു നിമിഷവുമുണ്ടാകും. അവരുടെ ജീവൻ തിരിച്ചുകിട്ടി എന്നതിന് അമിത പ്രാധാന്യമൊന്നുമില്ലാത്ത അവസ്ഥയാണ് കമ്പനിയെ സംബന്ധിച്ചിടത്തോളം. ഓക്കെ, ഞാനൊന്ന് ഹോസ്പിറ്റലിലേക്ക് പോവുകയാണ്.' സുധാകരൻ

സംസാരം അവസാനിപ്പിച്ചു.

രോഹൻ കുറച്ചനേരം നിശ്ശബ്ദനായി ഇരുന്നു. മുന്നിലിരിക്കുന്ന സോണിയയെയും ഒരു നിമിഷം മറന്നു. രോഹന്റെ മനസ്സ് മറ്റെവിടെയോ അലഞ്ഞുതിരിയുകയായിരുന്നു. അയാളപ്പോൾ ഒരു ഗ്രാമത്തിലൂടെ നടക്കുകയായിരുന്നു. കൂടെ ഫോട്ടോഗ്രാഫർ ഹിഷാമും വഴികാട്ടിയായ ചന്ദ്രനും.

ചന്ദ്രനവരെ ചെറിയൊരു വീട്ടിലേക്കു കൂട്ടിക്കൊണ്ടുപോയി. അവിടെ ഇരുപത് വയസ്സോളം പ്രായമുള്ളൊരു പെൺകുട്ടിയുണ്ട്. സെറിബ്ര ൽപാൾസിയും എല്ലുവളയുന്ന രോഗവുമായി അവൾ ജന്മനാ കിടപ്പ രോഗിയാണ്. കൈകളും തലയും അനക്കിക്കൊണ്ടാണ് അവൾ ജീവി ക്കുന്നവരോടൊപ്പമാണെന്ന് അറിയിക്കുന്നത്. കൈവിരലുകൾ ചുരുണ്ട കൂടി മുറുകിയ നിലയിലാണ്. ഫോട്ടോ എടുത്ത് പുറത്തുവന്ന ഹിഷാം ആ ഫോട്ടോ ഡിലീറ്റ് ചെയ്യുകളഞ്ഞു. എനിക്കാമുഖം ഒരിക്കൽക്കൂടി കാണാൻ വയ്യ. അയാൾ പൊട്ടിക്കരഞ്ഞു.

'ആരായിരുന്നു ഫോണിൽ?'

'സുധാകരൻസാർ.'

'എന്താണദ്ദേഹം പറയുന്നത്?' സുധാകരൻസാർ പറഞ്ഞത് രോഹൻ സോണിയയെ ധരിപ്പിച്ചു.

'രോഹൻ, ഇതിനു പിന്നിലാരാണെന്നറിയാൻ കഴിഞ്ഞാൽ നമുക്കിതൊരു വലിയ ബ്രേക്ക് ആയിരിക്കും. രോഹൻ, താനെന്റെ കൂടെ നിൽക്കണം. എന്താണ് യഥാർഥത്തിൽ സംഭവിച്ചത് എന്ന് നാം കണ്ടെത്തണം. പോലീസ് അന്വേഷിച്ചാലും അത് കമ്പനിയുടെ താൽപര്യമനുസരിച്ചാകും. ഈ ലായനിയുടെ നിർമാണത്തെക്കുറി ച്ചൊന്നും അവർക്ക് പോലീസിനോട് പറയാനാവില്ലല്ലോ. രോഹൻ, തനിക്കിതിൽ താൽപര്യമില്ലേ?'

'താൽപര്യത്തിന്റെ പ്രശ്നമല്ല. നമുക്കെങ്ങനെ കണ്ടെത്താനാവും? നമുക്കവരെ ആരെയും പരിചയം പോലുമില്ലല്ലോ. ഹോട്ടലിലേക്കാണെ ങ്കിൽ ഇപ്പോൾ ചെല്ലാൻ പോലുമാവില്ല.'

'അതിനൊക്കെ നമുക്ക് വഴിയുണ്ടാക്കാം. നേരത്തെ പറഞ്ഞ ഊഹാപോഹങ്ങളിൽനിന്ന് വ്യത്യസ്തമായി ഇപ്പോൾ ഒരു കാര്യം ഉറപ്പാ യിരിക്കയാണല്ലോ. താൻ പറഞ്ഞ മുറിയുടെ കാവൽക്കാരായിനിന്ന അഞ്ചുപേരിലേക്കാണ് എല്ലാ സംശയമുനകളും നീളുന്നത്. അവരെ ക്കുറിച്ച് മാത്രമാണ് നമുക്കന്വേഷിക്കേണ്ടത്. അവരാരാണ്, അവരെ

ഇവന്റ് ഗ്രൂപ്പ് വളണ്ടിയർമാരായി തിരഞ്ഞെടുത്തതല്ലെങ്കിൽ എങ്ങനെ അവർ ഹോട്ടലിനുള്ളിലെത്തി, എങ്ങനെ അവർക്ക് യൂണിഫോം കിട്ടി, എങ്ങനെ അവർ അവിടെ കാവൽനിന്ന വളണ്ടിയേഴ്സിനെ അവിടെനിന്ന് മാറ്റി അവരുടെ സ്ഥാനം ഏറ്റെടുത്തു, എങ്ങനെ അവർ താക്കോൽ കൈവശപ്പെടുത്തി, ഇത്തരം ചോദ്യങ്ങൾക്കുള്ള ഉത്തരമാണ് നമ്മൾ കണ്ടെത്തേണ്ടത്. അവരിൽ ഒരാളെയെങ്കിലും തിരിച്ചറിയാനായാൽ

ഈ ചോദ്യങ്ങൾക്കു പുറമേ ആരാണിതിന്ന പിന്നിൽ എന്ന പ്രധാന ചോദ്യത്തിനും ഉത്തരം കിട്ടും.'

'സോണിയ, താൻ ശരിക്കും ഒരു ഇൻവെസ്റ്റിഗേറ്ററാണല്ലോ. എത്ര പെട്ടെന്ന് ആളെ കണ്ടെത്തി?'

'കണ്ടെത്തിയോ? എവിടെ?'

'ഇല്ല, കണ്ടെത്തിയില്ല. പക്ഷേ ആളിലേക്കെത്തിച്ചേർന്നില്ലേ?'

പെട്ടെന്നാണ് രോഹന്റെ മനസ്സിലേക്ക് ആ മുറിക്ക് കാവൽനിന്ന വരുടെ മുഖം ഓർമ വന്നത്.

'ഞാനവരെ കണ്ടിരുന്നു. സുധാകരൻസാറിനെ അന്വേഷിച്ച് ഞാൻ ഗ്രൗണ്ടിൽനിന്ന് ഹോട്ടലിലേക്ക് തിരിച്ചവന്നത് ആ വഴിയിലൂടെത്ത‌ന്നെയായിരുന്നു. ആ സമയത്ത് അവിടെ കാവൽനിന്നത് ആദ്യം കണ്ട അഞ്ചുപേരായിരുന്നില്ല. മാത്രവുമല്ല, അവർക്ക് മറ്റുള്ളവരെ അപേക്ഷിച്ച് ചില പ്രത്യേകതകളുമുണ്ടായിരുന്നു.'

'എന്ത് പ്രത്യേകത?'

'അഞ്ചുപേരും മാസ്കും തൊപ്പിയും വെച്ചിരുന്നു. അതുകൊണ്ടതന്നെ അവരുടെ മുഖം ശരിക്ക് കാണാനാകുമായിരുന്നില്ല. അതുകൂടാതെ ഒരു ചെറിയ കാര്യം കൂടി ഉണ്ട്.'

'പറയൂ.'

'നമ്മളാ പരീക്ഷണ മുറിക്കുമുന്നിലൂടെ പോന്നപ്പോൾ ആദ്യം കാണുന്ന ടോയ്‌ലറ്റ് പൂട്ടിക്കിടക്കുകയായിരുന്നു. സോണിയ ശ്രദ്ധിച്ചി രുന്നോ? അതിലെന്തോ അസാധാരണത്വം തോന്നുന്നില്ലേ?'

'ഇല്ല, പക്ഷേ ഇതുമായിട്ടെന്താണ ബന്ധം?'

'അത്തരമൊരു പഞ്ചനക്ഷത്ര ഹോട്ടലിൽ ആ കാഴ്ച അത്ഭുതമുള്ള വാക്കുന്നില്ലേ? മാത്രവുമല്ല, ആ പൂട്ട് ആ ഹോട്ടലിന്റെ നിലവാരവുമായി ഒട്ടും യോജിക്കാത്ത തരത്തിൽ വളരെ സാധാരണ തരത്തിലുള്ളതുമാ യിരുന്നു.'

'താൻ പറഞ്ഞുവരുന്നത് വ്യക്തമായി. ഒന്നകിൽ അവിടെ കാവ ൽനിന്നവരെ എങ്ങനെയെങ്കിലും അപായപ്പെടുത്തി ആ ടോയ്‌ലറ്റിലി ട്ടുപൂട്ടി അവരുടെ യൂണിഫോമണിഞ്ഞ് അവർക്കുപകരം കാവൽനിന്നു. അതല്ലെങ്കിൽ സ്വന്തം വസ്ത്രങ്ങൾ ആ ടോയ്‌ലറ്റിലിട്ട് പൂട്ടി, അവർ നേരത്തെ തയ്യാറാക്കി കൊണ്ടുവന്ന യൂണിഫോം ധരിച്ച് കാവൽനിന്ന അഞ്ചുപേരെയും എന്തെങ്കിലും കാരണം പറഞ്ഞ് അവിടെനിന്ന് മാറ്റി പകരം കാവൽനിന്നതാകാം. സന്ദർഭം ഒത്തുവന്നപ്പോൾ മുറിതുറന്ന്

അവിടെയുള്ള കുപ്പികൾക്കുപകരം അവർ കൊണ്ടുവന്ന കീടനാശിനി കുപ്പികൾ പകരം വെച്ചതാകും. മാസ്കും തൊപ്പിയും ധരിക്കുന്നതോടെ ആളെ തിരിച്ചറിയാൻ പോലും ബുദ്ധിമുട്ടാണ്. അവർ പുറത്തുനിന്നുവന്ന വരാണെങ്കിൽ ഇവന്റ് ഗ്രൂപ്പിന്റെ കയ്യിൽ ഇവരെക്കുറിച്ചുള്ള വിവരങ്ങളു ണ്ടാവില്ല. ഇവർ ഹോട്ടലിലേക്ക് കടന്നുവരുന്ന ദൃശ്യങ്ങളെന്തെങ്കിലും സിസിടിവി ക്യാമറയിൽ പതിഞ്ഞിട്ടുണ്ടാകുമോ?'

'സാധ്യതയില്ല, എനിക്ക് തോന്നുന്നത് അവർ കുറച്ച ദിവസങ്ങളായി ഈ വളണ്ടിയർമാരോടൊപ്പം ഉണ്ടായിരുന്നിട്ടുണ്ടാകും എന്നാണ്. ഈ പ്രോഗ്രാമിന്റെ എല്ലാ ഡീറ്റെയിൽസും അവർ മനസ്സിലാക്കിയിട്ടുണ്ടാവും. അതനുസരിച്ച് എങ്ങനെ ഈ കാര്യങ്ങൾ നിർവഹിക്കാമെന്നുള്ളതിനെ പറ്റി കൃത്യമായൊരു പ്ലാൻ തയ്യാറാക്കിയിട്ടുണ്ടാവും. അതുകൊണ്ടായി രിക്കും ഒരു തെളിവും അവശേഷിപ്പിക്കാതെ ഈ ദൗത്യം നിർവഹിച്ച് അവർക്ക് അപ്രത്യക്ഷരാവാൻ സാധിച്ചത്. കുപ്പികൾ റൂമിൽനിന്ന് കൊണ്ടുപോയിക്കഴിഞ്ഞ ഉടനെ അവർ യൂണിഫോം മാറ്റി സ്വന്തം ഡ്രസ്സുകളണിഞ്ഞ് ജനക്കൂട്ടത്തിലേക്കിറങ്ങിയിട്ടുണ്ടെങ്കിൽ അവരെ ഒരിക്കലും തിരിച്ചറിയാൻ പോലും പറ്റില്ല. ആ ബഹളം ഒടുങ്ങുമ്പോൾ അവർ ഗ്രൗണ്ടില്ലൂടെ പുറത്തേക്കിറങ്ങിയിട്ടുണ്ടാകും.'

'രോഹൻ, നമുക്ക് ആ ഇവന്റ് മാനേജ്‌മെന്റ് കമ്പനിയിൽപോയി ഒരന്വേഷണം നടത്തിയാലോ? അവരിൽനിന്ന് ഈ അഞ്ചുപേരെക്കു റിച്ചുള്ള എന്തെങ്കിലും സൂചനകൾ കിട്ടുമോ എന്നു നോക്കാം.'

'ഇന്നേതായാലും നമുക്കങ്ങോട്ട് അടുക്കാൻപോല്യമാവില്ല. നാളെ നമുക്ക് അന്വേഷണം തുടങ്ങാം. ഇപ്പോൾ നമുക്കിവിടെനിന്നിറങ്ങി യാലോ?'

'നമുക്കിറങ്ങാം. ആദ്യം എന്റെ സ്കൂട്ടർ കണ്ടെത്താൻ താനൊന്നു സഹായിക്കണം.'

'ഓക്കെ.'

****

റൂമിലെത്തിയിട്ടും രോഹന്റെ മനസ്സ് മുഴുവൻ അന്ന് നടന്ന സംഭവ ങ്ങളിൽ തന്നെയായിരുന്നു. എല്ലാ ചാനലുകളും അതിനെക്കുറിച്ചുള്ള വാർത്തകളും ദൃശ്യങ്ങളുമായി നിറഞ്ഞു നിൽക്കുകയാണ്. ഒരൊറ്റ ചാനലിൽപോലും ഇതൊരു അട്ടിമറിയോ ഗൂഢാലോചനയോ ആകാമെന്നതിന്റെ സൂചനപോല്യമില്ല എന്ന കാര്യം രോഹനെ അത്ഭ തപ്പെടുത്തിയില്ല. അക്കാര്യം വെളിപ്പെടുത്താൻ കമ്പനി ഒരിക്കലും തയ്യാറാകില്ലെന്നുറപ്പാണ്. ആ രീതിയിലൊരന്വേഷണം പോലീസിന്റെ

ഭാഗത്തുനിന്നും ഉണ്ടാകാനിടയില്ല. കമ്പനിയുടെ ഭാഗത്തുനിന്ന് രഹസ്യ മായൊരു അന്വേഷണം ഉണ്ടാകുമെന്നുറപ്പാണ്. കമ്പനിയുടെ തല ഒരു കൂടം കൊണ്ടിടിച്ചുതകർത്ത് തരിപ്പണമാക്കിയത് ആരാണ് എന്നവർക്കു റിയേണ്ടതുണ്ടല്ലോ.

കാവൽനിന്ന അഞ്ചുപേരുടെയും മുഖങ്ങൾ വീണ്ടും വീണ്ടും മനസ്സി ലേക്ക് കൊണ്ടുവരാൻ രോഹൻ ശ്രമിച്ചുകൊണ്ടിരുന്നു. മാസ്കും തൊപ്പിയും മുഖത്തിന്റെ ഭൂരിഭാഗവും മറച്ചിരുന്നു. പക്ഷേ കൂടുതൽ ആലോചിച്ചപ്പോൾ അതിലൊരാളുടെ എന്തോ ഒരു പ്രത്യേകത തന്റെ മനസ്സിൽ പതിഞ്ഞിരുന്നല്ലോ എന്ന് രോഹനു തോന്നി. എന്തായിരുന്നു എന്ന് എത്ര ആലോചിച്ചിട്ടും കിട്ടിയില്ല. ഉറക്കത്തിലേക്ക് വഴുതിവീഴു ന്ന നേരത്താണ് ആ ദൃശ്യം രോഹന്റെ മനസ്സിലേക്ക് തിരിച്ചുവന്നത്. രോഹൻ ഞെട്ടലോടെ എഴുന്നേറ്റിരുന്നു.

അതിലൊരാൾ മാസ്ക് സ്വല്പം താഴ്ത്തി വീണ്ടും ശരിയാക്കുന്നതി നിടയിൽ കവിളത്തുകണ്ട കറുത്തൊരു പാടായിരുന്നു രോഹന്റെ ശ്രദ്ധയാകർഷിച്ചത്. അപൂർവമായി മാത്രം കാണുന്ന അത്തരമൊരു മറുക് താനിതിനുമുമ്പ് എവിടെവെച്ചോ കണ്ടിട്ടുണ്ടെന്നൊരു തോന്നൽ അപ്പോൾതന്നെ മിന്നിമറഞ്ഞിരുന്നു. പിന്നീടതേക്കുറിച്ച് പൂർണമായും മറന്നുപോയിരുന്നു. ഇപ്പോഴിതാ, അതേ കറുത്ത മറുക് വീണ്ടും തന്റെ മുന്നിലെത്തിയിരിക്കുന്നു. കൂട്ടത്തിൽ ഏറ്റവും ഉയരം കൂടിയവനിലായിരു ന്നു ആ പ്രത്യേകത കണ്ടത്.

എവിടെവെച്ചാണ് ഇതിനുമുമ്പ് അത്തരമൊരു മറുകുള്ളയാളെ കണ്ടി ട്ടുള്ളതെന്ന് രോഹൻ ചിന്തിച്ചുനോക്കി. കഴിഞ്ഞ കുറച്ചുകാലത്തിനിട യിൽതാൻ കടന്നുപോയ ഇടങ്ങളൊക്കെ രോഹൻ ഓർക്കാൻ ശ്രമിച്ചു. അവിടെ എവിടെയോ വെച്ച് താനീ കറുത്തമറുകിലേക്ക് നോക്കിയിട്ടുണ്ട്. പക്ഷേ എവിടെവെച്ച്?

പിറ്റേന്ന് കാലത്ത് തൊട്ടടുത്ത ഹോട്ടലിൽപോയി ചായകുടി ക്കുമ്പോഴാണ് ആ ചോദ്യത്തിനുള്ള ഉത്തരം രോഹന്റെ മുമ്പിലേക്ക് കടന്നുവന്നത്. ഇപ്പോൾ മുന്നിൽ കാണുന്ന കറുത്ത മറുകുകാരന് ഒരു വെള്ള യൂണിഫോമുണ്ട്. തലയിൽ ഒരു തലപ്പാവും കൈയിലൊരു ട്രേയും പിടിച്ച് ഒരു ഗ്ലാസിൽ വെള്ളവുമായി അയാൾ രോഹന്റെ ടേബി ളിനുമുന്നിലെത്തുകയായിരുന്നു. ഇപ്പോൾ ഓർമവന്നു. അയാളെ കണ്ടത് ഇന്ത്യൻ കോഫി ഹൗസിൽവെച്ചായിരുന്നു.

നഗരത്തിലുള്ള നാല് ഇന്ത്യൻ കോഫി ഹൗസുകളിൽ രണ്ടെണ്ണ ത്തിലാണ് രോഹൻ വല്ലപ്പോഴും പോകാറുള്ളത്. പത്രമാഫീസിന്റെ

തൊട്ടടുത്തൊന്നും ഇന്ത്യൻ കോഫീ ഹൗസുകളില്ല. ഷോപ്പിംഗ് മാളിനോട് ചേർന്നുള്ള പഴയ ഇന്ത്യൻ കോഫി ഹൗസിലാണോ അതോ ഗ്രൗണ്ടിന്റെ പടിഞ്ഞാറു ഭാഗത്തുള്ള ഷോപ്പിലാണോ എന്ന കാര്യം തീർച്ചപ്പെടുത്താനായില്ല.

ഓഫീസിലെത്തി വിശദമായൊരു റിപ്പോർട്ട് തയ്യാറാക്കി നൽകി യതിനുശേഷമാണ് പുറത്തിറങ്ങാനായത്. രണ്ടാമത് കയറിയ ഗ്രൗ ണ്ടിനടുത്തുള്ള കോഫി ഹൗസിലാണ് അന്വേഷണം സഫലമായത്. ഒരു കാപ്പിയും വടയും കഴിച്ച് പുറത്തിറങ്ങുന്നതിനിടയിൽ മാനേജരോട് സൗഹൃദപൂർവം ഇന്നാ മറുകുകാരനെ കണ്ടില്ലല്ലോ, ലീവിലാണോ എന്ന് ചോദിച്ചു.

'ഓ, അത് ആകാശ് എന്ന പയ്യനാണ്. ഒരാഴ്ചയായി ലീവിലാണ്. നാളെയുണ്ടാകും.'

രോഹൻ കോഫി ഹൗസിൽ നിന്നിറങ്ങി ഓഫീസിലേക്ക് തിരിച്ച പോയി.

അടുത്ത നീക്കം എങ്ങനെ വേണമെന്ന് ഏറെനേരം ആലോചിച്ചു. ഈ ഘട്ടത്തിൽ സോണിയയെ ഇടപെടീക്കണോ എന്നാണ് ആദ്യം ചിന്തിച്ചത്. സോണിയയുടെ ചില നിലപാടുകളോടും അഭിപ്രായങ്ങ ളോടും രോഹന് മതിപ്പ് തോന്നാറില്ല. പ്രശസ്തിയിലാണ് അവളുടെ താൽപര്യം. തൽക്കാലം മറുകുകാരനെ അവളുടെ മുന്നിലേക്ക് ഇട്ട കൊടുക്കണ്ട. കാര്യങ്ങളൊക്കെയൊന്ന് തെളിഞ്ഞുവന്നതിനുശേഷം എന്താണ് വേണ്ടതെന്ന് തീരുമാനിക്കാം.

രോഹൻ കുറച്ചനേരം ആലോചിച്ചതിനുശേഷം ദേവരാജനെ വിളിച്ചു.

'ഒന്നു കാണാൻ പറ്റുമോ? ഇന്നുവേണ്ട. നാളെ കാലത്ത് എട്ടുമണി യോടെ ഗ്രൗണ്ടിനരികിലുള്ള ഇന്ത്യൻ കോഫി ഹൗസിൽ വെച്ചാകാം.' ദേവരാജൻ വരാമെന്നറിയിച്ചു.

പിറ്റേന്ന കാലത്ത് രോഹൻ ഇന്ത്യൻ കോഫി ഹൗസിലെത്തി. ഒരു കാപ്പി കുടിച്ചുകൊണ്ട് ദേവരാജനെ കാത്തിരുന്നു. സപ്ലയർമാർക്കിട യിൽനിന്ന് ആകാശിനെ ദൂരത്തുനിന്നേ രോഹൻ തിരിച്ചറിഞ്ഞിരുന്നു. അധികം കാത്തിരിക്കേണ്ടിവന്നില്ല. ദേവരാജൻ പതിവുള്ള ഗൗരവ ത്തോടെ രോഹന്റെ മുന്നിലേക്ക് നടന്നുവന്നു.

കാപ്പി കുടിച്ചുകൊണ്ടിരിക്കുമ്പോൾ ദേവരാജൻ ചോദിച്ചു.

'ഏറെ കാലത്തിനുശേഷമാണല്ലോ എന്നെ കാണണമെന്നു പറഞ്ഞ് വിളിച്ചത്. എന്തുവിശേഷമാണ് പറയാനുള്ളത്?'

'ചില വിശേഷങ്ങളെപ്പറ്റി ചോദിക്കാനുണ്ടായിരുന്നു. സാറിനതിനെ പറ്റി അറിയുമെന്നാണ് ഞാൻ കരുതുന്നത്. അതുകൊണ്ട് മുഖവുരയി ല്ലാതെ ചോദിക്കുകയാണ്. കീടനാശിനി കമ്പനിയുടെ പരീക്ഷണത്തി നിടയിൽ ആറുപേർ കീടനാശിനി കുടിച്ച് അപകടത്തിൽപെട്ടുവല്ലോ. അക്കാര്യത്തെക്കുറിച്ചാണ് അറിയേണ്ടത്.'

'അവരുടെ കീടനാശിനി ഉള്ളിലെത്തിയാൽ അപകടമുണ്ടാവും എന്നാണ് ആ പരീക്ഷണത്തിൽനിന്ന് ലോകമാകെ ബോധ്യപ്പെട്ടത്. പക്ഷേ ഇക്കാര്യമറിയിക്കാൻ ഇത്രയും വിപ്ലവമായൊരു സമ്മേളനമൊ ക്കെ എന്തിനായിരുന്നു എന്നാണ് എനിക്കു മനസ്സിലാവാത്തത്.'

'സാറിന്റെ തമാശ കൊള്ളാം. ആ അപകടത്തിൽപ്പെട്ട ആറുപേരും കുടിച്ചത് അവർ കുടിക്കാനായി തയ്യാറാക്കിയ ലായനിയല്ല. മറിച്ച് യഥാർഥ കീടനാശിനിയാണ്. അവർ കുടിക്കാനായി തയ്യാറാക്കിയ ലായനി നിറച്ച കുപ്പികൾ മാറ്റി അവിടെയാരോ യഥാർഥ കീടനാശിനി കുപ്പികൾ വെക്കുകയാണുണ്ടായത്. അതിനെക്കുറിച്ചാണെനിക്കറി യേണ്ടത്.'

'എന്റെ രോഹാ, നീ എന്ത് വിഡ്ഢിത്തമാണീ ചോദിക്കുന്നത്? അവർ സ്വന്തം കമ്പനിയുടെ കീടനാശിനി കുടിച്ച് പരീക്ഷണം നടത്തുമെന്നല്ലേ പറഞ്ഞിരുന്നത്. കീടനാശിനി കുടിക്കുകയും അപകടത്തിൽപെടുകയും ചെയ്തു. ഇതിലെന്താണിത്ര അന്വേഷിക്കാൻ. കുടിക്കാൻ കീടനാശിനിക്കു പകരം ലായനി ഉണ്ടാക്കി എന്നൊന്നും ഒരു പത്രത്തിലും കണ്ടില്ലല്ലോ. അങ്ങനെയാണെങ്കിൽ കമ്പനി ജനങ്ങളെ മുഴുവൻ വഞ്ചിക്കുകയല്ലേ ചെയ്തത്?'

'സാറേ, എനിക്ക് കുറച്ചുവിവരങ്ങളറിയാം. ഞാനത് പോലീസിനു കൈമാറാനൊന്നും ഉദ്ദേശിക്കുന്നില്ല. കമ്പനി ഇന്നാട്ടിലേയും ഇതര നാട്ടുകളിലേയും ജനങ്ങളോട് ചെയ്തതെന്താണെന്ന് എനിക്കും നല്ല ബോധ്യമുണ്ട്. പക്ഷേ ഒരു ജേണലിസ്റ്റ് എന്ന നിലയിൽ ഞാനിതിന്റെ അന്വേഷണത്തിലാണ്. എന്താണ് കൃത്യമായി നടന്നു എന്നുള്ള കാര്യം അറിയണം. അത് പോലീസിനെയോ കമ്പനിയെയോ സഹായി ക്കാനോ രക്ഷിക്കാനോ അല്ല. സാറിനെന്നെ പൂർണമായും വിശ്വസി ക്കാം.'

'നിനക്ക് കുറച്ചുവിവരങ്ങളറിയാം എന്നു പറഞ്ഞല്ലോ. ആട്ടെ, എന്ത് വിവരമാണ് നിന്റെ കയ്യിലുള്ളത്.' ദേവരാജൻ ഗൗരവത്തോടെ ചോദിച്ചു.

'സാർ, ആ കോർണറിൽ നിൽക്കുന്ന സപ്ലയറെ കണ്ടില്ലേ. അയാളാണ് ആകാശ്. ആ കൃത്യം നിർവഹിച്ച അഞ്ചുപേരിലൊരാൾ.'

ദേവരാജൻ ഞെട്ടിപ്പോയി. കുറച്ചനേരത്തേക്ക് ഒന്നും മിണ്ടിയില്ല.

'ഇനി കൂടുതലെന്തെങ്കിലും വേണോ?'

'നിനക്കെന്താണറിയേണ്ടത്?'

'അതിൽ പങ്കെടുത്ത മറ്റുള്ളവർ ആരൊക്കെയാണ്? എന്താണ് ഇത്തരമൊരു കൃത്യം ചെയ്യാൻ അവരെ പ്രേരിപ്പിച്ച ചേതോവികാരം? ആരാണവർക്ക് പിന്നിലുള്ളത്?'

'ഇതിനുത്തരം പറയുന്നതിനുമുമ്പ് രണ്ട് കാര്യങ്ങൾ എനിക്കറിയണം. കമ്പനി ഇതുവരെ കേരളീയരോട് എന്താണ് ചെയ്തിട്ടുള്ളത് എന്നത് നീ തിരിച്ചറിഞ്ഞിട്ടുണ്ടോ എന്ന കാര്യം. അതോടൊപ്പം ഈ ഒരു സംഭവം കൊണ്ട് കമ്പനിക്ക് എന്താണ് സംഭവിച്ചത് എന്ന് നീ മനസ്സിലാക്കിയിട്ടുണ്ടോ എന്ന കാര്യവും.'

'തീർച്ചയായും. കീടനാശിനി മാനത്തുനിന്ന് തളിച്ച ഗ്രാമങ്ങളിൽ ആ ദുരന്തം നേരിട്ട് കണ്ടവനാണ് ഞാൻ. ആ കമ്പനിയിപ്പോൾ ലോക രാജ്യങ്ങളിൽ നിന്നൊക്കെ പുറത്താക്കപ്പെട്ട് തകർന്നടിഞ്ഞ അവസ്ഥ യിലായിമാറി എന്നുമെനിക്കറിയാം.'

'നിന്റെ രണ്ട് ചോദ്യങ്ങൾക്കുള്ള ഉത്തരം നീ തന്നെ പറഞ്ഞുകഴി ഞ്ഞു. ഇനി ഒരുത്തരമേ ബാക്കിയുള്ളൂ. അത് നിർവഹിച്ച ആ അഞ്ചു പേരുടെ പേരുകൾ. അവർ വെറും അഞ്ചുപേരല്ല. ഒരു വൻമലയോട് വെറും കയ്യോടെ പോരാടിയ ധീരരായ പോരാളികളാണ്. തങ്ങളുടെ നാടിനേയും നാട്ടാരേയും അതിഭീകരമായ ദുരന്തത്തിലേക്ക് തള്ളിവിട്ട കമ്പനിയോട് ഇരകൾ നടത്തിയ ചെറിയൊരു തിരിച്ചടി. ആയുധമെ ടുക്കാതെ ബുദ്ധിപൂർവം നടത്തിയൊരു പ്രതികാര ദൗത്യം. ഒന്നാമൻ ആകാശ്, രണ്ടാമൻ കുമാരൻ, മൂന്നാമൻ സുന്ദരൻ, നാലാമൻ അബൂ ബക്കർ, അഞ്ചാമൻ നൗഷാദ്. എല്ലാവരും കീടനാശിനി ബാധിത ഗ്രാമങ്ങളിൽനിന്നുള്ളവർ. കീടനാശിനി ദുരന്തം വിതച്ച കുടുംബങ്ങളിലെ അവശേഷിപ്പുകൾ.

ഉറ്റവരേയും ഉടയവരേയുമെല്ലാം നഷ്ടപ്പെട്ടിട്ടും ദുരന്തത്തിന്റെ ഭീകരതയിൽ ഒരു ഗ്രാമം മുഴുവനും നിസ്സഹായരായിപ്പോയപ്പോഴും തളരാതെ നിന്നവർ. സംരക്ഷിക്കേണ്ട ഭരണകൂടം അന്ധരും ബധിരരും ആയപ്പോൾ അവരൊരു യുദ്ധത്തിനിറങ്ങിയവരാണ്. ആനയോട്ടുള്ള ഉറുമ്പുകളുടെ പോരാട്ടം. അവർ കുത്തത് വെറും തീയിലല്ല, ഇരുമ്പുര ക്കുന്ന തീച്ചളയിലാണ്. ഒരിക്കലും ജയിക്കാനാകില്ല എന്നറിഞ്ഞുകൊ ണ്ടുള്ള യുദ്ധത്തിനിറങ്ങുന്നവരില്ലേ, ലക്ഷത്തിലൊരിക്കൽ അവരും യുദ്ധം ജയിക്കാറില്ലേ. അത്തരമൊരു വിജയമാണ് ഈ കുട്ടികളുടേ തും. ഒരായുധം പോലും പ്രയോഗിക്കാതെ, ഒരു തുള്ളിപോലും രക്തം

ചിന്താതെ മഹാമേരുവിനെപ്പോലുള്ള എതിരാളിയെ മലർത്തിയടിച്ചി
രിക്കയാണ് ഈ കൊച്ച ധീരന്മാർ. ഇവർ പോരാളികളാണ്, വെറും
പോരാളികളല്ല, സ്വാതന്ത്ര്യസമരപോരാളികൾ.

ഈ ആശയമൊക്കെ അവരുടേത് മാത്രമാണ്. ഞങ്ങളെപ്പോലുള്ള
പഴഞ്ചന്മാർക്ക് ഇപ്പോഴും മുദ്രാവാക്യം വിളിക്കാനും ജാഥ നടത്താന
മൊക്കെയേ അറിയൂ. ബുദ്ധിയുണ്ടെങ്കിലും ഉപയോഗിക്കാനറിയാത്ത
മണ്ടന്മാരാണ് ഞങ്ങൾ. പക്ഷേ പുതിയ തലമുറ അങ്ങനെയല്ല.
പാമ്പിനെ കൊല്ലേണ്ടത് പത്തിക്കടിച്ചാണെന്ന് അവർക്കാരും പറഞ്ഞു
കൊടുക്കേണ്ട.

ഇതിലൊരു ദുരൂഹതയുമില്ല രോഹൻ. ഇവർക്ക പിന്നിൽ
ഏതെങ്കിലും ബുദ്ധികേന്ദ്രമൊന്നുമില്ല, സംഘടനയുമില്ല. പക്ഷേ ഒരു സമൂ
ഹമുണ്ട്. ജീവിതം എന്നന്നേക്കുമായി നഷ്ടപ്പെട്ടുപോയ ഒരു സമൂഹം.'

'വളണ്ടിയർമാരായി വേഷമിട്ടതും കുപ്പികൾ മാറ്റിയതുമൊക്കെ അത്ര
ചെറിയ കാര്യമൊന്നുമല്ലല്ലോ. എങ്ങനെയാണ് ഒരു പിഴവും കൂടാതെ
ഇതൊക്കെ നിർവഹിക്കാനായത്?'

'എന്റെ രോഷാ, ഒരു പ്രോഗ്രാം ആസൂത്രണം ചെയ്യുമ്പോൾ
പിഴവുകളില്ലാതെ പൂർത്തിയാക്കുക എന്നതുതന്നെയാണ് വിജയ
ത്തിന്റെ അടിസ്ഥാനം. ആറു മാസമായി കമ്പനി ഈ പരിപാടിയുടെ
ആസൂത്രണം തുടങ്ങിയിട്ട്. അതറിഞ്ഞ നിമിഷം മുതൽ ഈ കുട്ടികളും
ആസൂത്രണം ചെയ്ത് തുടങ്ങി. ബഹുരാഷ്ട്ര കമ്പനിയെക്കാൾ മികച്ച
ആസൂത്രണം കുട്ടികളുടേതാണെന്ന മനസ്സിലായില്ലേ. പരാജയപ്പെ
ട്ടിരുന്നെങ്കിൽ അഞ്ചുപേർക്കും നഷ്ടമാകാനിടയുള്ളത് അവരുടെ
ജീവിതങ്ങൾ മാത്രം. അതിലവർക്ക് തീരെ ഉൽക്കണ്ഠയുമില്ലായിരുന്നു.
ഒന്നും നഷ്ടപ്പെടാനില്ല എന്ന തോന്നലാണ് അവരുടെ വിജയരഹസ്യം.
ഇനിയെന്തെങ്കിലും അറിയേണ്ടതുണ്ടോ?'

'ഇല്ല.'

'എന്നാൽ നമുക്കിറങ്ങാം.'

അവർ കോഫി ഹൗസിൽനിന്നും പുറത്തിറങ്ങി.

****

അനുഗാമി

പുറത്തൊരു ഓട്ടോറിക്ഷവന്നു നില്ക്കുന്ന ശബ്ദം കേട്ടു. രതീശൻ പറഞ്ഞയച്ച ആളായിരിക്കുമോ. കുറച്ചനേരത്തേക്ക് ശബ്ദമൊന്നും കേട്ടില്ല. പിന്നെ തുറന്നുകിടക്കുന്ന വാതിലില്ലൂടെ കൈയിൽ ഒരു സഞ്ചി യുമായി ഒരാൾ പതുക്കെ അകത്തേയ്ക്കു കയറിവന്നു.

ഇയാളാണ് തനിക്ക് ഭക്ഷണവുമായി രതീശൻ പറഞ്ഞയച്ച ആൾ.

'സാറേ, ഫുഡ് എവിടെയാണ് വെക്കേണ്ടത് ?'

'അവിടെ ഡൈനിംഗ് ടേബിളിലേക്ക് വെച്ചേക്ക് '

അയാൾ പതുക്കെ ഉള്ളിലേക്ക് നടന്നു. നടക്കുമ്പോൾ ആകെയൊരു വശപ്പിശക്. അയാളുടെ നടത്തത്തിന് ഒരു പ്രത്യേക താളമുണ്ടെന്ന് തോന്നി.

രതീശന്റെ സുഹൃത്തുക്കളുടേതാണീ കെട്ടിടം. ഒരു റിസോർട്ടിനു വേണ്ടി നിർമിച്ചതാണെങ്കിലും പൂർത്തിയാക്കാൻ കഴിയാതെ പാതി വഴിയിൽ കിടന്ന കാലത്താണ് രതീശന്റെ സുഹൃത്തുക്കളിലേക്ക് ഒരു കൈമാറ്റമായി ഈ കെട്ടിടമെത്തുന്നത്. അവർക്ക് ഈ കെട്ടിടം റിസോ ർട്ടാക്കാനൊന്നും താൽപര്യമില്ല, ഭൂമിയിൽ മാത്രമായിരുന്നു താൽപര്യം. എന്നിട്ടും കുറച്ച മെയിന്റനൻസ് വർക്കുകളൊക്കെ നടത്തി, ആരെങ്കിലും വന്നാൽ താമസിക്കാൻ പറ്റുന്ന ഒരു പരുവത്തിലേക്ക് അവർ കെട്ടിടം മാറ്റിയെടുത്തു.

ഇത്രയുമൊക്കെ രതീശൻ ഫോണിൽ പറഞ്ഞ വിവരങ്ങളാണ്. കുറച്ച ദിവസം സ്വസ്ഥമായി ഇരുന്നെഴുതാൻ ഒരു സ്ഥലമനേഷിച്ച് നടന്നപ്പോഴാണ് പഴയ സഹപാഠി രതീശനെ വിളിക്കാൻ തോന്നിയത്. മലയോര ജില്ലയിൽ ഇഞ്ചികൃഷിയുമായി കൂടിയിരിക്കയാണ് രതീശൻ. നഗരത്തിലുണ്ടായിരുന്ന ബിസിനസ് സംരംഭങ്ങൾ പരാജയപ്പെട്ടപ്പോൾ

മലയോരത്തുപോയി കൃഷിചെയ്ത് ജീവിക്കാനായി പുറപ്പെട്ടതാണ്. അവൻ വിചാരിച്ചാൽ പറ്റിയൊരു ലൊക്കേഷൻ കണ്ടെത്താനാവും എന്ന പ്രതീക്ഷയിലാണ് രതീശനെ വിളിച്ചത്. കൊച്ചിയിലെ ഫ്ളാറ്റിലിരുന്നാണ് ഇതിനുമുമ്പുള്ള രണ്ടു തിരക്കഥകളും എഴുതിത്തീർത്തത്. രണ്ടും ഫാമിലി ഡ്രാമകൾ. ഒന്ന് ഷൂട്ടിംഗ് പൂർത്തിയായി റിലീസിനൊരുങ്ങുന്നു. രണ്ടാമത്തേത് തുടങ്ങാനിരിക്കുന്നതേയുള്ളൂ. മൂന്നാമത്തേത് ഒരു ക്രൈംത്രില്ലറോ ഹൊറർ മൂഡില്ലുള്ളതോ വേണമെന്ന് കരുതിയാണ് എഴുതിത്തുടങ്ങിയത്. കുറേ ദിവസം അതിനുമുകളിൽ അടയിരുന്നുവെങ്കിലും അതങ്ങോട്ട് ക്ലിക്കായില്ല.

ദൂരെയെവിടെയെങ്കിലും ഒന്നുമാറിയിരുന്നാലോ എന്നാലോചിച്ചത് അപ്പോഴാണ്.

ദീർഘമായ ഡ്രൈവ് കഴിഞ്ഞ് ഈ മലമുകളിലെത്തുമ്പോൾ സ്വീകരിക്കുവാൻ രതീശനുണ്ടാവുമെന്നാണ് കരുതിയത്. ഇങ്ങോട്ടെത്താനുള്ള കൃത്യമായ നിർദേശങ്ങൾ നൽകിയിരുന്നു. നഗരത്തിൽനിന്ന് നാല്പതുകിലോമീറ്റർ പിന്നിട്ടാൽ മലമുകളിലേക്കുള്ള ഇടറോഡിലേക്ക് തിരിയണം. പതിനഞ്ചുകിലോമീറ്ററോളം കഴിഞ്ഞാൽ കയറ്റം തുടങ്ങുകയായി. തുടർച്ചയായുള്ള പന്ത്രണ്ടു വളവുകളാണ് അടയാളം. പന്ത്രണ്ടാമത്തെ വളവുകഴിഞ്ഞ് ഇടത്തോട്ട കാണുന്ന രണ്ടാമത്തെ വഴിയിൽ മുന്നൂറ് മീറ്റർ പോയാൽ ഇടത്തുഭാഗത്തുകാണുന്ന ഗേറ്റ്. തൊട്ടടുത്തൊന്നും വീടുകളോ റിസോർട്ടുകളോ ഇല്ല. മലമുകളിലെ വെള്ളച്ചാട്ടവും പാർക്കും കാണാനെത്തുന്ന സഞ്ചാരികളുടെ വാഹനങ്ങൾ റോഡിൽ ധാരാളമായി കണ്ടിരുന്നെങ്കിലും ഇങ്ങോട്ട് തിരിഞ്ഞതോടെ മറ്റ വാഹനങ്ങളൊന്നുമില്ലാതെയായി. താക്കോൽ വെച്ച സ്ഥലം ഫോണിൽ പറഞ്ഞിരുന്നതുകൊണ്ട് അകത്തു കടക്കാനായി.

ഭംഗിയൊന്നുമുള്ള കെട്ടിടമല്ലെങ്കിലും ചുറ്റുമുള്ള കാഴ്ചകൾ മനോഹരമായിരുന്നു. ദൂരെകാണുന്ന മലകളിൽ നിന്ന് കോടമഞ്ഞ് ഇറങ്ങിത്തുടങ്ങിയിരിക്കുന്നു. ഒറ്റപ്പെട്ട ചെറുഅരുവികൾ മുത്തുമാലകൾ തൂക്കിയിട്ടതുപോലെ തോന്നിച്ചു. ചുറ്റും വലിയ വൃക്ഷങ്ങളും മുള്ളുകട്ടങ്ങളും. പുറം കാഴ്ചകൾ നന്നായി ആസ്വദിക്കാവുന്ന പുറത്തെ മുറിതന്നെയാണ് തിരഞ്ഞെടുത്തത്.

കുളിച്ചു ഫ്രഷായി സബ്ജക്ടിനെക്കുറിച്ചാലോചിച്ചിരിക്കുമ്പോഴാണ് ഭക്ഷണവുമായി രതീശന്റെ ആളെത്തിയത്. രതീശൻ നാളെ രാവിലെയേ എത്തുകയുള്ളൂ. ഇന്ന് തനിക്ക് കൂട്ടായി ഇയാളുണ്ടാവും. പരിചയമില്ലാത്ത പ്രദേശത്തെ ഒരു മലമുകളിലെ വിജനമായ ഈ

കെട്ടിടത്തിൽ ആദ്യദിവസമെങ്കിലും കൂട്ടിനൊരാളുണ്ടാവുന്നത് എന്തു കൊണ്ടും നല്ലതാണ്. ഇന്നേതായാലും എഴുത്തിലേക്കൊന്നും കടക്ക ന്നില്ല. പള്ളിക്കാരന്മായി എന്തെങ്കിലും സംസാരിച്ചിരിക്കാം.

'ഇയാളുടെ പേരെന്താ?'

'രാധാകൃഷ്ണൻ'

'രതീശനുമായിട്ടെങ്ങനെയാണ്?'

'ഞങ്ങളൊരേ നാട്ടുകാരാണ്. ഇപ്പോൾ ഞാൻ രതീശേട്ടന്റെ ട്രിപ്പ കൾ മാത്രമേ പോവാറുള്ളൂ.'

'അപ്പോൾ ഓട്ടോയ്ക്ക് കാര്യമായി ഓട്ടമൊന്നുമില്ലല്ലേ?'

'അങ്ങനെ തുടർച്ചയായി ഓടിക്കാൻ പറ്റിയ കണ്ടീഷനല്ല. പണ്ട് നന്നായി ഓടിച്ചിരുന്നതാ. സാറ് സിനിമക്ക് കഥയെഴുതാൻ വന്നതാ ണെന്ന് രതീശേട്ടൻ പറഞ്ഞു. സാറിന്റെ പേരെന്താ? '

'എന്റെ പേര് ചന്ദ്രദത്ത്. രതീശൻ പറഞ്ഞത് ശരിയാണ്. ഒരു കഥ എഴുതാൻ പറ്റമോ എന്ന് നോക്കാൻ തന്നെയാണ് വന്നത് '

'സാറിന്റെ ഏതെങ്കിലും സിനിമ വന്നിട്ടുണ്ടോ? ഈ പേര് ഞാനെവിടെയും കേട്ടതായി ഓർക്കുന്നില്ല'

'പേരൊക്കെ കേൾക്കാനാവുന്നതേയുള്ളൂ. രണ്ട് സിനിമകൾ ഇറങ്ങാ നുണ്ട്. താൻ സ്ഥിരമായി സിനിമ കാണാറുണ്ടോ?'

'പിന്നെ.! പക്ഷെ ഇപ്പോൾ കുറേക്കാലമായി അങ്ങനെ പോവാറില്ല. എനിക്ക് ആക്ഷൻ സിനിമകളോടാണ് താൽപര്യം. സാറ് എഴുതിയത് ആക്ഷൻ സിനിമയുടെ കഥയാണോ?'

'രണ്ടും ഫാമിലി സബ്ജക്കുകളാ. ഇനി എഴുതാൻ പോകുന്നത് കുറച്ച് വ്യത്യസ്തമാണ്. ഒരു മിസ്റ്ററി ടൈപ്പ് ആക്ഷൻ ത്രില്ലറാണ് മനസ്സിൽ.'

'ഇവിടെ ഇരുന്നാൽ എന്തും എഴുതാൻ പറ്റം.'

'ശരിയാണ്. ചുറ്റും മാനംമുട്ടുന്ന മലനിരകൾ. ഇരുട്ടുവീഴുന്നതോടെ ഒരു കാടിനകത്താണെന്ന തോന്നൽ വരുന്നുണ്ട്. ദൂരെ മലമുകളിൽ നിന്ന് ചോലകളൊഴുകിവരുന്നത് മനോഹരമായ കാഴ്ചതന്നെ. എഴുതാൻ പറ്റിയ അന്തരീക്ഷം'

'ഒരു ചെറിയ ചോല ഈ തോട്ടത്തിലേക്കുമെത്തുന്നുണ്ട്. അതിൽ നിന്നാണ് ഇവിടേക്കുള്ള വെള്ളമെടുക്കുന്നത് .'

'അതിനിവിടെ ആളുകൾ താമസിക്കാറുണ്ടോ ?'

'ടൂറിസ്റ്റുകളല്ല. ഇതിന്റെ ഓണർമാരുടെ സുഹൃത്തുക്കൾ ഇടക്കൊക്കെ

വരും. ചിലപ്പോൾ രതീശേട്ടന്റെ ഫ്രണ്ട്സും'

'ഇവിടെയെത്തിയപ്പോൾ ഞാൻ ചെറുതായിട്ടൊന്നു ഭയന്നു.അട്ട ത്തൊന്നും ഒറ്റ വീട്ടുപോല്ലുമില്ല. ഇങ്ങോട്ടു തിരിഞ്ഞതിനശേഷം ഒറ്റ മനുഷ്യനെപ്പോല്ലും കണ്ടതേമില്ല. ഈ കെട്ടിടം എന്തെങ്കിലും പ്രശ്നത്തി ന്റെ പേരിൽ ആളുകൾ താമസിക്കാതെ ഒഴിവാക്കിയതാണോ എന്ന് തോന്നി.'

'എന്ത് പ്രശ്നമാണ് സാറുദ്ദേശിച്ചത്?'

'എന്തെങ്കിലും ദുർമരണങ്ങളോ മറ്റോ നടന്നതിന്റെ പേരിൽ ആളുകൾ പേടിച്ച് പിൻമാറാറുണ്ടല്ലോ. അങ്ങനെയെന്തെങ്കിലും?'

'ഏയ് ഇവിടെയങ്ങനെയൊന്നുമുണ്ടായിട്ടില്ല. നഗരത്തിൽ നിന്നും വന്ന സാറിനിത്തരം കാര്യങ്ങളിലൊക്കെ വിശ്വാസമുണ്ടോ?'

അപ്പോഴാണയാളെ ശ്രദ്ധിച്ചൊന്നു നോക്കിയത്. ആള് കുറച്ചൊക്കെ നിരീക്ഷണമുള്ള കൂട്ടത്തിലാണെന്ന് തോന്നുന്നു. ഒരു മുപ്പത് വയസ്സ് പ്രായം തോന്നിക്കും. ഒരു മുണ്ടും കാക്കി ഷർട്ടുമാണ് വേഷം.

'രാധാകൃഷ്ണൻ ഉദ്ദേശിക്കുന്ന കാര്യങ്ങളിലൊന്നും എനിക്ക് വിശ്വാസ മുണ്ടായിട്ടില്ല. പക്ഷേ കഥയെഴുതാനിരിക്കുമ്പോൾ സാധാരണക്കാരായ മനുഷ്യർ എങ്ങനെ ചിന്തിക്കുന്നു എന്നതിന്റെ അടിസ്ഥാനത്തിലല്ലേ എഴുതാൻ പറ്റൂ. വിശ്വാസവും അന്ധവിശ്വാസവുമൊക്കെ ദുർബലമായ മനസ്സുകളിലേ പ്രതികരണമുണ്ടാക്കൂ. സമൂഹത്തിൽ വളരെക്കുറച്ച് ആളുകൾ മാത്രമേ പ്രകൃത്യാതീതശക്തികളുണ്ടെന്ന് വിശ്വസിക്കാറുള്ളൂ. അവരെ ശ്രദ്ധിച്ചാലറിയാം മാനസികമായി ഏറ്റവും ദുർബലരായ മനുഷ്യരായിരിക്കും അവരെല്ലാം. മനസ്സിന് നല്ല ധൈര്യമുണ്ടെങ്കിൽ അത്തരം ശക്തികളൊന്നുമില്ലെന്ന് നമുക്ക് മനസ്സിലാവും.'

'അപ്പോൾ സാറിന് പ്രേതത്തിലൊന്നും വിശ്വാസമുണ്ടാവില്ലല്ലോ?'

'ഞാൻ പറഞ്ഞില്ലേ, മനസ്സ് ദുർബലമാണെങ്കിൽ ഇരുട്ടത്ത് കാണുന്ന എന്തും ഒരാൾക്ക് പ്രേതമാണെന്ന് തോന്നാം.'

'ഞാനും പ്രേതത്തിലൊന്നും വിശ്വസിക്കുന്ന ആളല്ലായിരുന്നു. നമ്മുടെ മനസ്സിന് ഉൾക്കൊള്ളാൻ പറ്റാത്ത ഒരു ശക്തിയിലും ഞാനും വിശ്വസിച്ചിരുന്നില്ല. എന്നാൽ....'

'എന്തേ രാധാകൃഷ്ണൻ പാതി നിറുത്തിയത്?'

'ഞാൻ അത്തരമൊരു കാര്യം എഴുതിയിട്ടുണ്ട്. എഴുതേണ്ടിവന്നു എന്നതാണ് യാഥാർഥ്യം'

'കഥയാണോ? ഓഹോ.. അപ്പോൾ താനൊരു എഴുത്തുകാരൻ

കൂടിയാണല്ലേ. തന്റെ കഥയിൽ പ്രേതങ്ങളൊക്കെ കടന്നുവരു ന്നുണ്ടല്ലേ?'

'ഞാനെഴുതിയത് കഥയാണോ എന്നൊന്നും എനിക്കറിയില്ല. പ്രേതങ്ങളൊന്നും ഞാനെഴുതിയതിലില്ല. പക്ഷേ ഒരു മനുഷ്യന്റെ ചില പ്രത്യേക അനുഭവങ്ങളുണ്ട്. ചിലപ്പോൾ സാറിനത് ഇഷ്ടപ്പെട്ടേക്കും.'

'തീർച്ചയായും താനെഴുതിയത് എനിക്കൊന്ന് വായിക്കണം. താനത് എവിടെയെങ്കിലും പ്രസിദ്ധീകരിച്ചിട്ടുണ്ടോ?'

'പ്രസിദ്ധീകരിക്കുന്നത് പോയിട്ട് ഞാനത് ആരെയും കാണിച്ചിട്ടു പോലുമില്ല. ഈ മുറിയിൽ വെച്ച് തന്നെയാണ് ഞാനത് എഴുതിത്തീ ർത്തത്. ഈ കെട്ടിടത്തിന്റെ റിപ്പയർ വർക്കിനിടയിൽ കുറച്ചദിവസം ഞാനിവിടെത്തന്നെയാണ് താമസിച്ചിരുന്നത്. ആ രാത്രികളിലാണ് ഞാനെഴുതിയത്. എഴുതിയ നോട്ടുബുക്ക് ഇതിനുള്ളിൽ തന്നെയാണ് എടുത്തുവെച്ചിട്ടുള്ളത്. ഞാനത് എടുത്ത് കൊണ്ടുവരാം'

രാധാകൃഷ്ണൻ കെട്ടിടത്തിന്റെ അകത്തേക്കുപോയി ഒരു നോട്ടുബു ക്കുമായി തിരിച്ചുവന്നു.

'ഇതിന് ഒരു കഥയുടെ രൂപമുണ്ടോ എന്നൊന്നും എനിക്കറിഞ്ഞു കൂടാ. എന്നെപ്പോലെയുള്ള ഒരു ഓട്ടോഡ്രൈവറെക്കുറിച്ചാണ് ഞാൻ എഴുതിയിരിക്കുന്നത്. എന്തായാലും സാറിനെപ്പോലുള്ള ഒരാൾ ഇത് വായിക്കാൻ തയ്യാറാവുക എന്നത് എനിക്ക് വലിയൊരു കാര്യമാണ്. സാറ് ഭക്ഷണം കഴിച്ചോളൂ. ഞാൻ കഴിച്ചിട്ടാണ് വന്നത്. തൊട്ടപ്പറത്തെ മുറിയിലാണ് ഞാൻ കിടക്കുന്നത്. എന്തെങ്കിലും ആവശ്യമുണ്ടെങ്കിൽ ഒന്ന് വിളിച്ചാൽ മതി.'

പുസ്തകം എന്നെ ഏൽപിച്ച് അയാൾ ഉറങ്ങാനായി അടുത്ത മുറിയി ലേക്ക് പോയി.

ഭക്ഷണം കഴിച്ചവന്ന് മുറ്റത്തേക്കിറങ്ങി ഒരു സിഗരറ്റ് കത്തിച്ച് ഞാൻ ചുറ്റുപാടും നോക്കി. അരണ്ടനിലാവിൽ ഒരു കാടിന നടുവിൽ നിൽക്കുന്നത് പോലെ എനിക്ക് തോന്നി. ദൂരെ കാണുന്ന മലകൾ ഭീകരമായ ഏതോ കോട്ടകളെപോലെ തോന്നിച്ചു. കുറേനേരം ഞാനാ ഭീകര സൗന്ദര്യത്തിൽ ലയിച്ച് നിന്നു. തിരിച്ച് റൂമിലെത്തി നോട്ട്ബുക്ക് തുറന്ന്നോക്കി. കാണാനത്ര ഭംഗിയൊന്നുമില്ലാത്ത അക്ഷരങ്ങൾ. വായിക്കാൻ കുറച്ച പ്രയാസപ്പെടേണ്ടിവരും. എന്തായാലും കിടക്കുന്ന തിന്മുൻപ് കുറച്ച് പേജുകൾ വായിച്ചുനോക്കാം.

ഞാൻ വായന തുടങ്ങി.

ആശുപത്രി കോമ്പൗണ്ടിൽ പുരുഷാരമേറെയുണ്ടെങ്കിലും ബഹളമോ, തിക്കിത്തിരക്കുകളോ ഇല്ല. രോഗികളെ കൊണ്ടുവന്നവരും കാണാനെത്തിയവരും തങ്ങളുടെ അവസരം കാത്ത് പല കൂട്ടങ്ങളായി നിൽക്കുന്നുണ്ട്. വിലാപശബ്ദം മുഴക്കി കടന്നുവരുന്ന ആംബുലൻസ് കളെത്തുമ്പോൾ ജനങ്ങളാകെ വകഞ്ഞുമാറും. പുതിയ രോഗിയെ കാണാൻ കുറച്ചൊന്ന തിക്കിത്തിരക്കും. താമസിയാതെ എല്ലാം പഴയ പടിയാകും. കോമ്പൗണ്ടിന്റെ മതിലിനോട ചേർന്ന് ഓട്ടോ ഒതുക്കിയിട്ട് ബലരാമൻ പത്ത് മിനട്ടുനേരം ഈ കാഴ്ചകളിൽ മുഴുകി.

ജില്ലാ ആശുപത്രിയിലേക്ക് ഒരു ട്രിപ്പമായി വന്നതാണ് ബലരാമൻ. ഇനി തിരിച്ച് നാട്ടിലേക്ക കാലിവണ്ടിയുമായി ഓടണം. പതിനഞ്ച് കിലോമീറ്റർ ദൂരം ആളില്ലാതെ ഓട്ടോ ഓടുന്നത് വലിയൊരു നഷ്ടമാണ്. നാട്ടിലേക്കുള്ള ആരെങ്കിലുമുണ്ടെങ്കിൽ കൊണ്ടുപോയാൽ റിട്ടേൺ ട്രിപ്പി ന്റെ കാശെങ്കിലും കിട്ടുമായിരുന്നു. ബലരാമൻ പതുക്കെ വണ്ടിയെടുത്തു. ടൗണിലെ പ്രധാന റോഡുകളിലൂടെയും ബസ്റ്റാന്റിനുമുന്നിലൂടെ മൊക്കെ ഒന്ന് കറങ്ങിനോക്കാം. റിട്ടേൺ ട്രിപ്പിന് ഒരു മൂന്നുപേരെയെ ങ്കിലും കിട്ടിയിരുന്നെങ്കിൽ ഡീസൽ ചാർജ് ഒത്തുപോയേനെ എന്ന് ബലരാമൻ മനസ്സിലോർത്തു. രണ്ടതവണ ചുറ്റിയിട്ടും നാട്ടിലേക്കുള്ള ആരെയും കണ്ടെത്താനാവാത്ത നിരാശയിൽ വണ്ടി നാട്ടിലേക്ക വിടാൻ തീരുമാനിച്ച സന്ദർഭത്തിലാണ് യാദൃച്ഛികമായി ഒരു ഷോപ്പിങ് സെന്ററിന്റെ മുമ്പിൽ നിൽക്കുന്ന നീല ഷർട്ടുകാരനിൽ കണ്ണടക്കിയത്.

ബലരാമൻ ഓട്ടോ അദ്ദേഹത്തിന്റെ അടുത്തേക്കുകൊണ്ടുപോയി നിറുത്തി. പതുക്കെ പുറത്തിറങ്ങി.

'ഹായ്, സി.കെ ബലരാമൻ...!' അയാൾ ബലരാമന്റെ രണ്ട് കൈയും കൂട്ടിപ്പിടിച്ച് സന്തോഷത്തോടെ വിളിച്ചു.

അത് സുധീറായിരുന്നു. ബലരാമന്റെ ഹൈസ്കൂൾ കാലത്തെ സഹപാഠി.

'ഞാൻ ജില്ലാ ആശുപത്രിയിലേക്ക് ഒരു ഓട്ടവുമായി വന്നതാണ്. നീയെന്നാ നാട്ടിലെത്തിയത്? വന്നിട്ടൊന്ന് വിളിച്ചതുപോലുമില്ല.'

'രണ്ടാഴ്ചയായതേയുള്ളൂ. വല്ലാത്ത തിരക്കിലായിപ്പോയി. അതാ വിളിക്കാതിരുന്നത്. ആകെ രണ്ടമാസമേ ലീവുള്ളൂ. വീടിന്റെ പണി തുടങ്ങിക്കഴിഞ്ഞു. ഞാൻ ടൗണിൽ പത്തുസെന്റ് സ്ഥലം വാങ്ങിയത് നിന്നോട പറഞ്ഞിരുന്നില്ലേ?'

സുധീറിന്റെ ഗൾഫിൽനിന്നുള്ള രണ്ടാമത്തെ വരവാണിത്. രണ്ട വർഷം മുമ്പുള്ള ആദ്യവരവിൽ നാട്ടിൽ സുഹൃത്തുക്കളോടൊപ്പം

അടിച്ചുപൊളിച്ച് ആഘോഷിച്ചത് ബലരാമന്റെ ഓർമയിൽ ഇപ്പോഴും മായാതെ നിൽക്കുന്നുണ്ട്. എന്ത തിരക്കായാലും വന്നിട്ടൊന്ന് വിളിക്കാമായിരുന്നു.

'കഴിഞ്ഞ തവണത്തെപ്പോലെ ഇത്തവണയും നമുക്കൊന്ന് കൂടണ്ടേ? നീ നാട്ടിലേക്കൊരു ദിവസം വാ. സ്ഥലവും മറ്റെല്ലാ അറേഞ്ച്മെന്റുകളും ഞാൻ ചെയ്യാം. കൂട്ടുകാരെയും വിളിക്കാം. നീ തിയ്യതി പറഞ്ഞാൽമതി.'

സുധീർ നഗരത്തിലുള്ള ഭാര്യവീട്ടിലാണ് താമസം. നാട്ടിലേക്ക് വരാറേയില്ല.

'ഇപ്രാവശ്യം അതിന് പറ്റുമെന്ന് തോന്നുന്നില്ല. ആകെ കുറച്ച ദിവസങ്ങളേയുള്ളൂ. അതിനുള്ളിൽ വീടിന്റെ പണി പരമാവധി തീർത്തിട്ട വേണം പോകാൻ. ഒരു ദിവസം പോലും മാറ്റിവക്കാനില്ല. ഏതായാലും നമ്മളിന്ന് കണ്ടുമുട്ടിയില്ലേ. നമുക്കൊന്ന കൂടിയിട്ടുപോകാം. നിനക്ക് തിരക്കൊന്നുമില്ലല്ലോ?'

'ഇന്നോ? ഇന്ന് വേണ്ടെടാ. ഞാനീ ഓട്ടത്തിനെടേല്‍. അത് ശരിയാവ്വ്ല. വല്ലപ്പോഴമേ ഞാൻ കഴിക്കാറുള്ളൂ. അന്ന് പിന്നെ ഓട്ടോ

എടുക്കുല.'

'എന്താ, ശകലം കഴിച്ചന്ന് വിചാരിച്ച് നിന്റെ കൈ വെറയ്ക്കമോ? നീ എവിടത്തെ ഓട്ടോക്കാരനാ? കഴിഞ്ഞ തവണ ഒരു പൈന്റ് ഒറ്റയ്ക്ക് കഴിക്കുമെന്നൊക്കെ വീരവാദം മുഴക്കിയിരുന്നല്ലോ.'

'അതല്ലടാ, വഴിയിലെവിടെയെങ്കിലും പോലീസ് ചെക്കിങ്ങ് ഉണ്ടായാൽ പണി പാളും. പതിനഞ്ചു കിലോമീറ്റർ ഓടാനുള്ളതല്ലേ?'

'ഇപ്പോൾ എവിടേം ചെക്കിങ്ങൊന്നുമില്ലടേ. നീ വാ, കുറച്ച നേരമി രുന്നിട്ട് വേഗം പിരിയാം.'

ബലരാമനാകെ ധർമസങ്കടത്തിലായി. ഓട്ടത്തിനിടയിൽ പോലീസ് പിടിച്ച് ഊതിച്ചാൽ ഫൈൻ കൊടുക്കാൻപോലും കൈയ്യിൽ പൈസ തികയില്ല. മുമ്പൊരിക്കൽ ഒരു സുഹൃത്തിന്റെ കല്യാണ പാർട്ടിയിൽ പങ്കെടുത്ത് തിരിച്ചപോകുമ്പോൾ പോലീസ് പിടിച്ച് ഒരു രാത്രി മുഴുവൻ ലോക്കപ്പിൽ കിടന്നതിന്റെ തിക്തമായ ഓർമകൾ മാഞ്ഞുപോയിട്ടില്ല. എന്നാലും സുധീർ നീട്ടിയ പ്രലോഭനം മറികടക്കാനുമാവുന്നില്ല. എന്നിട്ടും ഉള്ളിൽ നിന്നാരോ വേണ്ട വേണ്ട എന്ന പറയുന്നതുപോലെ.

'ബലരാമാ, നിനക്ക് ബി.പി പണ്ടത്തേതിനെക്കാൾ കൂടിയോ? രണ്ടെണ്ണം അടിച്ചിട്ട് വീട്ടിൽ പോകാൻ പേടിയാണല്ലേ?'

പിന്നെയും പിടിച്ചനിൽക്കാൻ ബലരാമനായില്ല. ഗൾഫിൽനിന്നും അവധിക്കുവന്ന സുഹൃത്തിന്റെ കൂടെ കുറച്ചനേരം മനസ്സുതുറന്ന സംസാ രിക്കാനും രണ്ടെണ്ണം കഴിക്കാനുമൊക്കെ ഏതു നിയമമാണ് തന്നെ തടയുന്നത്? ഇതൊക്കെ ആരും ആഗ്രഹിക്കുന്നതല്ലേ? ബലരാമൻ പിന്നെ മറ്റൊന്നും പറഞ്ഞില്ല.

ബാറിലെ അരണ്ടപ്രകാശത്തിൽ ഒരു മൂലയിലെ നിഴൽ മൂടിനില്ലുന്ന ഒരു മേശയാണ് അവർ തിരഞ്ഞെടുത്തത്. അവർക്ക് പറയാൻ രണ്ടവ ർഷത്തിലേറെ കാലത്തേക്കുള്ള വിശേഷങ്ങളുണ്ടായിരുന്നു. എന്നാൽ സംസാരിച്ചതിലധികവും സ്കൂൾ കാലത്തുള്ള രസകരമായ കാര്യങ്ങൾ തന്നെയായിരുന്നു. ദുബായിയിലെ ചില അവിസ്മരണീയ അനുഭവങ്ങൾ സുധീർ വിവരിച്ചപ്പോൾ ബലരാമന പറയാനുണ്ടായിരുന്നത് നാട്ടിലെ സുഹൃത്തുക്കളുടെ അലമ്പുവർത്തമാനങ്ങളായിരുന്നു. കുറേശ്ശെയായി ലഹരി സിരകളിൽ പടർന്നുതുടങ്ങിയതോടെ അതുവരെ മനസ്സിൽ ഭീതിയുണർത്തിയിരുന്ന പോലീസും ചെക്കിങ്ങുമൊക്കെ പതിയെ ബലരാമനിൽനിന്ന് പിൻവാങ്ങി. അവയ്ക്കുപകരം കുസലില്ലായ്മയും ചങ്കൂറ്റ വും മനസ്സിലേക്ക പടർന്നുകയറി. ഏത് പോലീസിനെയും നേരിടാനുള്ള ആത്മവിശ്വാസം കൈവന്നതോടെ ഗ്ലാസുകൾ നിറഞ്ഞുകൊണ്ടിരുന്നു.

ബാർ അടയ്ക്കാനായി എന്ന് ഓർമപ്പെടുത്തുന്നതുവരെ അവർ മറ്റേതോ ലോകത്തായിരുന്നു. എന്തിനെക്കുറിച്ചായിരുന്നു സംസാരിച്ചുകൊണ്ടി രുന്നത് എന്ന കാര്യം ബലരാമന് ഓർമിക്കാനായില്ല. എന്തായാലും പരസ്പരം അറിയാവുന്ന എല്ലാ സുഹൃത്തുക്കളെക്കുറിച്ചും മറ്റാർക്കും അറിയാത്ത അവരുടെ രഹസ്യങ്ങളെക്കുറിച്ചും അവർ സംസാരിച്ചി ട്ടുണ്ടെന്ന് ഉറപ്പാണ്. സംസാരത്തിനിടയിൽ അവർ ഉറക്കെയുറക്കെ ചിരിച്ചുകൊണ്ടിരുന്നു. അവർ പരസ്പരം കൈകോർത്തുപിടിച്ചുകൊ ണ്ടാണ് ബാറിൽനിന്നിറങ്ങിയത്. ബലരാമന്റെ ഓട്ടോയുടെ സമീപം വരെ സുധീർവന്നു.

'അളിയാ, സൂക്ഷിച്ചോടിക്കണേ?   നീ വല്ലാതെ ഓവറായിട്ടുണ്ട്. പോലീസിന്റെ ചെക്കിംങിലൊന്നും പെടാതെ നോക്കിക്കോ. പോകാൻ പ്രശ്നമൊന്നുമില്ല്ലോ?'

'എന്ത് പ്രശ്നം? നമ്മളിതെത്ര കണ്ടതാ..?'

ഓട്ടോയിൽ കയറിയപ്പോൾ ബലരാമന്റെ കൈകൾ വല്ലാതെ വിറയ്ക്കുന്നുണ്ടായിരുന്നു. നാട്ടിലെ സുഹൃത്തിന്റെ ഒഴിഞ്ഞ വീട്ടിൽ സുഹൃ ത്തുക്കളോടൊപ്പം പാട്ടും മേളവും വെപ്പും തീറ്റുമായി നടത്തിയ കഴിഞ്ഞ ആഘോഷത്തോടൊപ്പം വരില്ലെങ്കിലും ഈ രാത്രിയും ഒട്ടും മോശമായി ല്ലെന്ന് അയാൾ മനസ്സിലോർത്തു. എങ്കിലും നാട്ടിലായിരുന്നു നല്ലത്. മറ്റ കൂട്ടുകാരും കൂടി ചേരുമ്പോൾ ഇരമ്പിയേനെ.

ബലരാമൻ പതുക്കെയാണ് ഓട്ടോ ഓടിച്ചത്. കുറച്ചുദൂരം ഓടി ച്ചപ്പോൾ തന്നെ കൈകളിലെ വിറയൽ അപ്രത്യക്ഷമായിരുന്നു. എല്ലാതരം ഭയങ്ങളിൽനിന്നും ആശങ്കകളിൽ നിന്നും മനസ്സ് മോചിക്ക പ്പെട്ടിരിക്കുന്നു. സുഹൃത്തുക്കളായ ഡ്രൈവർമാരെല്ലാം സ്ഥിരം പറയുന്ന താണ്, രണ്ടെണ്ണം അടിച്ചാൽ ഡ്രൈവിങ് നല്ല സൂത്തായിരിക്കും എന്ന്. ഇന്ന് ഏറെക്കാലത്തിനശേഷം ബലരാമനും അക്കാര്യം ബോധ്യമായി. വണ്ടി നിയന്ത്രിക്കേണ്ടതായിപ്പോലും വരുന്നില്ല. ഒഴുകി നീങ്ങുകയാണ്. അതും നല്ല സ്പീഡിൽ. താൻ എത്ര പെഗ് കഴിച്ചു എന്ന് ഓർക്കാൻ ശ്രമി ച്ചെങ്കിലും ബലരാമൻ പരാജയപ്പെട്ടു. റോഡിൽ എതിരേ വരുന്ന വാഹ നങ്ങൾ ബലരാമന്റെ ഓട്ടോയുടെ വരവുകണ്ട് വെട്ടിച്ച് വഴിമാറിപ്പോവു കയാണ്. അതുകണ്ട് അയാൾക്ക് ചിരിവന്നു. ഇന്നുതന്റെ ഓട്ടോയാണ് ഈ റോഡിലെ രാജാവ്. ഓട്ടോ ഓടുകയല്ല, പറക്കുകയാണിപ്പോൾ. പൂക്കാട് ജംങ്ഷൻ   പിന്നിട്ടതൊന്നും ബലരാമൻ അറിഞ്ഞതേയില്ല. കാറ്റിൽ അടയുന്ന കണ്ണുകൾ അയാൾ പ്രയാസപ്പെട്ട് ഇറക്കാൻ ശ്രമി ച്ചുകൊണ്ടിരുന്നു. ഓട്ടോ റോഡിനു നടുവിലൂടെ കുതിക്കുകയാണ്.

പെട്ടെന്ന് ഒരു വാഹനത്തിന്റെ ഹോണും ശക്തമായി ടയറരയ്യുന്ന ശബ്ദവും കേട്ട് ബലരാമൻ ഞെട്ടിപ്പോയി. തന്റെ ഓട്ടോയ്ക്കുനേരെ വന്ന വാഹനം ഓട്ടോയിൽ ഇടിക്കാതിരിക്കാൻ പെട്ടെന്ന് വലത്തോട്ട വെട്ടി ച്ചതാണ്. നിയന്ത്രണം വിട്ട് റോഡരികിലുണ്ടായിരുന്ന മരത്തിലിടിച്ച് ആ വാഹനം തകരുന്നത് ഒരു മിന്നായം പോലെ അയാൾ കണ്ടു. ഓട്ടോ റോഡിന് നടുവില്ലൂടെ നാഥനില്ലാതെ ഓടിക്കൊണ്ടിരിക്കുക യാണ്. ബലരാമൻ പെട്ടെന്ന് ഓട്ടോയുടെ നിയന്ത്രണം തിരിച്ചുപിടിച്ച് ഒരു വശത്തേക്ക് ഒളുക്കിനിറുത്തി. പുറത്തിറങ്ങിയപ്പോഴാണ് പോസ്റ്റ് ഓഫീസിനുമുന്നിലാണ് വണ്ടി നിറുത്തിയതെന്ന് മനസ്സിലായത്. പുറ ത്തിറങ്ങിയെങ്കിലും തലയൊന്ന് നേരെയായിക്കിട്ടാൻ കുറേനേരം ഓട്ടോയിൽ പിടിച്ചുനിന്നു. പിന്നെ ഇരുട്ടിൽ മരത്തിലിടിച്ചു തകർന്ന വാഹനത്തിലേക്ക നോക്കി. മുൻഭാഗം പൂർണമായും തകർന്നൊരു കാർ.

കാറിന്റെ പുറകിലത്തെ രണ്ട് ലൈറ്റുകളും പ്രകാശിച്ചുകൊണ്ടിരിക്ക ന്നുണ്ട്. ഹോൺ ശബ്ദം തുടർന്നുകൊണ്ടേയിരിക്കുന്നു. പെട്ടെന്നാണ് ഒരു ഞെട്ടൽ ബലരാമന്റെ നട്ടെല്ലില്ലൂടെ മിന്നിപ്പോയത്. ആ കാർ തന്റെ ഓട്ടോയെ ഇടിക്കാതിരിക്കാനായി പെട്ടെന്ന് വെട്ടിച്ചപ്പോഴാണ് നിയ ന്ത്രണം വിട്ട് മരത്തിൽപോയി ഇടിച്ചത്. ഈ ഓട്ടോയിൽ അതുവന്ന് ഇടിച്ചിരുന്നെങ്കിൽ ബലരാമനെന്ന വ്യക്തി ഭൂമിയിൽ അവശേഷി ക്കില്ലായിരുന്നു. തനിക്കുപകരം ആ കാറില്ലുള്ളവർക്കാണ് അപകടം പറ്റിയിരിക്കുന്നത്. ആരുടെയെങ്കിലും ജീവൻ നഷ്ടപ്പെട്ടിരിക്കുമോ..?

എവിടെ നിന്നൊക്കെയോ ആളുകൾ ഓടിവരുന്ന ശബ്ദങ്ങൾ. ചിലരുടെ കൈയിൽ മൊബൈൽ ലൈറ്റുകളും ടോർച്ചുകളുമുണ്ട്. ചില എമർജൻസി ലൈറ്റുകളും എത്തുന്നുണ്ട്. ബലരാമന്റെ തലയിൽനിന്നും ലഹരിയെല്ലാം ആവിയായി പോയിരുന്നു. അയാൾ പോക്കറ്റിൽനിന്ന് മൊബൈൽ ഫോണെടുത്ത് ലൈറ്റ് തെളിച്ച് പതുക്കെ കാറിനടുത്തേക്ക നടന്നു. കാറിന്റെ മുൻഭാഗം ചുറ്റികകൊണ്ട് അടിച്ചുചളുക്കിയ തകരപ്പാട്ട പോലെ തകർന്നിട്ടുണ്ട്. ഒരാൾ മാത്രമേയുള്ളൂ. ഡ്രൈവറുടെ സീറ്റില്ലുള്ള ആൾ മാത്രം. ഒറ്റ നോട്ടമേ നോക്കാനായുള്ളൂ. ചതച്ചരക്കപ്പെട്ട രീതിയിൽ കുടുങ്ങിക്കിടക്കുന്ന ഒരു ചെറുപ്പക്കാരൻ.

ആ കാഴ്ച സഹിക്കാവുന്നതില്ലുമപ്പുറമായിരുന്നു. ഒന്നനങ്ങാൻ പോല്ലുമാവാതെ ജീവച്ഛവം പോലെ ചോരയൊലിപ്പിച്ചുകൊണ്ട് അയാൾ ഞരങ്ങിക്കൊണ്ടിരുന്നു. മുകളിലേക്ക തള്ളിനിൽക്കുന്ന കണ്ണുകൾ, തന്റെ നേർക്കാണ് നോക്കുന്നതെന്ന് ബലരാമനു തോന്നി.

അയാൾ തന്റെ കണ്ണുകൾ പൊത്തി. പതുക്കെ പിന്നിലേക്കു വലിഞ്ഞ് ഓട്ടോയ്ക്കരിയിലെത്തി.

ആളുകൾ പെരുകിക്കൊണ്ടിരുന്നു. കാറിനുള്ളിൽനിന്നും വാഹനമോ ടിച്ച ആളെ പുറത്തിറക്കാൻ കഴിയാതായപ്പോൾ തൊട്ടടുത്ത വീടുകളി ൽനിന്ന് ആയുധങ്ങൾ കൊണ്ടുവന്ന് കാർ വെട്ടിപ്പൊളിക്കാൻ തുടങ്ങി. സീറ്റ് പൂർണമായും പൊളിച്ചുമാറ്റി ഡ്രൈവറെ വലിച്ച പുറത്തിറക്കാൻ കഴിഞ്ഞത് ഏറെ പരിശ്രമങ്ങൾക്കൊടുവിലായിരുന്നു.

ബലരാമൻ പതുക്കെ അടുത്തേക്കുചെന്നു. ഒന്നേ നോക്കിയുള്ളൂ. ഒരു ചെറുപ്പക്കാരൻ. വലതുകാൽ മുട്ടിനു താഴെവച്ച് മുറിഞ്ഞുപോയിരിക്കുന്നു. ചോര നിൽക്കാതെ ഒഴുകുന്നുണ്ട്. മുറിഞ്ഞുപോയ കാൽ വണ്ടിക്കുള്ളിൽ കുടുങ്ങിക്കിടക്കുകയാണ്. കാൽ കാറിനുള്ളിൽനിന്നും വീണ്ടെടുക്കുവാൻ വേണ്ടിയുള്ള ശ്രമത്തിലാണ് കുറച്ചുപേർ. ബലരാമൻ തിരിച്ച് തന്റെ ഓട്ടോയുടെ അടുത്തെത്തി.

ആളെ ആശുപത്രിയിൽ കൊണ്ടുപോകാൻ ചിലർ അലറി വിളിക്ക ന്നുണ്ട്. കാല് കിട്ടിയിട്ട് ഒന്നിച്ച് കൊണ്ടുപോകാമെന്ന് ചിലർ ഉച്ചത്തിൽ പറയുന്നു. ആ വഴിവന്ന ഒരു വാഹനം തടഞ്ഞുനിറുത്തി ആ നിർഭാഗ്യ വാനെയും കയറ്റി ചിലർ ആശുപത്രിയിലേക്കു കൊണ്ടുപോകുന്നത് ബലരാമൻ ഞെട്ടലോടെ നോക്കിനിന്നു.

ഈ അപകടത്തിന്റെ ഉത്തരവാദി താനാണല്ലോ എന്നോർത്ത പ്പോൾ ബലരാമൻ വിറച്ചുപോയി. ആ ചെറുപ്പക്കാരന് എന്തു സംഭവി ച്ചാലും കുറ്റക്കാരൻ താനൊരാൾ മാത്രമാണ്. സ്വന്തം ജീവൻതന്നെ ബലികൊടുക്കാൻ തയ്യാറായി തന്റെ ജീവൻ രക്ഷിക്കുകയാണ് ആ ചെറുപ്പക്കാരൻ ചെയ്തിരിക്കുന്നത്. അയാളുടെ അവസ്ഥ എന്തായിരി ക്കും..! അയാൾ മരണത്തിന് കീഴ്പെട്ടുമോ? ആ കാറിനുള്ളിൽ ജീവസ്സറ്റ രീതിയിൽ ഇരിക്കുമ്പോഴും ആ കണ്ണുകൾ തന്നെയാണ് നോക്കിയിരു ന്നതെന്ന് അയാൾക്കു തോന്നി. താനാണ് അപകടത്തിലേക്കു തള്ളി യിട്ടതെന്ന് അയാൾ മനസ്സിലാക്കിയിരിക്കുമോ? ആ അവസ്ഥയിൽ എങ്ങനെ തിരിച്ചറിയാനാണ്? തിരിച്ചറിഞ്ഞാൽതന്നെ അയാൾക്കെന്തു ചെയ്യാനാവും? മരണത്തിൽനിന്ന് രക്ഷപ്പെട്ട് ഒരുനാൾ തന്നെത്തേടി യെത്തുമോ..?

എന്താണ് ചെയ്യേണ്ടതെന്നാലോചിച്ച് ബലരാമൻ കുറച്ചുനേരം ഓട്ടോയിൽ കയറി ഇരുന്നു. മദ്യം കണക്കിലധികം അകത്തെത്തി യതുകൊണ്ട് എവിടെയും നിൽക്കാനാവുന്നില്ല. ഒരു തളർച്ചപോലെ. ഇങ്ങനെയെന്തെങ്കിലും സംഭവിക്കുമെന്നൊരു സൂചന തനിക്ക്

കിട്ടിയിരുന്നെങ്കിൽ സുധീറിന്റെ കൂടെ ബാറിലേക്ക കയറില്ലായിരുന്നു. തന്റെ ജീവന് അപകടമൊന്നും പറ്റിയില്ലെങ്കിലും തനിക്കുവേണ്ടി മറ്റൊരാൾ ബലിയാടായി. നേരിയൊരു ഭാഗ്യം തന്റെ കൂടെയാണുള്ളത്. അതുകൊണ്ടുമാത്രമാണ് തനിക്ക് ജീവൻ തിരിച്ചുകിട്ടിയത്.

അയാളുടെ ജീവൻ നഷ്ടപ്പെട്ടുമോ എന്നൊരു ആശങ്കയായിരുന്നു ബലരാമനുണ്ടായിരുന്നത്. എങ്കിൽ താനൊരു കൊലയാളിയുടെ സ്ഥാ നത്തായിരിക്കും നിൽക്കേണ്ടിവരിക. മനപ്പൂർവമല്ലെങ്കിലും ഒരാളുടെ ജീവൻ അപായപ്പെടുത്തിയത് താനാണ്.

എത്രയും പെട്ടെന്ന് ഈ സ്ഥലത്തുനിന്ന് രക്ഷപ്പെടണം. ബലരാമന് ഉള്ളിൽ നിന്നാരോ പറയുന്നതുപോലെ തോന്നി. ഈ അപകടത്തിൽ തന്റെ റോളെന്താണെന്ന് ആരും മനസ്സിലാക്കിയിട്ടില്ല. ദൃക്സാക്ഷികളാ രുമില്ല. അതുകൊണ്ട് എത്രയും പെട്ടെന്ന് ഇവിടെനിന്നു പോകുന്നതാണ് നല്ലത്.

പോകുന്നതിനുമുമ്പ് ബലരാമൻ ഒരിക്കൽകൂടി കാറിനടത്തേക്ക ചെന്നു. അറ്റുപോയ കാൽ കാറിന്റെ ഉള്ളിൽനിന്ന് തിരിച്ചെടുക്കാനാ വാതെ ആളുകൾ നിരാശരായി പിൻവാങ്ങുകയാണ്. കാറിലേക്ക നോക്കുമ്പോൾ ചോരയൊലിപ്പിക്കുന്ന മുറിഞ്ഞുപോയ കാല്മായി അയാളെ പുറത്തേക്കിറക്കിയ രംഗം മനസ്സിൽനിന്നും മായുന്നില്ല. ഇറി ച്ചുനിന്നിരുന്ന അയാളുടെ കണ്ണുകളിൽനിന്നുള്ള ആ നോട്ടം ഇപ്പോഴും അസ്വസ്ഥപ്പെടുത്തുകയാണ്. മൊബൈൽ ഫോണിന്റെ വെളിച്ചത്തിൽ ശരീരത്തിൽനിന്നും വേർപെട്ടുപോയ ആ കാൽ അവ്യക്തമായി കണ്ടു.

ബലരാമൻ തിരിച്ച് നടക്കാൻ തുടങ്ങുകയായിരുന്നു. പിന്നിൽ നിന്നൊരാരവം കേട്ടാണ് തിരിഞ്ഞുനോക്കിയത്. ആരോ ഒരാൾ വളരെ പ്രയാസപ്പെട്ട് ആ കാൽ വീണ്ടെടുത്തുകൊണ്ടിരിക്കുകയാണ്. അയാളുടെ ശ്രമങ്ങളെ പ്രോത്സാഹിപ്പിച്ചുകൊണ്ട് ചുറ്റും നിന്നിരുന്ന ആളുകളിലേക്ക് ചോരയിൽ കുളിച്ചുകിടന്ന ആകാൽ കൈമാറി. ആ കാലും കൈകളിലേന്തി എന്തുചെയ്യണമെന്നാലോചിച്ച് പരിഭ്രമിച്ച ആളുകളുടെ കണ്ണിൽ ദൂരെ നിർത്തിയിരിക്കുന്ന ഓട്ടോയുടെ ദൃശ്യം പതിഞ്ഞു. രക്തമൊലിച്ചിറങ്ങുന്ന കാല്മായി ആളുകൾ ഓട്ടോയുടെ അടുത്തേക്ക് പാഞ്ഞപ്പോൾ ബലരാമൻ കാറിനകത്തേക്കൊന്നു നോക്കി. പെട്ടെന്ന് ബലരാമനൊന്ന് ഞെട്ടിപ്പോയി. കാറിനകത്തുനിന്ന് രക്തത്തിൽ കുളിച്ച ഒരു ജീവി അവശതയോടെ പുറത്തേക്കിറങ്ങി. ദേഹ മാസകലം ചോരകൊണ്ടു ചുവന്നുപോയ ഒരു പൂച്ച. ഭാഗ്യഹീനനായ ആ യുവാവിനൊപ്പം കാറിലുണ്ടായിരുന്നതായിരിക്കും. അറ്റപോയ കാൽ

പുറത്തെടുത്തപ്പോൾ പൃച്ചയും രക്ഷപ്പെട്ടതാകാം. പക്ഷേ ബലരാമനെ അസ്വസ്ഥനാക്കിക്കൊണ്ട് ആ പൃച്ച മുന്നിൽ വന്ന് നിന്ന് ബലരാമനെ ഇറിച്ചുനോക്കി. അപ്പോൾ ആ മുഖത്തുകണ്ട ഭാവം ബലരാമനെ വിറ കൊള്ളിച്ചു. മനുഷ്യരെപ്പോലെ ദേഷ്യവും സങ്കടവും വെറുപ്പുമൊക്കെ ആ പൃച്ചയുടെ മുഖത്തുനിന്ന് ബലരാമന് വായിച്ചെടുക്കാനായി. ബലരാമൻ പെട്ടെന്ന് മുഖം തിരിച്ചു. ബലരാമന്റെ കാലിൽ നഖം കൊണ്ടൊന്ന് പോറിക്കൊണ്ട് ആ പൃച്ച ഇരുട്ടിലേക്ക് നടന്നുപോയി. ഒരു നിമിഷം അയാൾ സ്തംഭിച്ചുനിന്നു.

കാല്യമായി ഓട്ടോയിലേക്കോടിയ ആളുകൾ ഓട്ടോഡ്രൈവറെ ത്തേടി വീണ്ടും കാറിനടുത്തെത്തി.

'ഇതൊന്ന് എത്രയും പെട്ടെന്ന് ആശുപത്രിയിൽ എത്തിക്ക ണം.'ആരോ ഒരാൾ അലറി വിളിച്ചു.

രക്തമിറ്റിറ്റുവീണുകൊണ്ടിരുന്ന ആ കാൽ ചോദിക്കാതെത്തന്നെ ആരോ ഓട്ടോയുടെ സീറ്റിൽ വച്ചു. ബലരാമനോട് വേഗം ആശുപത്രി യിലെത്തിക്കാൻ ആവശ്യപ്പെട്ടു. ബലരാമൻ ആവശ്യപ്പെട്ടിട്ടും ആരും കാലിനോടൊപ്പം ഓട്ടോയിൽ കയറിയില്ല.

ഒരർത്ഥത്തിൽ ആരും ഒപ്പം കയറാത്തത് നന്നായെന്ന് ബലരാമന് തോന്നി. കുറേ ചോദ്യങ്ങൾ ഒഴിവായിക്കിട്ടും. താൻ അമിതമായി മദ്യപി ച്ചത് ആരും തിരിച്ചറിയുകയുമില്ല. അപ്പോഴും ഭാഗ്യം തന്റെ കൂടെയാണ്.

ഇനിയൊന്നും ആലോചിക്കാനില്ല. എത്രയും പെട്ടെന്ന് ഈ കാൽ ആശുപത്രിയിലെത്തിക്കുകതന്നെ. ഇതയാൾക്ക് ഉപകാരപ്പെട്ടുമോ? ഇങ്ങനെയാണോ മുറിഞ്ഞ ശരീരാവയവങ്ങൾ കൂട്ടിച്ചേർക്കാനായി കൊണ്ടുപോകേണ്ടത്..? ഒന്നും അറിയില്ല. ഈ കാൽ എത്തുമ്പോഴും ആ ചെറുപ്പക്കാരൻ ജീവനോടെ ഉണ്ടാകുമോ..?

ബലരാമൻ ഓട്ടോയുടെ പുറകിലെ സീറ്റിൽ അപ്പോഴും ചോരയിറ്റി ക്കൊണ്ടിരിക്കുന്ന ആ കാലിൽ ഒരു നിമിഷം നോക്കി, നഗരത്തിലേക്ക തന്നെ ഓട്ടോ പറത്തിവിട്ടു. എത്രയും വേഗം ഈ കാൽ ജില്ലാ ആശുപ ത്രിയിൽ എത്തിക്കണം. അയാളെ അങ്ങോട്ടുതന്നെ കൊണ്ടുപോകാനേ വഴിയുള്ളൂ. ഓട്ടോയുടെ ചലനത്തിനനുസരിച്ച് കാല്യം ഇളകിക്കൊണ്ടിരു ന്നു. ചോര സീറ്റിൽനിന്നും ഒലിച്ചിറങ്ങി വണ്ടിയുടെ നിലത്ത് പരക്കുന്ന ണ്ട്. അതൊന്നും അയാൾക്കൊരു പ്രശ്നമായി തോന്നിയില്ല. ഏതാനും മിനുട്ടുകൾക്കുമുമ്പുവരെ ഒരു മനുഷ്യശരീരത്തിന് നടക്കാനും ഓടാനും ഇരിക്കാനും കിടക്കാനും വണ്ടി ഓടിക്കാനുമൊക്കെ ഒപ്പമുണ്ടായിരുന്ന ഒരവയവമാണ് അനാഥമായി വിറകൊള്ളുന്നതെന്ന് ആലോചിച്ച പ്പോൾ മാത്രമാണ് അയാൾക്കൊരു അസ്വസ്ഥതയുണ്ടായത്. ഏതാനും

സമയം മുമ്പ് തന്നെ രക്ഷിച്ചതും ഈ കാൽ തന്നെയല്ലേ? ശക്തമായി ബ്രേക്കിൽ കാലമർത്തിയപ്പോൾ ടയറുകൾ റോഡിലുരഞ്ഞ ശബ്ദം താൻ കേട്ടതാണ്. ഒരർത്ഥത്തിൽ തന്റെ ജീവൻ രക്ഷിച്ചതീ കാലാണ്. ആ ശ്രമത്തിൽ ശരീരത്തിൽനിന്ന് വേർപെട്ട് അനാഥമായിപ്പോയ ഈ കാൽ അതിന്റെ സ്വന്തം ശരീരത്തിലേക്ക് തിരിച്ചെത്തിക്കുകതന്നെ യാണ് തനിക്ക് ചെയ്യാനുള്ള പ്രായശ്ചിത്തം.

രക്തമിറ്റിറ്റു വീഴുന്ന ഒരു മനുഷ്യക്കാല്യമായി ആശുപത്രി വരാന്തയി ലൂടെ ഓടി ഉള്ളിലേക്കെത്തിയ ബലരാമനെക്കണ്ട് ജീവനക്കാരടക്കം പകച്ചുപോയി. ചിലർ ഉച്ചത്തിൽ അലറിവിളിച്ചു. അയാളുടെ വരവുകണ്ട് ആളുകൾ വഴിമാറുകയും വാതിലുകൾ ഇറക്കപ്പെട്ടുകയും ചെയ്തു. എങ്ങ നെയൊക്കെയോ ബലരാമൻ കാര്യങ്ങൾ പറഞ്ഞൊപ്പിച്ചു. ജീവനക്കാർ അയാളുടെ കൈയിൽനിന്നും ആ കാൽ ഏറ്റുവാങ്ങി.

അർധരാത്രിയിൽ നഗരത്തിൽനിന്നു തിരിച്ച് വീട്ടിലേക്ക് ഓട്ടോ ഓടി ക്കുമ്പോൾ മനസ്സിൽ നുരഞ്ഞുപൊന്തുന്ന ചിന്തകളെ അടക്കിവയ്ക്കാൻ അയാൾ പാടുപെട്ടു. അന്നുനടന്ന സംഭവങ്ങളെല്ലാം ഒരു തിരശീലയി ലെന്നവണ്ണം മനസ്സിലേക്ക് തള്ളിക്കയറിവന്നുകൊണ്ടിരുന്നു. എങ്ങ നെയൊക്കെയോ വീടെത്താനായി. വാതിൽ തുറന്ന ഭാര്യ അയാളുടെ ഷർട്ടിലെയും ദേഹത്തെയും ചോരകണ്ട് ഞെട്ടിപ്പോയി. കഥയൊന്നും വിവരിക്കാൻ നിൽക്കാതെ ഒരു ആക്സിഡന്റ് കേസുമായി ആശുപ ത്രിയിൽ പോയി വരികയാണെന്നു പറഞ്ഞ് അയാൾ നേരെ കുളിമുറി യിലേക്കു കയറി.

****

പിറ്റേന്ന് വളരെ വൈകിയാണ് ബലരാമൻ എഴുന്നേറ്റത്. രാത്രി എന്തൊക്കെയോ ദുരൂഹവും ഭീതിജനകവുമായ ദുഃസ്വപ്നങ്ങൾ ആകുലി മിച്ച് ഉറക്കം ഏറെ അസ്വസ്ഥമായിരുന്നു. ഉറക്കത്തിൽ പിച്ചും പേയും പറയുന്നത് കേട്ട് ഭാര്യപോലും പേടിച്ചുപോയിരുന്നു. സത്യത്തിൽ ഒട്ടും ഉറങ്ങിയിട്ടില്ലെന്നൊരു തോന്നലായിരുന്നു ബലരാമന്. ഉണർന്നിട്ടും ഏറെനേരം അയാൾ കിടക്കയിൽതന്നെ കിടന്നു.

അന്നേ ദിവസം ഓട്ടോയുമായി ഇറങ്ങേണ്ടെന്ന് ബലരാമൻ തീരുമാ നിച്ചു. തലേന്നു രാത്രി അപകടത്തിൽ ഗുരുതരമായി പരിക്കേറ്റ ആ ചെറു പ്പക്കാരന്റെ അവസ്ഥ എന്താണെന്നറിയാൻ ജില്ലാ ആശുപത്രിയിൽ പോയി നോക്കണോ എന്നാലോചിച്ച് കുറച്ചുനേരം ഇരുന്നു. എന്നാൽ അതിനുള്ള ധൈര്യം തനിക്കില്ലെന്ന് അയാൾക്ക് ബോധ്യമായി. ആ അപകടത്തിന്റെ കാരണക്കാരൻ താനാണെന്ന് ആരും അറിയരു തെന്നുള്ളതുകൊണ്ട് എന്തായാലും ആശുപത്രിയിൽ പോകേണ്ടെന്നു

തീരുമാനിച്ചു. ഇന്നലെ നടന്ന സംഭവങ്ങൾ ഒന്നുംതന്നെ ഭാര്യയോട്ട പോലും പറഞ്ഞിട്ടില്ല. ആ അപകടം വളരെ യാദൃച്ഛികമായി നടന്നതാ ണെന്നും കാറിന്റെ ഡ്രൈവർ മാത്രമാണ് അപകടത്തിന്റെ ഉത്തരവാദി എന്നും അയാൾ സ്വയം വിശ്വസിപ്പിച്ചുകൊണ്ടിരുന്നു. ഈയൊരു ധാരണയുടെ പുറത്താണ് ഇനി അയാൾ മുന്നോട്ടപോവുക. ആ ചെറു പ്പക്കാരൻ ആരാണെന്ന് താനറിയേണ്ട കാര്യമില്ല. അയാൾക്കെന്തെ പറ്റിയെന്ന് അന്വേഷിക്കേണ്ട ഒരു ബാധ്യതയും തനിക്കില്ല. കാരണം ആ അപകടവുമായി തനിക്ക് യാതൊരു ബന്ധവുമില്ല. തന്നെ രക്ഷി ക്കാനുള്ള ശ്രമത്തിന്റെ കൂടി ഭാഗമാണ് ആ അപകടം നടന്നത് എന്ന കാര്യം അയാൾ എന്നന്നേക്കുമായി മറക്കാൻ തീരുമാനിച്ചു കഴിഞ്ഞു. എത്ര പേർ നിത്യേന വാഹനാപകടങ്ങളിൽ പെടുന്നുണ്ട്. ഇതും അതു പോലൊരെണ്ണം മാത്രം. എല്ലാം അയാൾ സ്വന്തം മനസ്സിനെ പറഞ്ഞു പഠിപ്പിച്ചു. അതോടെ ബലരാമന് വല്ലാത്തൊരു ആത്മവിശ്വാസം കൈവന്നു.

ഉറച്ച തീരുമാനമെടുത്തിരുന്നെങ്കിലും പിറ്റേന്ന് പോസ്റ്റ് ഓഫീസിന് സമീപമെത്തിയപ്പോൾ ബലരാമൻ ചെറുതായൊന്ന് പതറിപ്പോയി. വണ്ടിയിടിച്ച് ഒടിഞ്ഞുതൂങ്ങിയ ആ ചീനിമരത്തിന്റെ കാഴ്ച ബലരാമനെ അസ്വസ്ഥനാക്കി. എങ്കിലും തുടർന്നുള്ള ദിവസങ്ങളിൽ ആ കാഴ്ചക ളുമായി ബലരാമൻ സമരസപ്പെട്ടുതുടങ്ങി. കാലം മായ്ക്കാത്ത മുറിവുക ളില്ലല്ലോ. ക്രമേണ ആകാഴ്ചകൾ തന്നിലുണ്ടാക്കിയ വികാരങ്ങളെ മറികടക്കാൻ അയാൾക്ക് കഴിഞ്ഞു.

ആ അപകടത്തെക്കുറിച്ചുള്ള സുഹൃത്തുക്കൾക്കിടയിലെ ചർച്ചകളിൽ ബലരാമൻ സജീവമായി പങ്കെടുത്തുകൊണ്ടിരുന്നു. മിക്കവാറും കാറിന്റെ ഡ്രൈവർ ഉറങ്ങിപ്പോയിട്ടുണ്ടാവുമെന്നും അതല്ലെങ്കിൽ മദ്യപിച്ചിട്ടു ണ്ടാവുമെന്നും അയാൾ സമർത്ഥിച്ചു. ആ അപകടത്തെക്കുറിച്ച് പല തമാശകളും പറഞ്ഞ് പൊട്ടിച്ചിരിച്ചു. കൂട്ടുകാരൊന്നിച്ചുള്ള ചില മദ്യപാന കമ്പനികളിലും ഈ അപകടത്തെ വളരെ ലാഘവത്തോടെ അവതരി പ്പിക്കാനും കാർ ഡ്രൈവറെ പരമാവധി കുറ്റപ്പെടുത്താനും ബലരാമന് സാധിച്ചു.

ആഴ്ചകളും മാസങ്ങളും കഴിഞ്ഞുപോയതോടെ കടൽതിരകൾവ ന്ന് മണലെഴുത്ത് മായ്ക്കുന്നതുപോലെ കാലം ആ ഓർമകളെയെല്ലാം ബലരാമന്റെ മനസ്സിൽനിന്ന് മായ്ച്ചുകളഞ്ഞു. ഭാഗ്യത്തിന് അതൊന്നും അയാളെ ഓർമിപ്പിക്കാൻ ഒരാളുമുണ്ടായിരുന്നില്ല. കാരണം ആ അപക ടത്തിൽ-അതിനെ വെറുമൊരു അപകടമെന്ന് വിളിക്കാനാകുമോ

എന്നറിയില്ല- ബലരാമന്റെ പങ്ക് തെളിയിക്കുവാൻ ഒരു ദൃക്സാക്ഷിയും ഉണ്ടായിരുന്നില്ലല്ലോ.

ഒരു നേർരേഖയില്ല ജീവിതത്തിന്റെ ഒഴുക്കെന്ന് ബലരാമനെ ബോധ്യപ്പെടുത്തിയത് മറ്റൊരു ആശുപത്രി സന്ദർശനമായിരുന്നു. വിസ്മൃതിയുടെ അകക്കാമ്പിൽ അടച്ചപൂട്ടിയതെല്ലാം പുറത്തെടുക്കുക മാത്രമല്ല, അതേ കളിക്കളത്തിലേക്ക് ബലരാമനെ തിരികെക്കൊണ്ടുവരികയും ചെയ്യാൻ എന്തോ ഒന്ന് ആശുപത്രിയിൽ കാത്തിരിക്കുന്നുണ്ടായിരുന്നു. തികച്ചും യാദൃച്ഛികമായിട്ടായിരുന്നു ബലരാമൻ ആ വലയിലേക്ക നടന്ന കയറിയത്.

തന്നെ കാത്തിരിക്കുന്നതെന്താണെന്നതിനെപ്പറ്റി ഒരു ധാരണയുമി ല്ലാതെയാണ് ബലരാമൻ അസുഖമായിക്കിടക്കുന്ന ഒരു സുഹൃത്തിനെ കാണാൻ ജില്ലാ ആശുപത്രിയിലെത്തിയത്. വാർഡോ റൂം നമ്പറോ ഒന്നും അറിയാത്തതിനാൽ അതന്വേഷിക്കാനാണ് നഴ്സുമാരുടെ ഡ്യൂട്ടി റൂമിലേക്ക ചെന്നത്.

'നിങ്ങടെ വീട് എവിടെയാ?'

ബലരാമൻ തന്റെ നാടിന്റെ പേര് പറഞ്ഞു.

'ഈ സ്ഥലം പരിചയമുണ്ടോ?'

അവർ ഒരു കടലാസുതുണ്ടിലെഴുതിയ വിലാസം അയാൾക്ക നേരെ നീട്ടി. ബലരാമൻ ആ വിലാസം നോക്കി. ഒരു രത്നാകരന്റെ വീട്ടുഅഡ്രസ്സാണ്. തന്റെ നാട്ടിൽ നിന്നും പിന്നെയും ഒരു പത്തു കിലോമീ റ്ററിലേറെ പോകണം.

'സ്ഥലമറിയാം. എന്റെ നാട്ടിൽ നിന്നും പിന്നെയും കുറേ ദൂരം പോകാനുണ്ട്. എന്താ കാര്യം?'

'നിങ്ങൾക്ക് ഈ ഒരു കാൽ ഈ വിലാസത്തിലേക്ക് ഒന്ന് എത്തി ച്ചുകൊടുക്കാമോ?'

അവർ മേശയുടെ ഒരരികിലായി വച്ചിട്ടുള്ള ഒരു കൃത്രിമക്കാലിലേക്ക് വിരൽച്ചൂണ്ടി. അപ്പോഴാണ് ആ കാൽ അയാളുടെ ശ്രദ്ധയിൽപ്പെട്ടത്. താനെന്തിന് ഈ കാൽ എത്തിക്കണം. ആശുപത്രി ജീവനക്കാരുടെ ജോലി തന്നെ ഏൽപിക്കാനാണ് ഇവരുടെ ഉദ്ദേശ്യം. ഈ കാൽ ആരുടേതാണെന്നുപോലും അറിയാതെ താൻ എന്തിന് കൊണ്ടുപോയി കൊടുക്കണം. താൻ ഓട്ടോക്കാരനാണ് എന്നൊന്നും ഇവർക്കറിയില്ല ല്ലോ. കാലിന്റെ ഉടമസ്ഥർ ആവശ്യമാണെങ്കിൽ വന്ന് വാങ്ങിക്കൊണ്ട പോകട്ടെ.

'ഇത് എത്തിച്ചകൊടുക്കാനുള്ള ഓട്ടോക്കൂലി തരുമെങ്കിൽ ഞാൻ എത്തിച്ചകൊടുക്കാം. അല്ല, ആരുടേതാണീ കാൽ? ഇതെങ്ങനെ ഇവിടെ വന്നു?'

'ഓ, അതൊരു പേഷ്യന്റിന്റേതായിരുന്നു. പത്തുദിവസം മുമ്പ് കഠിനമായ നെഞ്ചുവേദനയുമായി ഒരു ചെറുപ്പക്കാരൻ വന്നിരുന്നു. രണ്ടാമത്തെ അറ്റാക്കായിരുന്നു. ഞങ്ങൾ പരമാവധി രക്ഷപ്പെടുത്താൻ നോക്കി. വിജയിച്ചില്ല. ആംബുലൻസിൽ കേറ്റി ബോഡി തിരിച്ചുകൊ ണ്ടുപോവുകയും ചെയ്തു. ചികിത്സയുടെ സമയത്ത് ഊരിവച്ചതായിരുന്നു ഈ കാല്. പെട്ടെന്നുള്ള മരണമായതിനാൽ വെപ്രാളത്തിനിടയിൽ ബോഡി കൊണ്ടുപോകുമ്പോൾ ഈ കാലെടുക്കാൻ മറന്നുപോയ താണ്. പിന്നീട് ബന്ധുക്കളാരെങ്കിലും അന്വേഷിച്ചവരുമ്പോൾ കൊടു ക്കാമെന്ന കരുതി കാണുന്ന ഭാഗത്തുതന്നെ വെച്ചതാ. ആരും ഇതുവരെ അന്വേഷിച്ച് വന്നില്ല.'

'ഓട്ടോക്കൂലി തരാമോ..?' ബലരാമൻ വീണ്ടും ചോദിച്ചു.

'ഓട്ടോക്കൂലി ചോദിക്കരുത്. ഇവിടെ അതിനൊന്നും ഫണ്ടില്ല.'

'കാലിന്റെ ഉടമസ്ഥൻ മരിച്ച പോയി. വീട്ടുകാരാരും ഇത്രയും കാല മായിട്ടും അന്വേഷിച്ച് വന്നിട്ടുമില്ല. നിങ്ങൾക്കിത് എങ്ങനെയെങ്കിലും ഇവിടെനിന്ന് ഒഴിവാക്കുകയും വേണം. അതല്ലേ കാര്യം.'

'ഏയ് അതല്ല. ഇത് യഥാർത്ഥ ഉടമസ്ഥന് എത്തിക്കുകതന്നെ വേണം. ഇവിടെ ഇങ്ങനെ സൂക്ഷിക്കാൻ നിയമം അനുവദിക്കുന്നില്ല.'

'എനിക്ക് ഓട്ടോയിൽ അവിടെ പോയി വരണമെങ്കിൽ ഇരുന്നൂറ്റ മ്പത് രൂപയാകും. ഇത് അവിടെയെത്തിച്ചാൽ പൈസ ആ വീട്ടുകാർ തരുമോ?'

'ചിലപ്പോൾ തന്നേക്കും. ഇനി അവരിത് ഉപേക്ഷിച്ചതാണെങ്കിൽ കിട്ടിയെന്നു വരില്ല. ഇയാൾക്കിതൊരു മാനുഷിക പരിഗണനവെച്ച് എത്തിച്ചുകൂടേ?'

'അതിന് ഞാൻ മദർ തെരേസയൊന്നുമല്ല സിസ്റ്ററേ. അന്നന്നത്തെ അരി മേടിക്കാൻ തന്നെ പാടുപെടുന്ന ഒരു പാവം ഓട്ടോക്കാരനാ. ആ ഭാഗത്തേക്ക് ട്രിപ്പ് കിട്ടുമ്പോൾ കൊണ്ടുപോകാമെന്നല്ലാതെ ഫ്രീയായി അതുവരെ പോയിവരാൻ യാതൊരു നിർവാഹവുമില്ല. നിങ്ങൾക്ക് താല്പര്യമുണ്ടെങ്കിൽ ഒരു ഇരുന്നൂറ്റമ്പത് രൂപ തന്നേക്ക്.'

'എങ്കിൽ ഇയാൾ സൗകര്യം പോലെ എപ്പോഴെങ്കിലും കൊടുത്തേ ക്ക്. ഇതിവിടെയിങ്ങനെ വെച്ചോണ്ടിരിക്കാൻ എന്തായാലും പറ്റില്ല. ഈ

രശീതിയിലൊന്ന് പേരും മേൽവിലാസവും ഫോൺനമ്പറും എഴുതി ഒപ്പിട്ടു തന്നേക്ക്.'

ഒപ്പിടുമ്പോൾ പേരും വിലാസവും ഫോൺനമ്പറും മാറ്റി എഴുതാൻ ബലരാമൻ പ്രത്യേകം ശ്രദ്ധിച്ചു. ആരും അന്വേഷിച്ചു പിന്നാലെ കൂടരുത്.

'എപ്പോഴെങ്കിലും ആ റൂട്ടിൽ പോകുമ്പോൾ കൊടുത്തോളാം. ഞാൻ പേഷ്യന്റിനെ കണ്ടു വരുമ്പോഴേക്കും നിങ്ങളതൊന്ന് പാക്ക് ചെയ്തുവ ച്ചേക്ക്.'

ആശുപത്രിയിൽനിന്ന് പോരുമ്പോൾ ഓട്ടോയുടെ പുറകിലെ സീറ്റിൽ ആ കൃത്രിമക്കാലിന്റെ പൊതിയുമുണ്ടായിരുന്നു. ആ കാൽ അതിന്റെ വിലാസക്കാരനെത്തിക്കാനുള്ള യാതൊരു ഉദ്ദേശ്യവും ബലരാമനുണ്ടാ യിരുന്നില്ല. മരിച്ചുപോയ ഒരാളുടെ കാലാണിത്. അയാൾക്കെന്തായാലും ഈ കാലുകൊണ്ട് ഉപകാരമില്ല. വീട്ടുകാർക്കും ഈ കാല് കിട്ടിയിട്ട് പ്രത്യേകിച്ച് ആവശ്യമൊന്നുമുണ്ടാവില്ല. അതുകൊണ്ടാണല്ലോ അവർ ഇതുവരെ അന്വേഷിച്ചെത്താത്തത്. ആശുപത്രിയിൽനിന്നൊഴിവായ തോടെ അവർക്കും തലവേദന തീർന്നു. എവിടെയെങ്കിലും ഒറ്റപ്പെട്ട പൊന്തക്കാടുകൾ കണ്ടാൽ ആരോ ഉപയോഗിച്ചതിന് ശേഷം ഉപേക്ഷി ക്കപ്പെട്ട ആ കൃത്രിമക്കാൽ വലിച്ചെറിയാമെന്ന് ബലരാമൻ മനസ്സിൽ തീരുമാനമെടുത്തു.

പിന്നിലെ സീറ്റിൽ അനാഥമായി കിടക്കുന്ന കാലിലേക്കൊന്നു തിരിഞ്ഞുനോക്കിയപ്പോൾ ഏതൊക്കെയോ പഴയ ചിലഓർമകൾ ബലരാമനിൽ തികട്ടിവന്നു. ബാക്സീറ്റിൽ ചോരയൊലിപ്പിച്ചുകൊണ്ടി രുന്ന ഒരു കാലുമായി ഒരു പാതിരാത്രിയിൽ ഇതേ ആശുപത്രിയിലേക്ക് അതിവേഗത്തിൽ ഓട്ടോ ഓടിച്ച ഒരു യാത്രയുടെ ഓർമ ബലരാമന്റെ സ്മരണയിൽ തിരിച്ചെത്തി. അതോടൊപ്പം തന്നെ ദേഹമാസകലം ചോരയൊലിപ്പിച്ചുകൊണ്ടുള്ള ഒരു ചെറുപ്പക്കാരനെ കാറിൽനിന്ന് വലിച്ച് പുറത്തിറക്കുന്ന രംഗം തൊട്ടുമുന്നിലെന്ന പോലെ തെളിഞ്ഞു വന്നു.

പോസ്റ്റ് ഓഫീസിനടുത്തെത്താറായപ്പോൾ എന്തോ ഒരു ജന്തു ഓട്ടോയ്ക്ക് മുന്നിലൂടെ വേഗത്തിൽ റോഡിന്റെ മറുവശത്തേക്ക് ചാടി. സഡൻബ്രേക്കിട്ടുകൊണ്ട് ബലരാമൻ ഓട്ടോ നിറുത്തി, ഒരു ഭാഗത്തേ ക്ക് ഒതുക്കി. വണ്ടിയിൽ നിന്ന് പുറത്തിറങ്ങി അയാൾ ചുറ്റും നോക്കി. ഒരു പച്ച, പൂതലിച്ചുപോയ ചീനിമരത്തിനു മുൻപിൽനിന്ന് അത് ബലരാമനെ ഇറിച്ചു നോക്കിക്കൊണ്ടിരുന്നു. അതിന്റെ മുഖത്തെ ക്രൗര്യഭാവം ബലരാമനെ അസ്വസ്ഥനാക്കി. അപകടം നടന്ന അതേസ്ഥലത്താണ് ആ പച്ച നിൽക്കുന്നതെന്നാലോചിച്ചപ്പോൾ ബലരാമന്റെ കൈകാലുകൾ

അകാരണമായി വിറച്ചുതുടങ്ങി.

ആ അപകടവും ഈ കൃത്രിമക്കാലുമായി ഒരു ബന്ധവുമില്ല. പിന്നെയെന്തിനാണ് മേറവിയുടെ ആഴക്കയങ്ങളിൽനിന്ന് ആ ദൃശ്യങ്ങ ളൊക്കെ പൊന്തിവന്നിരിക്കുന്നത്. എല്ലാം ഇന്നലെ നടന്നതുപോലെ ഓർമയിലേക്ക് തിരിച്ചെത്തിയിരിക്കുന്നു. ബലരാമൻ കൂപ്പിയിൽനിന്ന് കുറേ വെള്ളമെടുത്ത് കുടിച്ചു. ഒരു തരം പരവേശം ബാധിച്ചപോലെ. കുറച്ചനേരം സ്വസ്ഥമായിരുന്നതിനുശേഷം അയാൾ ആ കാലിന്റെ പാക്കറ്റെടുത്ത് ഓട്ടോയുടെ പിറകിലേക്ക മാറ്റിവച്ചു.

പെട്ടെന്ന് മറ്റൊരു ചിന്ത അയാളുടെ മനസ്സിലേക്ക് കയറിവന്നു. എന്നെങ്കിലും ഇതിന്റെ ഉടമസ്ഥർ തന്നെത്തേടി എത്തുമോ? പേരും ഫോൺനമ്പറുമൊക്കെ മാറ്റി കൊടുത്തതിനാൽ സാധ്യത തീരെയി ല്ലെങ്കിലും അങ്ങനെയൊരു സംഭാവ്യത ഉണ്ടല്ലോ. അതുകൊണ്ട് ഇത് വലിച്ചെറിയുന്നില്ല. വീട്ടിൽ സൂക്ഷിക്കാം. ആ കൃത്രിമക്കാലിന്റെ പൊതി വഴിയിലെവിടെയും വലിച്ചെറിയാതെ അയാൾ ഓട്ടോ നേരെ വീട്ടിലേ ക്കുവിട്ടു.

ഭാര്യപോലും അറിയാതെ ബലരാമൻ ആ കാലിന്റെ പാക്കറ്റ് കിടപ്പുമുറിയിലെ ഒരു റാക്കിൽ ഒളിപ്പിച്ചുവച്ചു. ഒറ്റനോട്ടത്തിലൊന്നും കാണില്ല. ഭാര്യയെങ്ങാനും കണ്ട് ചോദിച്ചാൽ, ആശുപത്രിയിൽനിന്ന് കൊടുത്തുവിട്ടത് വീട്ടുകാർക്ക് എത്തിക്കാതെ കൊണ്ടുവന്ന കാര്യം പറയേണ്ടിവരും. അല്ലെങ്കിൽ എന്തെങ്കിലും നുണക്കഥകൾ ഉണ്ടാക്കി പറയേണ്ടിവരും. ഏറ്റവും നല്ലത് ഭാര്യ ഒന്നും അറിയാതിരിക്കുന്നതത ന്നെയാണ്. റാക്കിൽ പരമാവധി ഉള്ളിലോട്ട് തള്ളിയാണ് വെച്ചിട്ടുള്ളത്. അവൾക്ക് അവിടെയൊന്നും പരിശോധിക്കേണ്ടിവരാറില്ല. ആ കാൽ അവിടെ ഒരു രഹസ്യമായിത്തന്നെ ഇരുന്നുകൊള്ളും.

പ്രത്യേകതകളൊന്നുമില്ലാതെ ബലരാമന്റെ ജീവിതം മുന്നോട്ട നീങ്ങി ക്കൊണ്ടിരുന്നു. കിടപ്പുമുറിയിലൊളിപ്പിച്ചുവച്ച കാലിന്റെ കാര്യം പോലും ബലരാമൻ മറന്നുപോയിരുന്നു. ഒരു ദിനം ഓട്ടോ സ്റ്റാന്റിലെത്തിയപ്പോ ഴാണ് കുറച്ച പ്രായമുള്ള ഒരു ഓട്ടോ ഡ്രൈവറെ ആശുപത്രിയിൽ പ്രവേ ശിപ്പിച്ച വിവരം ബലരാമനറിയുന്നത്. കടുത്ത പ്രമേഹ രോഗിയാണ് ആ ഡ്രൈവർ. ബലരാമൻ അയാളെ കാണാൻ ഓട്ടോയിൽത്തന്നെ ജില്ലാ ആശുപത്രിയിലെത്തി. അയാൾക്ക് രോഗം നന്നായി മൂർച്ഛിച്ചിരുന്നു. കണ്ണിനായിരുന്നു അസുഖം ഗുരുതരമായി ബാധിച്ചത്. ബലരാമനും മറ്റചില ഓട്ടോക്കാരും കട്ടിലിനരികിൽനിന്നു സംസാരിക്കുമ്പോഴാണ് പരിശോധനയ്ക്കായി ഡോക്ടർ എത്തിയത്. പരിശോധന കഴിഞ്ഞ് പോകാൻ നേരം ബലരാമൻ ഡോക്ടറോട് ഒരു സംശയം ചോദിച്ചു.

'അല്ല സാറേ, ഈ രക്തത്തിലെ പഞ്ചസാര കൂടുന്നതല്ലേ പ്രമേഹം..? പ്രമേഹം വന്നാൽ എങ്ങനെയാ കണ്ണ് തകരാറിലാവുക?'

പോകാൻ തയ്യാറായ ഡോക്ടർ തിരിഞ്ഞുനിന്നു.

'അതാണ് പ്രമേഹമെന്ന രോഗത്തിന്റെ പ്രത്യേകത. ശരീരത്തിലെ ഏതവയവത്തെയും നശിപ്പിക്കാൻ പ്രമേഹത്തിന് കഴിയും. രക്തത്തിലെ പഞ്ചസാരയുടെ അളവ് ക്രമാതീതമായി കൂടിയാൽ ശരീരത്തിലെ ഏത് കോശത്തേയും തകരാറിലാക്കാൻ കഴിയും എന്നതാണ് പ്രമേഹത്തെ ഏറ്റവും ഗുരുതരമായ രോഗങ്ങളിലൊന്നായി മാറ്റുന്നത്. കാൽവിരലുകൾ മുതൽ കണ്ണുകൾവരെ ഇവയുടെ ആക്രമണ പരിധിയിൽ ഉൾപ്പെടും. പ്രമേഹമുള്ളവർക്ക് അറ്റാക്ക് വന്നാൽപോലും ചിലപ്പോൾ തിരിച്ചറി യാതെ മരണം വരെ സംഭവിക്കാറുണ്ട്. കണ്ണിന്റെ കാഴ്ച നഷ്ടപ്പെടുന്ന വരും കാല് മുറിക്കേണ്ടി വന്നവരും പഴയകാലത്ത് ധാരാളമുണ്ടായി രുന്നു. ഇപ്പോൾ ധാരാളം പുതിയ മരുന്നുകൾ നിലവിലുള്ളതുകൊണ്ട് അപൂർവമായേ രോഗങ്ങൾ ഗുരുതരമാകാറുള്ളൂ. മാത്രവുമല്ല, ഒട്ടുമിക്ക ആളുകളും മരുന്നോ, ഇൻസുലിനോ ഉപയോഗിച്ച് പ്രമേഹം നിയന്ത്രണ വിധേയമാക്കുന്നവരാണ്.' ഡോക്ടർ വിശദീകരിച്ചു.

'നിനക്കെന്താ ഷുഗറുണ്ടോ?' ഡോക്ടർ പോയപ്പോൾ കൂട്ടുകാരൻ ചോദിച്ചു.

'ഏയ്, എനിക്കോ? ഞാനിതുവരെ പരിശോധിച്ചിട്ടുപോലുമില്ല.'

ആശുപത്രിയിൽനിന്ന് പുറത്തിറങ്ങാൻ നേരമാണ് ഒരു സ്ത്രീ ഓട്ടോ യ്ക്കുവേണ്ടി അങ്ങോട്ടുമിങ്ങോട്ടും പായുന്നത് ബലരാമന്റെ ശ്രദ്ധയിൽപ്പെ ടുന്നത്. ഓട്ടോ പാർക്കിംഗിൽ ഒറ്റ ഓട്ടോ പോലുമില്ല. വരുന്ന ഓരോ ഓട്ടോയ്ക്കും പിടിവലിയാണ്. അവർ ഓടിയെത്തുമ്പോഴേക്കും ഓട്ടോയിൽ മറ്റാരെങ്കിലും കയറിയിട്ടുണ്ടാകും.

ബലരാമൻ ആ സ്ത്രീയുടെ അടുത്തേക്ക ചെന്നു.

'നിങ്ങക്ക് എങ്ങോട്ടാ പോകേണ്ടത്? '

അവർ സ്ഥലം പറഞ്ഞു. ബലരാമന്റെ റൂട്ടിൽതന്നെയാണ്. കുറച്ച ദൂരം കൂടി പോകാനുണ്ട്.

'നിങ്ങൾ ആശുപത്രിയുടെ പുറത്ത് കാത്തുനിന്നാൽമതി. ഞാൻ ഓട്ടോയുമായി വരാം. എനിക്കിവിടെനിന്ന് ആളെ എടുക്കാൻ പറ്റില്ല. അതുകൊണ്ടാ.'

ബലരാമൻ ദൂരെ ഒതുക്കി നിറുത്തിയിരുന്ന ഓട്ടോയുമായി ആശു പത്രിക്ക പുറത്തെത്തി. ആ സ്ത്രീയെയും കയറ്റി നാട്ടിലേക്ക തിരിച്ചു. അവർ ചെറുതായി കരയുകയും എന്തൊക്കെയോ പിറുപിറുക്കുകയും

ചെയ്യുന്നുണ്ടായിരുന്നു. അയാൾ ഓട്ടോ പതുക്കെയൊക്കി കാര്യമന്വേ ഷിച്ചു.

'ഞാനെന്റെ മോന്റെ കാല് തേടി വന്നതാ. മോൻ മരിച്ചപ്പോ കാല് കൊണ്ടുപോകാൻ മറന്നുപോയി. കൃത്രിമക്കാലായിരുന്നേ. ദിവസം കുറേയായി. ഇന്നാ പോരാൻ പറ്റിയത്. ഇവിടെ വന്ന് ചോദിക്കുമ്പോൾ കാലിവിടെയില്ല. ഏതോ ഒരു ഓട്ടോഡ്രൈവറുടെ അടുത്ത് കൊടുത്തയ ച്ചിട്ടുണ്ടത്രേ. ആ നമ്പറിൽ വിളിച്ചനോക്കുമ്പോ അത് ഓട്ടോക്കാരനൊ ന്നുമല്ല. ഞാനിനി മോളോടെന്തെ പറയും? എന്റെ മോന്റെ കാലെവിടെ പ്പോയോ ആവോ?'

'മകൻ മരിച്ചപോയി എന്നല്ലേ പറഞ്ഞത്? ഇനി ആ കാല് കിട്ടിയി ട്ടെന്താ കാര്യം?'

'അതല്ല മോനേ, എന്റെ മോന്റെ ഓർമയ്ക്കായി ആ കാലെങ്കിലും ഉണ്ടായിരുന്നെങ്കിൽ മനസ്സിനൊരു സമാധാനമാ. അവന്റെ ഭാര്യയുടെ കണ്ണീരിതുവരെ തോർന്നിട്ടില്ല. അവളാ എന്നെ നിർബന്ധിച്ച പറഞ്ഞ യച്ചത്.'

തന്റെ വീട്ടിൽ കിടപ്പമുറിയിലെ റാക്കിലിരിക്കുന്ന കാല് കണ്ടുകൊണ്ട് അവർ മനസ്സമാധാനമുണ്ടാക്കണ്ട.

വീടിന്റെ ഗേറ്റ് എത്താറായപ്പോൾ അവർ പറഞ്ഞു.

'ഇവിടെ നിർത്തിയാൽമതി. ഞാൻ പൊയ്ക്കോളാം.' അവർ ഓട്ടോ ക്കൂലി കൊടുത്ത് ഗേറ്റ് തുറന്ന് അകത്തേക്കുപോയി.

അപ്പോൾ ഇതാണ് ആ കാലിന്റെ ഉടമയുടെ വീട്. മരിച്ചപോയ ഒരാളുടെ ജീവനില്ലാത്ത കാൽ അവർക്ക് കിട്ടിയാൽ അവരുടെ ഉള്ള സ്വസ്ഥതയും കൂടി നഷ്ടപ്പെടുകയേയുള്ളൂ. അവർക്കേതായാലും ആ കാല് കൊടുക്കുന്നതുകൊണ്ട് ഒരർത്ഥവുമില്ല. താനതേതായാലും അവർക്ക് നൽകില്ല. പറ്റിയ സന്ദർഭം കിട്ടിയാൽ ആർക്കെങ്കിലും വേണമെങ്കിൽ വിറ്റ് കുറച്ച് കാശുണ്ടാക്കാം.

ഓട്ടോ തിരിക്കുമ്പോഴാണ് ബലരാമൻ ആ കാഴ്ച കണ്ടത്. ഗേറ്റിന് മുകളിൽ ഒരു പൂച്ചയിരിക്കുന്നു. അതിന്റെ നോട്ടം തന്റെ മുഖത്തേ ക്ക് തന്നെയാണ്. പൂച്ചയുടെ മുഖത്തിന്റെ ഭാവമാണ് ബലരാമനെ ഞെട്ടിച്ചത്, ശത്രുവിനെ നോക്കുന്നതുപോലെ. ഈ പൂച്ചയെ താൻ എവിടെയൊക്കെയോ കണ്ടിട്ടുണ്ടല്ലോ എന്നൊരു തോന്നൽ ബലരാ മനുണ്ടായി. പെട്ടെന്നോർത്തില്ലെങ്കിലും അയാളുടെ സ്മരണകളിലേക്ക് ആ പൂച്ച തിരിച്ചെത്തുകതന്നെ ചെയ്തു. അതോടെ ബലരാമന്റെ ശരീര മൊന്ന് ഞെട്ടിവിറച്ചു.. അന്നാ കാറിടിച്ച മരത്തിന് മുന്നിൽവച്ച് തന്റെ

ഓട്ടോയ്ക്ക് കുറുകെചാടി, ആ ചീനി മരത്തിന്റെ ചുവട്ടിലിരുന്ന് തന്നെ തുറിച്ച് നോക്കിയ അതേ പൂച്ച. പക്ഷേ ആ പൂച്ചയെങ്ങനെ ഇവിടെയെത്തി? അതിന് യാതൊരു സാധ്യതയുമില്ല. അതേപോലുള്ള മറ്റൊരു പൂച്ചയായിരിക്കും. അയാൾ സ്വയം സമാധാനിപ്പിച്ചു.

അന്ന് രാത്രി ഭാര്യ അടുക്കളയിൽ ജോലിത്തിരക്കിലാണ് എന്നറപ്പുവരുത്തിയാണ് ബലരാമൻ ആ കാലിന്റെ പൊതി റാക്കിൽനിന്നും എടുത്ത് അഴിച്ചനോക്കിയത്. ആശുപത്രിയിൽവച്ച് ഒരൊറ്റ നോട്ടം കണ്ടതല്ലാതെ ഇതുവരെ ആ പൊതി അഴിച്ച നോക്കിയിട്ടില്ല. നല്ല ഭംഗിയും വൃത്തിയുമുള്ളൊരു കൃത്രിമക്കാൽ. അത്യാവശ്യം ഭാരവ്വുമുണ്ട്. കുറച്ചനേരം അത് കയ്യിലെടുത്ത് നോക്കിനിന്നു. വീണ്ടും പഴയപടി പൊതിഞ്ഞ് തിരികെ കവറിലാക്കുന്ന നേരത്താണ് കാൽ വലിയെയൊരു ശബ്ദത്തോടെ നിലത്തേക്കു വീണത്. വീഴ്ചയിൽ ഒരറ്റം ബലരാമന്റെ കാലിലും തട്ടി.

'എന്താ ഒരൊച്ച കേട്ടത്?' എന്ന ചോദിച്ചുകൊണ്ട് ഓടിയെത്തിയ ഭാര്യ കാണുന്നത് ഒരു കൃത്രിമക്കാല്യുമയർത്തിപ്പിടിച്ച് നിൽക്കുന്ന ബലരാമനെയാണ്. അവൾ ഭയന്ന് നിലവിളിച്ചു. ബലരാമന്റെ കാൽവിരലുകളിൽനിന്ന് ചോരയൊലിക്കുന്നുണ്ടായിരുന്നു.

'എന്തായിത്?' അവൾ പേടിയോടെ ചോദിച്ചു.

'നീ ആദ്യം പോയി ഒരു തുണിക്കഷണമെടുത്തുകൊണ്ടുവാ.'

ബലരാമൻ തുണികൊണ്ട് മുറിവിന പുറത്തായി മുറുക്കിക്കെട്ടി. അതിനശേഷമാണ് കാലിന്റെ ചരിത്രം പറയാൻ തുടങ്ങിയത്. ഭീതിയും ആകാംക്ഷയും പരിഭ്രാന്തിയുമൊക്കെ കീഴടക്കിയിരുന്ന ഭാര്യയോട് വളരെ നിസ്സാരമായൊരു കാര്യം എന്ന നിലയ്ക്കാണ് ബലരാമൻ ആ വിഷയം അവതരിപ്പിച്ചത്. യാതൊരു നാടകീയതയുമില്ലാതെ നിസംഗനായി ബലരാമൻ ആശുപത്രിയിൽ തനിക്ക് ആ കാൽ ഏറ്റെടുക്കേണ്ടിവന്ന സന്ദർഭം വിവരിച്ചു. ഒരു സൽക്കർമ്മം എന്ന നിലയ്ക്കാണ് താൻ ആ കാൽ വിലാസക്കാരന് എത്തിക്കാമെന്നേറ്റത്. എന്നാൽ എത്ര നിർബന്ധിച്ചിട്ടും ആ വീട്ടുകാർ ആ കാൽ ഏറ്റവാങ്ങാൻ തയ്യാറായില്ല. ആ കാൽ ഉപേക്ഷിക്കാൻ തനിക്ക മനസ്സുവന്നില്ല. എന്നെങ്കിലും അവർ മനസ്സുമാറി കാലമ്പേഷിച്ചവന്നാലോ. അതാലോചിച്ചിട്ടാണ് വഴിയിലെങ്ങും ഉപേക്ഷിക്കാതെ നേരെ വീട്ടിലേക്കുകൊണ്ടുവന്നത്. പൊടി പറ്റാതിരിക്കാൻ പൊതിഞ്ഞ് ഉള്ളിൽവച്ചതാണ്. ഭാര്യയോട് പറയണമെന്ന് വിചാരിച്ചിരുന്നതാണ്. മറന്നുപോയി.

തന്റെ ഭാഗത്തുനിന്നും യാതൊരു പിഴവുകളും പറ്റിയിട്ടില്ലാത്ത

രീതിയിലായിരുന്ന ബലരാമന്റെ അവതരണം. പ്രതിഫലം ഇച്ഛിക്കാതെ ചെയ്തൊരു പരോപകാരമായിരുന്നു. പക്ഷേ ഫലം കണ്ടില്ല എന്ന മാത്രം.

'ഈ കാലും ആ മരിച്ച ആളിനോടൊപ്പം ചിതയിൽതന്നെ സംസ്ക രിക്കുന്നതായിരുന്നു നന്നായിരുന്നത്. ഇനി എപ്പോഴെങ്കിലും അവർ അന്വേഷിച്ച വരാതിരിക്കില്ല. അതുവരെ നമുക്കിത് വൃത്തിയായി എടു ത്തുവയ്ക്കാം.'

ആ കാലിന്റെ പരിചരണച്ചുമതല ഭാര്യ ഏറ്റെടുത്തു. അവളതു നല്ല വണ്ണം തുടച്ചുവൃത്തിയാക്കി കിടപ്പുമുറിയുടെ മേശപ്പുറത്തു സ്ഥാപിച്ചു. മുറി അടിച്ചുവാരുമ്പോഴൊക്കെ കാലും തുടച്ചുവൃത്തിയാക്കിത്തുടങ്ങി.

പിന്നീടെല്ലാ ദിവസവും ബലരാമൻ കണികാണുന്നത് മേശപ്പുറ ത്ത് വൃത്തിയാക്കിവച്ചിരിക്കുന്ന കൃത്രിമക്കാലാണ്. കാലിന്റെ കാഴ്ച ബലരാമനെ അസ്വസ്ഥനാക്കിക്കൊണ്ടിരുന്നു. ആ കാൽ കാണുമ്പോ ഴൊക്കെ മറ്റൊരു കാലാണ് ബലരാമന് ഓർമവരിക. മറന്നുപോയി എന്നയാൾ വിശ്വസിച്ചിരുന്ന കാറപകടത്തേയും ആ ചെറുപ്പക്കാ രനേയും ഓർമപ്പെടുത്താൻ മേശപ്പുറത്തിരുന്ന ആ കാലിന്റെ ഒറ്റ കാഴ്ചമാത്രം മതിയായിരുന്നു. ഈ കാലും ആ അപകടവുമായിട്ടെന്തു ബന്ധം..? രാവിലെ ഓട്ടോയുമായി വീട്ടിൽനിന്നിറങ്ങിയാലും ആ കാൽ തന്നെ പിന്തുടരുന്നതുപോലെ ബലരാമന് തോന്നി. ചിലപ്പോൾ ചോരയൊലിപ്പിക്കുന്ന ചതഞ്ഞരഞ്ഞൊരു കാലായി. മറ്റുചിലപ്പോൾ ജീവനില്ലാത്തൊരു കൃത്രിമക്കാലായി. അയാൾ അറിയാതെ ഇടക്കിടെ ഓട്ടോയുടെ പുറകിലെ സീറ്റിലേക്ക തിരിഞ്ഞുനോക്കും. സീറ്റിലെങ്ങാൻ അനാഥമായി ആ കാൽ കിടക്കുന്നുണ്ടാവുമോ..?

പോസ്റ്റ് ഓഫീസിനടുത്തെത്തുമ്പോഴൊക്കെ കൈകാലുകൾക്ക് ഒരു തളർച്ച അനുഭവപ്പെടും. വീട്ടിലെ മേശപ്പുറത്തിരിക്കുന്ന കാലിന്റെ ചിത്രം മുന്നിൽ തെളിയും. കാറിടിച്ച് ഒടിഞ്ഞുമടങ്ങിയ ചീനിമരത്തിന്റെ കാഴ്ചയിൽ ഭീതിയുടെ തരംഗങ്ങൾ രൂപപ്പെട്ടും. പുറത്തേക്ക തള്ളി നിൽക്കുന്ന രണ്ട് കണ്ണുകൾ ഉറിച്ചനോക്കുന്നതായി തോന്നും. അവി ടെനിന്ന് നീങ്ങിയാലും ആ രണ്ട് കണ്ണുകൾ തന്നെ പിന്തുടരുന്നപോലെ അയാൾക്ക് തോന്നിത്തുടങ്ങി.

ബലരാമന് പോസ്റ്റ് ഓഫീസിനു മുന്നിലൂടെ ഓട്ടോയുമായി പോകാ നുതന്നെ കഴിയാതായി. അകാരണമായൊരു ഭയം അയാളിൽ പിടിമു റുക്കുകയായിരുന്നു. ആ ഭാഗത്തേക്കുള്ള ഓട്ടം കിട്ടിയാൽ എന്തെങ്കിലും കാരണം പറഞ്ഞ് അയാൾ ഒഴിവാക്കുവാൻ തുടങ്ങി. നഗരത്തിലേക്കും ജില്ലാ ആശുപത്രിയിലേക്കുമുള്ള പ്രധാന പാതയായതിനാൽ ആ റൂട്ടിലൂ ടെയുള്ള ഓട്ടം വേണ്ടെന്നുവച്ചതോടെ ബലരാമന്റെ ഓട്ടോ മിക്കസമയ വും സ്റ്റാന്റിൽ വിശ്രമത്തിലായിരുന്നു. പിന്നെപ്പിന്നെ ഉച്ചവരെ ഓട്ടോ സ്റ്റാന്റിലിട്ട് ഓട്ടമൊന്നും ഓടാതെ ഉച്ചയ്ക്ക് വീട്ടിലേക്ക തിരിച്ചപോകാൻ തുടങ്ങി. കൃത്രിമക്കാൽ വീണുമുറിഞ്ഞ കാൽവിരലിലെ വേദന ദിവസം കഴിയുന്തോറും കൂടിവന്നുതുടങ്ങി. എന്തെങ്കിലും കഴിച്ച് വീട്ടിൽതന്നെ വെറുതെയിരിക്കുകയോ കിടന്നുറങ്ങുകയോ ചെയ്യുക എന്നതായി ബലരാമന്റെ പകൽ ജീവിതം. ആ കാൽ മേശപ്പുറത്ത് പ്രതിഷ്ഠിച്ച ദിവസം മുതൽ തന്നെ എന്തോ ബാധിച്ചതായി ബലരാമന് തോന്നിത്തു ടങ്ങി. ഭാര്യയോട് എന്തുപറഞ്ഞിട്ടാണ് ആ മാരണത്തെ വീട്ടിൽനിന്നൊ ന്ന് പുറത്താക്കാനാവുക എന്നറിയാതെ അയാൾ കുഴങ്ങി. വല്ലാത്തൊരു

വൈതരണിയിലാണ് പെട്ടുപോയത്. എങ്ങനെ അതിൽനിന്നൊന്ന് കരകടക്കും എന്നറിയാതെ അയാൾ ഉഴറി. ദിവസങ്ങൾ പിന്നിട്ടന്തോ റും അയാൾ ഓട്ടോ വീട്ടിൽനിന്നും പുറത്തിറക്കാതായി. വേദനിക്കുന്ന കാലും ഉയർത്തിവച്ച് മുഴുവൻ സമയവും വീട്ടിൽ വെറുതെ ഇരിക്കാൻ തുടങ്ങിയതോടെ വീട്ടിൽ അട്ടുപ്പ പുകയുന്നതും അപൂർവമായിത്തുടങ്ങി.

****

ബലരാമനും ഭാര്യയും തമ്മിലുള്ള വഴക്ക് പതിവായിത്തുടങ്ങി. മിക്കവാറും ബലരാമന്റെ ഒച്ച അധികം കേൾക്കാറില്ല. അയാൾ കേട്ടി രിക്കാറേ ഉള്ളൂ. എല്ലാം തന്റെ തെറ്റാണെന്ന് ഉള്ളിൽനിന്ന് ആരോ എപ്പോഴും ഓർമിപ്പിച്ചുകൊണ്ടിരുന്നു. പോരാത്തതിന് ശക്തമായ കാൽവേദനയും. വേദന കാരണം ബലരാമൻ മുറ്റത്തോട്ടപോലും ഇറങ്ങാറില്ല. ആകെക്കൂടി ചെറിയൊരു മുറിവാണുള്ളത്. ഒരു ഡോക്ടറെ കാണിക്കാൻ മാത്രമുള്ള മുറിവൊന്നുമില്ല. എന്നാൽ സഹിക്കാൻ പറ്റാത്ത വേദനയും. ഒരു ജോലിയും ചെയ്യാതെ കാര്യമായൊന്നും സംസാരിക്കാതെ വീട്ടിൽ ചെറിയും കുത്തിനിന്നിരുന്ന ബലരാമനെ സദാസമയവും ഭാര്യ പ്രാകിക്കൊണ്ടിരുന്നു.

'സത്യത്തിൽ എന്താ നിങ്ങടെ പ്രശ്നം? കാല്വേദനകൊണ്ടാണ് ഓട്ടോ ഓടിക്കാൻ പോകാത്തതെങ്കിൽ നമുക്ക് ഒരു ഡോക്ടറെ ചെന്നു കാണാം. അതല്ല, മറ്റെന്തെങ്കിലും മാനസിക പ്രശ്നമാണെങ്കിൽ നമുക്കൊരു കണിയാനെ ചെന്നുകാണാം. എന്തായാലും ഇങ്ങനെ പോയാൽ എല്ലാരും കെട്ടിത്തൂങ്ങി ചാകേണ്ടിവരും. കഞ്ഞിവെക്കാൻ ഒരുമണി അരി ഈ വീട്ടിലില്ല. അയൽവീട്ടുകളിൽനിന്നൊക്കെ കിട്ടാവു ന്നത്രയും ഞാൻ കടം വാങ്ങിക്കഴിഞ്ഞു. ഇനി കടം ചോദിച്ച ചെല്ലാൻ ഒരിടവും ബാക്കിയില്ല. നമ്മുടെ മോനെ ഓർത്തെങ്കിലും നിങ്ങള് സത്യംപറ. എന്താ നിങ്ങക്ക് പറ്റിയത്?'

അത്തരം ചോദ്യങ്ങൾക്കൊന്നും ബലരാമൻ ഉത്തരം പറഞ്ഞില്ല. ഏത് ഉത്തരവും അവസാനം ആ കാർ അപകടത്തിലേ അവസാ നിക്കൂ. അപ്പോൾ തന്റെ കുറ്റവും വെളിപ്പെടാതിരിക്കില്ല. അതോടെ ഭാര്യയുടെ മുമ്പിൽ ജീവിതകാലം മുഴുവനും താനൊരു കുറ്റവാളിയായി മാറും. എന്തായാലും അതുവേണ്ട. അതുകൊണ്ട് ഒരു കാരണവശാലും സംഭാഷണം കാർ അപകടത്തിലെത്തരുത്. അതൊരു രഹസ്യമായി ത്തന്നെ അവിടെ ഇരിക്കട്ടെ. ഇന്നോളം മറ്റാരുമറിയാത്തൊരു രഹസ്യ മാണത്. ഇക്കാലമത്രയും തനിക്കത് ഒളിച്ചുവയ്ക്കാമെങ്കിൽ ഇനിയുള്ള കാലവും അത് രഹസ്യമായിത്തന്നെ നിലകൊള്ളും.

അപകടത്തിന്റെ കാര്യങ്ങൾ പറയാതെത്തന്നെ കാര്യങ്ങൾ എങ്ങനെ പറയണമെന്ന് ബലരാമൻ ആലോചിച്ചു.

'എല്ലാറ്റിനും കാരണം മേശപ്പുറത്തിരിക്കുന്ന ആ കാലാണ്. എന്റെ മനസ്സമാധാനം മുഴുവൻ നഷ്ടപ്പെടുന്നത് ആ കാൽ എന്നെ നോക്കുമ്പോ ഴാണ്. ആ കാൽ എന്തോ ബാധ കേറിയ കാലാണെന്നാണ് എനിക്ക തോന്നുന്നത്. കാരണം ഞാൻ ആ കാലിനെയല്ല നോക്കുന്നത്. ആ കാൽ എന്നെയാണ് നോക്കുന്നത്. അത് വെറും കാലല്ല, എന്റെ കാലനാണ് എന്നാണ് എന്റെ സംശയം. ആ റാക്കിനുള്ളിൽ അടങ്ങി യൊതുങ്ങി നിന്നപ്പോൾ ഒരു പ്രശ്നവുമുണ്ടായിരുന്നില്ല. നീയത് തുടച്ച മിനുക്കി എന്റെ മേശപ്പുറത്തുവെച്ചനാൾ മുതൽ എന്റെ നെഞ്ചത്തൊരു കല്ല് കെട്ടിവെച്ചപോലെ. അതെന്റെ കാലിലേക്ക് അറിയാതെ വീണതാ ണെന്ന് ഞാൻ കരുതുന്നില്ല. അതിനെ ഈ വീട്ടിൽനിന്നൊഴിവാക്കണം. അല്ലാതെ എനിക്കൊരു സ്വസ്ഥത കിട്ടുമെന്ന് തോന്നുന്നില്ല.'

'ആ ജീവനില്ലാത്ത കാലിനെക്കുറിച്ചാണോ നിങ്ങൾ പറഞ്ഞുകൊ ണ്ടിരിക്കുന്നത്..? നിങ്ങൾ പണിക്ക പോവാത്തതിന് ആ കാലെന്തു പിഴച്ചു..? അതിനെന്തെങ്കിലും മന്ത്രശക്തിയുണ്ടോ..? മാസങ്ങളായി മടിപിടിച്ച് ഓട്ടോ ഓടിക്കാൻ പോകാത്തതിന് കണ്ടെത്തിയ കാരണം കൊള്ളാം. മേശപ്പുറത്തൊരു കാല് ഇരിക്കുന്നതുകൊണ്ട് നിങ്ങൾക്കെ ന്താണ് മനുഷ്യാ പൊറുതികേട്..? അത് നിങ്ങളെപ്പിടിച്ച് കടിക്കുമോ..? നിങ്ങൾ സത്യം പറയണം. എന്നോട പറയാത്ത എന്തോ രഹസ്യങ്ങൾ ഇതിന പിന്നിലില്ലേ..? ദിവസങ്ങളായി ഞാനിവിടെ തീ തിന്നുകയാണ്. ആ കാലുമായി നിങ്ങൾക്ക് മറ്റെന്തെങ്കിലും ബന്ധമുണ്ടോ..? ഒന്നും മറച്ച വയ്ക്കാൻ നിക്കണ്ട. എല്ലാം എനിക്കിന്നറിയണം.'

എത്ര പ്രകോപിപ്പിച്ചിട്ടും ബലരാമന്റെ വായിൽനിന്നും കൂടുതലൊ ന്നും പുറത്തുവന്നില്ല. ഒരു കാര്യത്തിൽ ബലരാമൻ വിജയിക്കുകതന്നെ ചെയ്തു. ആ കാൽ വീടിനുള്ളിൽ ഇരിക്കുന്നതാണ് തന്റെ ദുരവസ്ഥകളുടെ കാരണമെന്ന് ഭാര്യക്കും ബോധ്യമായി. അവലക്ഷണം പിടിച്ച ആ കാൽ മേശപ്പുറത്തു വന്നതുമുതലാണ് തന്റെ ഭർത്താവിന്റെ സ്വഭാവത്തിൽ മാറ്റങ്ങളുണ്ടായതെന്ന് അവളും തിരിച്ചറിഞ്ഞു.

ആ കാൽ എവിടെ ഉപേക്ഷിക്കണമെന്ന കാര്യത്തിലാണ് അവർ തമ്മില്ലുള്ള അടുത്ത തർക്കം ഉടലെടുത്തത്. ബന്ധുക്കളോ അയൽവാ സികളോ അറിയാതെ വേണം കാൽ ഉപേക്ഷിക്കേണ്ടത് എന്ന കാര്യത്തിൽ രണ്ടുപേർക്കും ഒരേ അഭിപ്രായമായിരുന്നു. അവസാനം ബലരാമൻതന്നെയാണ് സ്ഥലത്തിന്റെ കാര്യത്തിൽ ഒരു നിർദേശം

മുന്നോട്ടുവച്ചത്. തറവാട്ടുവക ശ്മശാനത്തിൽ കൊണ്ടുപോയി കുഴിച്ചിടാം എന്ന്.

ബലരാമന്റെ കുടുംബശ്മശാനമെന്ന പേരിലുള്ള പതിനഞ്ചു സെന്റ് സ്ഥലമുള്ളത് ഒരു ഫർലോങ്ങോളം ദൂരെയാണ്. കാട്ടുപിടിച്ചുകിടക്കുന്ന സ്ഥലമായതിനാൽ ആരുമാഭാഗത്തേക്ക് പോകാറില്ല. രണ്ടുമൂന്ന് വർഷം മുമ്പ് കുടുംബത്തിലെ കാരണവരുടെ സംസ്കാരത്തിനാണ് ബലരാമൻ അവസാനമായി ആ ശ്മശാനത്തിലേക്കു പോയിട്ടുള്ളത്. ബലരാമൻ അത്ര പേടിയുള്ള കൂട്ടത്തിലൊന്നുമല്ല. എന്നാൽ ഇപ്പോഴത്തെ അവസ്ഥയിൽ ശ്മശാനത്തിലേക്കുള്ള യാത്രയെക്കുറിച്ചാലോചിച്ച പ്പോൾതന്നെ അയാളുടെ ഉള്ളിൽ വല്ലാത്തൊരു ഭീതി നിറഞ്ഞു. ആരും കാണാതെ അവിടെയെത്തണമെങ്കിൽ ഇരുട്ടായിട്ടേ പോകാനാവൂ. ശ്മശാനത്തിലേക്കുള്ള വഴിയുടെ തുടക്കത്തിൽ കുറച്ചുവീടുകളുണ്ട്. രാത്രി ഒറ്റയ്ക്ക് ശ്മശാനത്തിൽ പോകുന്നതിനെക്കുറിച്ച് ആലോചിച്ചപ്പോഴേ ബലരാമന്റെ കൈകാലുകൾ വിറച്ചുതുടങ്ങി.

അതിനും ഒരു മാർഗം അവർ രണ്ടുപേരും ചേർന്ന് കണ്ടെത്തി. ഭാര്യയും ഒപ്പം പോരാമെന്ന് സമ്മതിച്ചതോടെയാണ് ആ കാര്യത്തിൽ ഒരു ധാരണയായത്. അവർ രാത്രിയാവാൻ വേണ്ടി കാത്തിരുന്നു. അന്നു രാത്രി മോൻ ഉറങ്ങി എന്ന് ഉറപ്പാക്കിയതിനുശേഷം അവർ വാതിൽ പൂട്ടി പുറത്തിറങ്ങി.

ഒരു കൈയിൽ കൈക്കോട്ടും മറുകൈയിൽ ആ കൃത്രിമക്കാലിന്റെ പൊതിയുമായി ബലരാമൻ മുന്നിൽ നടന്നു. അയാളുടെ കാൽ നന്നായി വേദനിക്കുന്നുണ്ടായിരുന്നു. അയാളുടെ പിന്നാലെ ടോർച്ചടിച്ചുകൊണ്ട് ഭാര്യയും.അവൾക്കും നല്ല ഭയമുണ്ടായിരുന്നെന്ന് കൈകളുടെ വിറയ ലിൽനിന്ന് അറിയാൻ പറ്റുമായിരുന്നു. ടോർച്ചിന്റെ പ്രകാശം പോലും വിറകൊള്ളുന്നുണ്ടായിരുന്നു. അവൾ എന്തോ പിറുപിറുത്തുകൊണ്ടായിരു ന്നു നടന്നിരുന്നത്. ചിലപ്പോൾ പ്രാർത്ഥിക്കുകയാവാമെന്ന് ബലരാമനു തോന്നി.ശ്മശാനത്തിലെത്താനായപ്പോൾ അവൾ ബലരാമന്റെ കൂടുതൽ അടുത്തുനിന്നു. ദ്രവിച്ചുപോയൊരു പഴയ ഗേറ്റ് വീഴാതെ തള്ളിത്തുറന്ന് അവർ ശ്മശാനത്തിന്റെ ഉള്ളിലെത്തി.

'ദൂരെ പോവേണ്ട. ഇവിടെത്തന്നെ മതി.' ഭാര്യ പിറുപിറുത്തു. ഉള്ളി ലേക്കൊന്നും പോകാനോ ചുറ്റുപാടുമെന്നും നോക്കാനോ നിൽക്കാതെ ബലരാമൻ താൻ നിൽക്കുന്നതിനടുത്തുതന്നെ കുഴിയെടുത്തു തുടങ്ങി. കൈക്കോട്ടുകൊണ്ട് നീളത്തിലൊരു കുഴികുഴിച്ചു. കവറുപോലും മാറ്റാതെ കാലിന്റെ പായ്ക്കറ്റ് ആ കുഴിയിൽ ഇറക്കിവച്ച് മണ്ണിട്ടുമൂടി.

തന്റെ നെഞ്ചിനകത്തെ ഭാരമാണ് ആ കുഴിയിൽ ഇറക്കിവച്ചതെന്ന് ബലരാമന തോന്നി.

പോകാനായി തിരിഞ്ഞപ്പോൾ തന്റെ കാലിൽ എന്തോ കടിച്ച പോലെ ബലരാമനു തോന്നി. അയാൾ ഞെട്ടിത്തരിച്ച് ഭാര്യയിൽനിന്ന് ടോർച്ച് വാങ്ങി കാലിലേക്കടിച്ചു. ഒന്നും കാണാനില്ല. പക്ഷേ അയാൾ ടോർച്ച് ഓഫാക്കിയപ്പോൾ കുറച്ചപ്പറത്തുനിന്ന് രണ്ടു ചുവന്ന ഗോളങ്ങൾ കാണുന്നുണ്ടായിരുന്നു. അയാൾ അങ്ങോട്ടു ടോർച്ചടിച്ചു. ആ പ്രകാശ ത്തിൽ അയാളതിനെ കണ്ടു. അതേ പൂച്ച. അയാൾക്ക് കൈകാലുകൾ കുഴയുന്നതുപോലെ തോന്നി.

'ഞാനിനി മുന്നിൽ നടക്കാം.' ഭാര്യ ടോർച്ച് തെളിച്ചുകൊണ്ട് മുന്നി ൽനടന്നു. കാലിൽ കൂടിക്കൂടിവരുന്ന അസഹ്യമായ വേദനയും പേറി അയാൾ തിരിഞ്ഞുനോക്കാതെ ഭാര്യക്ക് പിന്നിലായി നടന്നു.

****

ബലരാമന്റെ ജീവിതം പഴയപടിയാകാൻ ഏറെ താമസമുണ്ടായില്ല. കാൽവിരലുകളിലെ വേദന അവഗണിച്ചുകൊണ്ട് അതിരാവിലെത്ത ന്നെ ഓട്ടോയുമായി ഇറങ്ങും. രാത്രി വളരെ വൈകിയേ വീട്ടിലേക്കു തിരിക്കുകയുള്ളൂ. അവസാന ബസ്സും പോയിക്കഴിഞ്ഞാലും ഇനിയു മാരെങ്കിലും സമയവും കാലവും തെറ്റി വന്നാലോ എന്നു പ്രതീക്ഷിച്ച് കുറച്ചനേരം കൂടി കാത്തുനിൽക്കും. എല്ലാ കടകളും അടച്ച് അങ്ങാടി വിജനമാവുമ്പോഴാണ് അയാൾ വീട്ടിലേക്കു മടങ്ങാറുള്ളത്. അപ്പോഴേ ക്കും കാലിന്റെ വേദന പതിന്മടങ്ങ് കൂടിയിട്ടുണ്ടാവും. വീട്ടിലെത്തിയാല ടൻ കെട്ടഴിച്ച് മുറിവ് ചൂടുവെള്ളംകൊണ്ട് കഴുകി പുതിയ തുണികൊണ്ട് കെട്ടും. വൈകിയതിന് ഭാര്യയുടെ വഴക്ക് പതിവായി കേട്ടുനിൽക്കും. അതയാളെ ഒട്ടും ബാധിക്കാറില്ല. ഏറെ കടങ്ങളുണ്ടാക്കിവച്ചിട്ടുണ്ട്. അതൊക്കെ ഓരോന്നായി വീട്ടണം. അതിന് കഠിനമായി അധ്വാനി ക്കേണ്ടിവരും. ആകെ ഈ ഒരൊറ്റ പണി മാത്രമേ പഠിച്ചിട്ടുള്ളൂ.

കുറച്ചദിവസങ്ങൾക്കപ്പുറം രാത്രിയുടെ ഏതോ യാമത്തിൽ ബലരാമൻ ഞെട്ടിയുണർന്നു. കാലിൽ അസഹ്യമായ വേദന. വിരലിലെ മുറിവ് എന്നും കഴുകി വൃത്തിയാക്കി അഴിച്ച കെട്ടാറുള്ളതാണ്. ഇപ്പോഴും ഉണക്കമായിട്ടില്ല. വേദന വിരലിൽ മാത്രമല്ല, കാൽപാദം മുതൽ മുക ളിലേക്കും വേദനയുണ്ട്. എങ്ങനെയോ എണീറ്റിരുന്ന് ഭാര്യയെ വിളിച്ച ണർത്തി. ഭാര്യ ഉണ്ടാക്കിക്കൊടുത്ത കട്ടൻ ചായ കുടിച്ചിട്ടും ബലരാമന് ഒരു ആശ്വാസവും തോന്നിയില്ല. വേദന സഹിക്കാനാവാതെ നിലവിളി ച്ചുകൊണ്ടാണ് ആ രാത്രി മുഴുവൻ അയാൾ കഴിച്ചുകൂട്ടിയത്.

****

ബലരാമന്റെ ആശുപത്രിവാസം തുടങ്ങിയിട്ട് ഒരു മാസത്തിലേ റെയായി. ആ ദിവസം ബലരാമന്റെ ചേട്ടനാണ് ആശുപത്രിയിൽ കൂട്ടിരിക്കാനുള്ളത്. ഇടയ്ക്ക് ഓട്ടോക്കാരായ സുഹൃത്തുക്കളും രാത്രിവന്ന് നിൽക്കാറുണ്ട്. മരുന്നും ചികിത്സയും മുന്നോട്ട പോകുന്നുണ്ടെങ്കിലും വേദ നയ്ക്ക് കാര്യമായ കുറവൊന്നുമില്ല. വേദന പതുക്കെപ്പതുക്കെ മുകളിലേക്ക കയറിവരികയാണ്.

പതിവ്വ പരിശോധനകൾക്ക ശേഷം ഡോക്ടർ ചേട്ടനോട് ചിലത് സംസാരിക്കാനുണ്ടെന്ന പറഞ്ഞത് ബലരാമന്റെ സമീപത്തുവച്ചായി രുന്നു.

'ഞങ്ങൾ പരമാവധി നോക്കുന്നുണ്ട്. മരുന്നുകൊണ്ട് ഇതിൽ കൂടുതൽ പ്രതീക്ഷിക്കാനാവില്ല. ഓരോ ദിവസവും പഴുപ്പ് മുകളിലേക്ക കയറിക്കൊണ്ടിരിക്കയാണ്. ഷുഗർ അത്രയ്ക്കും ഉയർന്ന തോതിലാണ്. കാര്യമായി കുറയുന്നില്ല. ഈ ഘട്ടത്തിൽ കാല്യമുറിച്ചുമാറ്റുകയല്ലാതെ മറ്റ പോംവഴികളൊന്നുമില്ല. എത്രയും പെട്ടെന്ന് തീരുമാനമെടുത്താൽ നല്ലത്. വൈകുന്തോറും മുകളിലേക്ക് മുറിക്കേണ്ടിവരും.'

'വേറെയേതെങ്കിലും ഹോസ്പിറ്റലിലേക്ക മാറ്റിയാൽ കാല് മുറിക്കാതെ രക്ഷപ്പെടുമോ ഡോക്ടർ?'

'ഇത്തരമൊരവസ്ഥയിൽ കേരളത്തിലെ ഏത് ഹോസ്പിറ്റലിൽ കൊണ്ടുപോയാലും കാല്മുറിക്കാൻ തന്നെയാണ് പറയുക. അല്ലെങ്കിൽ പിന്നെ വിദേശത്തെവിടെയെങ്കിലുമുള്ള ഹോസ്പിറ്റലുകളിൽ പരീക്ഷി ക്കേണ്ടിവരും.'

'അയ്യോ, അതല്ല. അതിനൊന്നുമുള്ള കഴിവ് ഞങ്ങൾക്കില്ല സാറേ. ഞാനുദ്ദേശിച്ചത് ഏതെങ്കിലും പ്രൈവറ്റ് ഹോസ്പിറ്റലിലേക്ക മാറ്റിയാൽ കാല് മുറിക്കാതെ രക്ഷപ്പെടുമോ എന്നാണ്.'

ചേട്ടൻ കൂലിപ്പണിയെടുത്ത് കുടുംബം പുലർത്തുന്ന ആളാണ്. ഒരു പ്രതീക്ഷയിൽ അങ്ങ് ചോദിച്ചുപോയതാണ്. പ്രൈവറ്റ് ഹോസ്പിറ്റലിലെ ചെലവുകൾ താങ്ങാനൊന്നും പുള്ളിയെക്കൊണ്ടാവില്ല.

'അത് ഞാൻ പറഞ്ഞില്ലേ. പഴുപ്പ് കയറി മുട്ടുവരെ എത്തിക്കഴിഞ്ഞു. മുട്ടിനതാഴെവച്ച് മുറിക്കാനായാൽ കുറേ പ്രയാസങ്ങൾ ഒഴിവാക്കാനാ വും. മുറിക്കാതിരിക്കാനാണ് ഇത്രയും ദിവസം മരുന്നും ഇഞ്ചക്ഷനും കൊടുത്ത് ശ്രമിച്ചത്. പ്രൈവറ്റ് ഹോസ്പിറ്റലുകളിൽ കൊടുക്കുന്ന അതേ ചികിത്സ തന്നെയാണ് ഇവിടെയും നൽകുന്നത്. എത്രയും പെട്ടെന്ന് നിങ്ങൾ തീരുമാനമെടുത്ത് അറിയിക്കണം.'

'ഞാനവന്റെ ഭാര്യയോടൊന്ന് സംസാരിച്ചിട്ട് ഇന്നുതന്നെ വിവരം പറയാം.'

ബലരാമന്റെ മുമ്പിൽവച്ചാണ് ചേട്ടൻ വീട്ടിലുള്ള അവന്റെ ഭാര്യയെ ഫോണിൽ വിളിച്ചത്. എല്ലാം പറഞ്ഞുതീർന്നപ്പോൾ ഒരു കരച്ചില ല്ലാതെ മറ്റൊരു മറുപടിയും അവൾക്കുണ്ടായിരുന്നില്ല.

പിറ്റേ ദിവസം ഉച്ചയോട്ടുക്കൂടി ബലരാമന്റെ വലതുകാൽ മുട്ടിനതാഴെ വച്ച മുറിച്ചമാറ്റി. മയക്കാനായി കുത്തിവച്ച മരുന്നിന്റെ പ്രഭാവം അകന്ന പ്പോൾ അയാൾ വേദനകൊണ്ട് അലറിവിളിച്ചു. അയാൾ തൊട്ടുനോക്കി. മുട്ടിനതാഴെ ഒരു ശൂന്യത മാത്രം.

സർജറി കഴിഞ്ഞ് വാർഡിലേക്ക് മാറ്റിയദിവസം രാത്രി വേദന സഹിക്കവയ്യാതെ ബലരാമൻ കണ്ണടച്ച് കിടക്കുകയായിരുന്നു. ഭാര്യ എന്തൊക്കെയോ വിളിച്ചുപറയുന്നത് കേട്ടാണ് കണ്ണു തുറന്നത്.

'എന്തേ, എന്തിനാ ബഹളം വെയ്ക്കണേ?'

'ഒന്നൂല്യ ഒരു പൂച്ച, ആ ജനലിൽക്കൂടി ഈ മുറിക്കുള്ളിൽക്ക് കേറീർന്നു. അതിനെ ആട്ടിപ്പൊറത്താക്കീതാ.'

'പൂച്ചയോ? എന്ത് തരം പൂച്ചയാ? എന്താ അയ്ന്റെ നെറം?'

'വെളുത്തൊരു പൂച്ച, അബടീം ബടീം കൊറച്ച് കറുപ്പുണ്ട്.'

'അയ്യോ അത് ആ പൂച്ചയാണോ?'

'ഏത് പൂച്ച?'

'ഏയ് ഒന്നൂംല്യ. പൂച്ച പോയില്ലേ. ഞാൻ കൊറച്ച് നേരംങ്കിലും ഒറങ്ങാൻ പറ്റ്വോന്ന് നോക്കട്ടെ.'

****

മൂന്നാഴ്ചയോളം ബലരാമന് ആശുപത്രിയിൽ കഴിയേണ്ടിവന്നു. മുറി വുണങ്ങിയപ്പോഴാണ് ഡിസ്ചാർജ് വാങ്ങി വീട്ടിൽ പോകാനായത്. ഭാര്യയും ഏട്ടനും ചേർന്ന് ആംബുലൻസിൽനിന്നും ബലരാമനെ താങ്ങി യെടുത്ത് വീട്ടിലെത്തിച്ച് കട്ടിലിൽ കൊണ്ടുപോയികിടത്തി.

മൂന്നുമാസങ്ങൾക്കുശേഷം ആശുപത്രിയിൽ ചെക്കപ്പിന് പോകു മ്പോഴേക്കും അയാൾ ക്രച്ചസ് ഉപയോഗിച്ച് ഒറ്റക്കാലിൽ ഏതാനും സ്റ്റെപ്പുകൾ നടക്കാൻ പഠിച്ചിരുന്നു.

'നിങ്ങൾക്ക താൽപര്യമുണ്ടെങ്കിൽ മുറിച്ചമാറ്റിയ കാലിന്റെ സ്ഥാനത്ത് ഒരു കൃത്രിമക്കാൽ ഫിറ്റ് ചെയ്തുതരാം. നല്ല ഒന്നാന്തരം കാൽ ജയ്പൂരിൽനിന്ന് വരുത്തിക്കാം. പ്രാക്ടീസ് ആയിക്കഴിഞ്ഞാൽ നിങ്ങൾക്ക്

പഴയതുപോലെ നടക്കാനാവും.'

ബലരാമനതുകേട്ടപ്പോൾ സന്തോഷം അടക്കാനായില്ല.

'എനിക്ക് പഴയതുപോലെ ഓട്ടോ ഓടിക്കാനാവുമോ?'

'നന്നായി പ്രാക്ടീസ് ചെയ്താൽ ഡ്രൈവ് ചെയ്യാനും കഴിയും.'

ബലരാമനും ഭാര്യയും ആഹ്ലാദത്തോടെ ചിരിച്ചു.

പുഴയിൽ മുങ്ങിത്താഴുമ്പോൾ കച്ചിത്തുരുമ്പു കിട്ടിയവനെപ്പോലെ ആ കൃത്രിമക്കാലിൽ തൂങ്ങി വീണ്ടും ജീവിതം തിരിച്ചുപിടിക്കാനാകും എന്ന പ്രത്യാശ അയാളെ ആനന്ദഭരിതനാക്കി.

'വേണം. ഞങ്ങൾക്ക് കൃത്രിമക്കാല് വയ്ക്കണം.'

ബലരാമൻ ആത്മവിശ്വാസത്തോടെ ഉറക്കെത്തന്നെ പറഞ്ഞു.

'ഒരു ചെറിയ പ്രശ്നമുണ്ട്. കുറച്ച് ക്യാഷ് വേണ്ടിവരും. കാൽ നിർമിക്കാനുള്ള തുക മുൻകൂട്ടി അയച്ചുകൊടുക്കണം. പണമടച്ച് നമ്മുടെ അളവുകൾ കൊടുത്ത് ഓർഡർ ചെയ്താലേ അവർ കാൽ നിർമിച്ച് അയച്ചു തരികയുള്ളൂ. കാൽ വരുത്തിക്കഴിഞ്ഞാൽ ഫിറ്റിംഗ് ഉൾപ്പെടെ യുള്ള എല്ലാ ചെലവുകളും ഫ്രീയാണ്.'

'എത്ര വേണ്ടിവരും സാർ?'

ഭാര്യയാണത് ചോദിച്ചത്. കൈയിൽ ചില്ലിക്കാശോ ദേഹത്ത് ഒരുതരി പൊന്നോ ഇല്ലാതെ അവളെങ്ങനെയാണത് ചോദിച്ചതെന്ന് അയാൾ അത്ഭുതപ്പെട്ടു.

'ഗുണനിലവാരമനുസരിച്ച് ഒരു ലക്ഷത്തിനും ഒന്നരലക്ഷത്തിനും ഇടയിലായിരിക്കും വില. എത്ര കുറഞ്ഞാലും ഒരു ലക്ഷം വേണ്ടിവരും.'

ബലരാമൻ ഞെട്ടിപ്പോയി. അയാളുടെ കണ്ണിലാകെ ഇരുട്ടുമൂ ടിയപോലെ. ഇരിക്കുകയായിരുന്നെങ്കിലും വീഴുമോ എന്ന ഭയന്ന് കസേരയിൽ മുറുകെപ്പിടിച്ചു.

'ഒരു ലക്ഷം രൂപയോ!'ഒരു നിലവിളി പോലെയായിരുന്ന ഭാര്യയുടെ ശബ്ദം.

'നമുക്ക് മറ്റവല്ല വഴികളിലൂടെയും ശ്രമിച്ചുനോക്കാം. ചാരിറ്റി ഇൻസ്റ്റി റ്റിയൂഷൻസ്, ക്ലബ്കുകൾ, ജില്ലാ പഞ്ചായത്ത് അങ്ങനെ പല ഏജൻസിക ളും ഇത്തരം കാല്കൾ സൗജന്യമായി വരുത്തിക്കൊടുക്കുന്നുണ്ട്. എല്ലാ റ്റിലും പേര് രജിസ്റ്റർ ചെയ്തിടണം. നമ്മുടെ ഊഴം വരുമ്പോൾ നമ്മളെ അറിയിക്കും. ചിലപ്പോൾ കുറേ കാലം കാത്തിരിക്കേണ്ടി വന്നേക്കും.'

'തൽക്കാലം ഞങ്ങളുടെ കയ്യിൽ അത്രയും പണമില്ല. എങ്ങനെയെ ങ്കിലും പണമുണ്ടാക്കാൻ പറ്റുമോ എന്ന് നോക്കട്ടെ. പണം കിട്ടിയാല്ഉടൻ

ഞങ്ങൾ വന്ന് സാറിനെ വിവരമറിയിക്കാം.'

'ധൃതിവയ്ക്കണ്ട. കുറച്ചകാലം ഇങ്ങനെ പൊയ്ക്കോട്ടെ. പറഞ്ഞുതന്ന എക്സർസൈസുകൾ മുടക്കണ്ട. പണം റെഡിയാകുന്ന സമയത്ത് അറിയിച്ചാൽമതി.'

മ്ലാനമായ മുഖത്തോട്ടുകൂടിയാണ് അവർ ആശുപത്രിയിൽനിന്ന് തിരികെ വീട്ടിലേക്ക പോയത്.

വീട്ടിലെത്തിയിട്ടും ഡോക്ടറുടെ സംസാരം തന്നെയായിരുന്ന അയാളടെ ചിന്തയിൽ മുഴുവൻ. എത്ര കുറഞ്ഞാലും ഒരലക്ഷം വേണ്ടിവരും. ഓട്ടോ ഓടിക്കുമ്പോൾ പോലും ഒരു ലക്ഷം രൂപ നീക്കിയി രുപ്പ് ഉണ്ടാകണമെങ്കിൽ രണ്ടവർഷമെങ്കിലും കാത്തിരിക്കേണ്ടിവരും. ജോലിയും വരുമാനവുമില്ലാതെ മറ്റള്ളവരുടെ ഔദാര്യംകൊണ്ട് മാത്രം ജീവിച്ചപോവുന്ന ഈ അവസ്ഥയിൽ ഒരലക്ഷം രൂപ എന്നതൊരു കിട്ടാക്കനിയാണ്. വീടിന ചുറ്റമായി ഏഴുസെന്റ് സ്ഥലം മാത്രമേയുള്ള. മെയിൻ റോഡിൽനിന്നും കുറേ ഉള്ളിലേക്കായതിനാൽ ഒന്നോ രണ്ടോ സെന്റായിട്ടൊന്നും ആരും വാങ്ങില്ല. കിടപ്പാടം മുഴുവനായി വിൽക്കാ മെന്ന വിചാരിച്ചാൽ പിന്നെ എവിടെ താമസിക്കും?

രാത്രി കിടന്നിട്ടയാൾക്ക് ഉറക്കം വന്നില്ല.

രാത്രിയുടെ അന്ത്യയാമങ്ങളിലെപ്പൊഴോ ചെറിയൊരു മയക്കത്തി ലേക്കവീണ സമയത്താണ് ഭാര്യ അയാളെ കുലുക്കിവിളിക്കുന്നത്.

'എന്തേ.. എന്തേ?'ബലരാമൻ പരിഭ്രമത്തോടെ ചോദിച്ച.

'എനിക്ക് തീരെ ഉറക്കം വന്നില്ല. അപ്പോഴാണ് ഒരുകൂട്ടം എന്റെ മനസ്സിൽ തോന്നിയത്.'

'എന്താന്നുവെച്ചാൽ നീ തെളിച്ചപറയ്. ഞാനും ഇപ്പോഴൊന്ന് മയങ്ങാൻ തുടങ്ങിയതേയുള്ള.'

'നമ്മൾ പണ്ടൊരു കൃത്രിമക്കാല് കഴിച്ചിട്ടിട്ടില്ലേ..? അത് നമുക്ക് മാന്തിയെടുത്താലോ?'

അയാളുടെ തലയിലേക്ക് മിന്നൽ പോലെയാണ് അക്കാര്യം കേറിയത്. എന്തുകൊണ്ട് തനിക്ക് ഇക്കാര്യം നേരത്തെ തോന്നിയില്ല.

'അതിന് അളവുകൾ ശരിയായിക്കിട്ടുണ്ടേ? ഓരോ ശരീരത്തിനും ഓരോതരം അളവുകളല്ലേ?'

'നിങ്ങളുടെ ദേഹത്തിന് പാകമാവുമോ എന്ന് നോക്കിയാൽ പോരെ? ഒരു കാല് നമ്മുടെ കൈവശമുണ്ടല്ലോ. ഷർട്ടും പാന്റുമൊക്കെ നീളം കുറയ്ക്കകയും കൂട്ടുകയും ചെയ്യാറില്ലേ? അതുപോലെ എന്തെങ്കിലും

ചെയ്താൽ നിങ്ങൾക്കും ഉപയോഗിക്കാൻ കഴിയില്ലേ?'

'അതന്വേഷിക്കേണ്ടിവരും.'

അതൊന്നുമായിരുന്നില്ല ബലരാമനെ അപ്പോൾ അസ്വസ്ഥനാക്കി യത്. ആ കാലെങ്ങനെ തിരിച്ചെടുക്കും..?

ആരും കാണാതെ തിരിച്ചെടുക്കണമെങ്കിൽ രാത്രിയായേ പറ്റൂ. ഈ ക്രച്ചസിൽ ചാടിച്ചാടി പരമാവധി മുറ്റത്തൊക്കെ നടക്കാമെന്നല്ലാതെ അതിനപ്പുറത്തേക്ക് ഇതുവരെ പരീക്ഷിച്ചിട്ടില്ല. ഇരുട്ടത്താകുമ്പോൾ ആലോചിക്കുകയേ വേണ്ട. നല്ലൊരു ആശയം മുന്നിൽവന്നിട്ടും ഒന്നു പരീക്ഷിക്കാൻ പോലുമാവാതെ പോവുമോ എന്നാലോചിച്ച് അയാളുടെ ഉള്ളുനീറി.

'നിങ്ങക്കത് പാകമാവുമായിരിക്കും അല്ലേ?'

'അറിയില്ല. പക്ഷേ, നമ്മൾ വിചാരിച്ചാൽ ഒരലക്ഷം പോയിട്ട് പതിനായിരം രൂപപോലും ഉണ്ടാക്കാനാവില്ലല്ലോ. അതുകൊണ്ട് നീ പറഞ്ഞപോലെ നമുക്കാ കുഴിച്ചിട്ട കാൽ തിരിച്ചെടുക്കാം. അത്രമാത്രമേ നമ്മുടെ മുമ്പിലൊരു വഴി കാണുന്നുള്ളൂ.'

'ആരെടുക്കും..? നിങ്ങൾക്ക് നടക്കാനാവില്ലല്ലോ.'

'നീ പോയി പുറത്തെടുക്കണം.'

'ഞാനോ..? ഞാനൊറ്റയ്ക്കോ..? പകൽപോലും ആ ശ്മശാനത്തി നടത്തേക്ക് പോകാൻ എനിക്ക പേടിയാ. ഇരുട്ടായിട്ടല്ലേ പോകാൻ പറ്റൂ? അസമയത്ത് ഞാനെങ്ങിനെ ഒറ്റയ്ക്കുപോകും. ആലോചിക്കുമ്പോഴേ കയ്യും കാലും വിറയ്ക്കുന്നു.'

'എന്തായാലും നീ കിടക്ക്. നമുക്ക് നാളെ ആലോചിക്കാം. എന്തെ ങ്കിലും പോംവഴി കാണാതിരിക്കില്ല. എങ്ങനെയെങ്കിലും കുറച്ചനേരമെ ങ്കിലും ഉറങ്ങാൻ നോക്ക്.'

അങ്ങനെ സമാധാനിപ്പിച്ചെങ്കിലും അന്നു രാത്രി അവരിരുവരെയും ഉറക്കം തഴുകാതെ പോയി.

പിറ്റേന്ന് പകൽ മുഴുവൻ അവർ രണ്ടുപേരും കാൽ വീണ്ടെടുക്കാ നുള്ള മാർഗങ്ങളെക്കുറിച്ചതന്നെയാണ് പറഞ്ഞുകൊണ്ടിരുന്നത്. മറ്റാരേയും അറിയിക്കാതെ കാൽ വീണ്ടെടുക്കണമെങ്കിൽ അവൾ തനിയെ പോയേ തീരൂ. ചേട്ടനാണ് പിന്നെ സഹായത്തിന് വിളിക്കാ നുള്ള ഒരാൾ. പലതരം അന്ധവിശ്വാസങ്ങൾക്ക് അടിപ്പെട്ട് ജീവിതം മുന്നോട്ട നീക്കുന്ന ആളാണ് ചേട്ടൻ. ശ്മശാനത്തിൽനിന്ന് എന്തെങ്കിലും കുഴിച്ചെടുക്കുന്നതിനെപ്പറ്റിയൊന്നും ചേട്ടനോട് സംസാരിക്കാനേ പറ്റില്ല. പെട്ടെന്നുതന്നെ അതൊരു ആഗോള പ്രശ്നമായി മാറും. എങ്ങോട്ട

തിരിയുമെന്ന് പറയാനാവില്ല. അയൽപക്കത്തുള്ള സ്ത്രീകളെയോ ബന്ധുക്കളായ സ്ത്രീകളെയൊ കൂട്ടിനു വിളിക്കാമെന്നവച്ചാല്യം രാത്രി ശ്മശാനത്തിലേക്ക് അവരാരെയും വീട്ടിൽനിന്നു വിട്ടുകയുമില്ല.

അവസാനം അയാൾ പറഞ്ഞു.

'നീ ഒറ്റയ്ക്കുപോവണ്ട. മോനേയും കൂട്ടിക്കോ. അവൻ ടോർച്ചടിച്ച തരും.'

'അവൻ ചെറിയ കുട്ടിയല്ലേ..?'

'ശരിയാണ്. അവൻ തീരെ ചെറിയ കുട്ടിതന്നെയാണ്. പക്ഷേ, മറ്റെന്തു മാർഗമാണ് നമ്മുടെ മുമ്പിലുള്ളത്? എന്തായാല്യം ഏട്ടനോട് പറഞ്ഞ് ഈ ഒരവസരം കളഞ്ഞുകുളിക്കാനാവില്ല. കാലെങ്ങനെയും തിരിച്ചെടുക്കാനായാൽ ഏതെങ്കിലും ക്ലബ്ബുകാര് സംഭാവനയായി വരുത്തിത്തന്നതാണെന്ന് പറയാം. കുറച്ചെങ്കിലും ധൈര്യം കാണി ക്കേണ്ട സമയമാണിത്. പറ്റിയാൽ ഇന്നുരാത്രിതന്നെ നീയത് പോയി എടുക്കണം.'

അവളൊന്നും മിണ്ടിയില്ല. മോനെ കൊണ്ടുപോകുന്നതിനെക്കാൾ ഒറ്റ യ്ക്ക് പോകുന്നതാണ് നല്ലതെന്ന് അവൾ ചിന്തിച്ചകാണും. അവളെന്തോ തീരുമാനിച്ചുറച്ചപോലെയായിരുന്ന മുഖഭാവം.

വൈകീട്ട് ഏഴുമണി കഴിഞ്ഞിട്ടുണ്ടാവും. ഇരുട്ടുപരന്നുതുടങ്ങിയിരുന്ന. മോനെ അകത്തെ മുറിയിലിരുത്തി ഭാര്യ ശ്മശാനത്തിലേക്കു പോകാൻ തയ്യാറായി. ഒരു കൈയിൽ കൈക്കോട്ടും മറ്റുകൈയിൽ ടോർച്ചുമായി നടന്നു നീങ്ങുന്ന ഭാര്യയെ അയാൾ നിശ്ശബ്ദനായി നോക്കിനിന്നു. അയാൾക്കും അവളോടൊപ്പം പോകണമെന്ന് തോന്നിയെങ്കിലും തന്നെക്കൊണ്ടതിന് കഴിയില്ലെന്നതിനാൽ ഉമ്മറത്തതന്നെ നിന്നു.

എത്രനേരം അയാളാ നിൽപ് തുടർന്നുവെന്നറിയില്ല. ഇരിക്കാൻ ശ്ര മിച്ചെങ്കിലും ഇരിക്കാനായില്ല. ഇരുട്ടിൽ സ്വന്തം ഭാര്യയെ ശ്മശാനത്തിലേ ക്കു പറഞ്ഞു വിടേണ്ടിവന്ന ഗതികേടോർത്ത് അയാൾക്ക് കരച്ചിൽവന്നു തുടങ്ങി. ധൈര്യം വേണമെന്നൊക്കെ ഭാര്യയോട് പറഞ്ഞിരുന്നെങ്കിലും അയാളുടെ മനസ്സിൽ അകാരണമായൊരു ഭീതി നിറയുകയായിരുന്നു. ഒറ്റയ്ക്ക് വിടേണ്ടിയിരുന്നില്ല എന്നാരോ പറയുന്നതുപോലെ. അയാൾ ഇടക്കിടയ്ക്ക് വാച്ചിൽ നോക്കിക്കൊണ്ടിരുന്നു. ബലരാമന്റെ ഹൃദയം ക്ര മാതീതമായി മിടിച്ചുകൊണ്ടിരുന്നു. എന്തേ ഇത്ര നേരമായിട്ടും അവൾ തിരിച്ചെത്താത്തത് എന്ന ആശങ്കയിൽ അയാൾ നീറാൻ തുടങ്ങി. അവിടെ എത്താനും കഴിച്ചെടുക്കാനും തിരിച്ചുപോരാനും ആവശ്യമായ തിനെക്കാൾ സമയം കഴിഞ്ഞിരിക്കുന്നുവെന്ന് അയാൾക്കു തോന്നി. ഓരോ നിമിഷവും അയാളുടെ ആധി കൂടിക്കൂടിവന്നു. അമ്മ എവിടെ

എന്നമ്പേഷിച്ച് മകൻ ഉമ്മറത്തെത്തിയതോടെ അയാളുടെ പരവേശം പതിന്മടങ്ങ് വർധിച്ചു. മകനെ എന്തോ പറഞ്ഞ് സമാധാനിപ്പിച്ച് മുറി യിലേക്കുതന്നെ പറഞ്ഞയച്ച് അയാൾ ശ്മശാനത്തിന്റെ ഭാഗത്തേക്ക് ആകാംക്ഷയോടെ നോക്കിക്കൊണ്ട് നിൽപ് തുടർന്നു.

ദൂരെനിന്നൊരു പ്രകാശത്തിന്റെ തരി കാണുന്നതായി ഒരു തോന്നൽ. ഏറെ കഴിഞ്ഞാണ് അതൊരു ടോർച്ചിന്റെ വെട്ടമായി പരിണമിച്ചത്. ബലരാമന്റെ നെഞ്ചിടിപ്പ് കുറഞ്ഞുവന്നു. ഇനിയും വൈകിയിരുന്നെങ്കിൽ വല്ല അറ്റാക്കും സംഭവിക്കുമോ എന്നയാൾ ഭയപ്പെട്ടിരുന്നു.

'ഞാൻ ചെല്ലുമ്പോൾ നമ്മൾ കാല്യകുഴിച്ചിട്ട കുഴിയുടെ മോളിൽ ഒരു കാടൻ പൂച്ച കെടക്കുന്നു. എന്നെക്കണ്ട് എണീറ്റ് അവിടെത്ത ന്നെ എന്നെ നോക്കി നിക്കുവാണ്. എന്റെ പകുതി ജീവൻ പോയി. പേടികൊണ്ട് എന്റെ കയ്യിൽ നിന്നും ടോർച്ചും നിലത്തു വീണു. കൊറേ നേരം ക്കുരിട്ടത്ത് നിലത്തൊക്കെ തപ്പിയപ്പോഴാണ് ടോർച്ച് കിട്ടിയത്. ആസമയത്ത് പേടിച്ച് ബോധംകെടാതിരുന്നത് ദൈവാധീനം. എവിടെ യൊക്കെയോ ഉള്ള നായ്ക്കളുടെ മോങ്ങലും തൊട്ടടുത്ത് തന്നെയുണ്ടായി രുന്ന കാടൻ പൂച്ചയും ഒക്കെയായി എന്റെ ദേഹമാകെ തളർത്തി. ആ പൂച്ച എന്റെ പിന്നാലെയുണ്ടായിരുന്നോ എന്നാണ് എന്റെ സംശയം. ഞാനേതായാലും തിരിഞ്ഞു നോക്കിയില്ല. ഈ മുറ്റത്ത് എങ്ങനെയൊ ക്കെയോ തിരിച്ചെത്തിയപ്പോഴാ എന്റെ ജീവൻ തിരിച്ച കീട്ടീത്.'

'ആ പൂച്ച നീയീ മുറ്റത്തെത്തുന്നതുവരെ നിന്റെ പിന്നിൽതന്നെ ഉണ്ടായിരുന്നു.'

'ങേ. ചേട്ടനും അതിനെ കണ്ടോ. എനിക്കിപ്പോഴും കാല്യം കയ്യും വിറച്ചിട്ട് വയ്യ.'

ഭാര്യയാകെ വിയർത്തുകുളിച്ചിരുന്നു. കൈക്കോട്ട് മാറ്റിവച്ച് കൈയി ലിരുന്ന കവറിന പുറത്തെ മണ്ണ് കളഞ്ഞ് അവൾ കൃത്രിമക്കാൽ പുറ ത്തെടുത്ത് അയാളുടെ നേരെ നീട്ടി. ബലരാമനത് പരിശോധിച്ചുനോക്കി. ഒരു കേടും പറ്റിയിട്ടില്ല. വീണ്ടും ഭദ്രമായി പൊതിഞ്ഞ് റാക്കിനുള്ളിൽവച്ചു.

****

'നിങ്ങൾക്കെവിടെനിന്ന് കിട്ടി ഈ കാൽ..? ഇത് ജെയ്ലർ കാൽത ന്നെയാണ്. എന്നെ അത്ഭുതപ്പെടുത്തുന്നത് ഇതിന്റെ അളവാണ്. നിങ്ങളുടെ കാലിന് പ്രത്യേകമായി അളന്നുനിർമിച്ചതുപോലാണ് ഈ കാല്ലുള്ളത്. ആരെങ്കിലും നിങ്ങൾക്കായി ഓർഡർ ചെയ്ത് വരുത്തിത്ത നതാണോ..? പക്ഷേ അതിനുള്ള സമയമായില്ലല്ലോ. ഏതായാലും നിങ്ങൾ ഭാഗ്യവാനാണ്. വലിയ പ്രയാസമില്ലാതെ പറ്റിയൊരു

കൃത്രിമക്കാൽ കിട്ടിയല്ലോ. പരിശോധനകളൊക്കെ പൂർത്തിയാക്കി രണ്ട് ദിവസത്തിനുള്ളിൽ കാൽ ഫിറ്റ് ചെയ്തുതരാം. കുറച്ച ദിവസം ഇവിടെ കിടക്കേണ്ടിവരും. പുതിയ കാൽവെച്ച് കുറച്ച ദിവസം നടന്ന് പ്രാക്ടീസായതിനുശേഷം വീട്ടിലേക്കുപോകാം.'

****

ആശുപത്രിയിൽനിന്ന് ഡിസ്ചാർജ് ചെയ്യുന്ന ദിവസം ഏട്ടന മെത്തിയിരുന്നു. ഏട്ടനാണ് ഒരു ടാക്സി വരുത്തിയത്. ഭാര്യയും ഏട്ടനും ബലരാമന്റെ ഇരുകൈകളിലും പിടിച്ചു. ആദ്യം ഒറ്റക്കാലിൽ പതുക്കെപ്പതുക്കെ ചെറിയ സ്റ്റെപ്പുകൾവച്ചു. റൂമിന പുറത്തേക്ക് ആദ്യ മായിട്ടാണ് ഈ പുതിയ കാലുമായി ഇറങ്ങുന്നത്. റൂമിൽനിന്ന് ഇറങ്ങു ന്നതിനുമുമ്പുതന്നെ ഡോക്ടർ നൽകിയ ഉപദേശങ്ങളെല്ലാം അയാൾ ഓർത്തുനോക്കി. മുറിച്ചമാറ്റിയ വലതുകാലിന്റെ സ്ഥാനത്ത് പകരം വച്ച മനുഷ്യനിർമിതമായ കാലിലേക്ക് അയാൾ കുനിഞ്ഞുനോക്കി. ഡോക്ടർ പറഞ്ഞിട്ടും ഇപ്പോഴും നിലത്തുകുത്താൻ തോന്നുന്നില്ല. ഈ കാൽവെച്ച് നടക്കാൻ ഇനിയുമ്പോഴൊക്കെയും ആരോ തനിക്കൊപ്പം നടക്കുന്നതുപോലെയൊരു തോന്നൽ. തന്റെ കൂടെ മറ്റാരോ ഉണ്ടോ..? ഇനി താൻ പിന്നിടേണ്ട ഓരോ വഴികളും താണ്ടാൻ തനിക്കൊപ്പമുണ്ടാ കേണ്ട കാലാണെങ്കിലും എന്തോ ഒരു അന്യഥാബോധം. ഇത് തന്റെ കാലല്ല. മറ്റാരുടേയോ ആണ്. മാത്രമല്ല, അയാൾ ഈ കാലിനൊപ്പം തന്റെ കൂടെത്തന്നെയുണ്ട്. ബലരാമൻ തിരിഞ്ഞുനോക്കിക്കൊണ്ടിരുന്നു. ആരെങ്കിലും കൂടെ നടക്കുന്നുണ്ടോ?

'കാറിലേക്ക കേറാൻ പറ്റുന്നില്ലേ?'

ഏട്ടനാണ്. രണ്ടുപേരും ചേർന്ന് എങ്ങനെയൊക്കെയോ കാറിന ഉള്ളിലേക്ക് എടുത്തുവച്ചു.

ഇനിമുതൽ ഇത് തന്റെ സ്വന്തം കാലാണ്. അടുത്ത രണ്ടുമാസക്കാലം ഓരോ ഘട്ടത്തിലും ചെയ്യേണ്ട കാര്യങ്ങളെല്ലാം ഡോക്ടർ വിശദീകരിച്ച കൊടുത്തിട്ടുണ്ട്. കുറേ കാലത്തിനുശേഷം തനിക്കീ കാലുകൊണ്ട് ഓട്ടോ ഓടിക്കാനാവും എന്നാണ് ഡോക്ടർ പറഞ്ഞിട്ടുള്ളത്. നിരന്തരമായി ശ്രമിച്ചാൽ തനിക്കാ 'ഓട്ടോ ബലരാമ' നാകാൻ പറ്റും.

ടാക്സി, ആശുപത്രിയും നഗരവും പിന്നിട്ട് ബലരാമന്റെ നാട്ടിലേക്ക ള്ള റോഡിലേക്ക് കടന്നു. വണ്ടി വലിയ വേഗത്തിലൊന്നുമല്ല. പൂക്കാട് ജംങ്ഷൻ എത്തിയപ്പോൾ മുതൽ ബലരാമൻ റോഡിലേക്ക നോക്കി ക്കൊണ്ടിരുന്നു. ജംങ്ഷനിൽനിന്ന് അരക്കിലോമീറ്ററോളം പോയി പോസ്റ്റ് ഓഫീസിനടുത്തെത്തിയപ്പോൾ ബലരാമൻ വണ്ടിനിറുത്താൻ

പറഞ്ഞു.

'എന്താ ബലരാമാ, മൂത്രമൊഴിക്കണോ?'

'ഏയ്, ഒന്നിനും അല്ല.'

ഡ്രൈവർ വാഹനം ഒതുക്കിനിറുത്തി.

ബലരാമൻ കാറിൽനിന്നിറങ്ങാതെ ചുറ്റും നോക്കി. ഇടതുഭാഗത്ത് പിന്നിലായി ആ മരം കണ്ടു. ആ ചെറുപ്പക്കാരന്റെ കാർ ഇടിച്ചു തകർത്ത ചീനിമരം. മരം പൂർണമായും ഉണങ്ങിക്കഴിഞ്ഞിരുന്നു.

'എല്ലാറ്റിന്റെയും തുടക്കം ഇവിടെവെച്ചാണ്.'

തന്റെ പിറുപിറുക്കൽ കുറച്ച് ഉച്ചത്തിലായയോ?

'എന്താ ബലരാമാ? എന്ത്യ തുടങ്ങിയെന്നാ നീ പറയുന്നത്?'

'ഒന്നുല്ല, വണ്ടി പൊയ്ക്കോട്ടെ.'കാർ വീണ്ടും നീങ്ങിത്തുടങ്ങി.

✳✳✳✳✳✳✳✳✳✳✳✳✳✳✳✳✳✳✳✳✳✳✳✳✳

അന്നരാത്രി അയാൾക്ക് ഉറങ്ങാനേ പറ്റിയില്ല. താനൊറ്റയ്ക്കല്ല. തന്റെ കൂടെ ആരോ ഉണ്ട് എന്നത് വെറുമൊരു തോന്നലല്ല എന്ന് അയാൾ മനസ്സിലാക്കി തുടങ്ങിയിരുന്നു. തന്റെ ശരീരത്തിൽ ഇന്നിപ്പിടിപ്പിച്ചത് വെറുമൊരു കാലല്ല. ജീവനുള്ളൊരു മനുഷ്യനെത്തന്നെയാണെന്ന് അയാൾക്ക് തോന്നി. പുലർച്ചെയാണ് അയാൾക്കൊന്നുറങ്ങാനായത്. അധികം താമസിയാതെ എന്തോ ഒരു സ്വപ്നം കണ്ട് അയാൾ ഞെട്ടിയുണർന്നു. എന്തായിരുന്നു ആ സ്വപ്നമെന്ന് അയാൾ കണ്ടെ ത്താൻ ശ്രമിച്ചു. ആരോ തന്നെ തുറിച്ചനോക്കും പോലെ. ക്രമേണ ആ നോട്ടത്തിന്റെ ഉറവിടം അയാൾ തിരിച്ചറിഞ്ഞു. തകർന്നപോയൊരു കാറിന്റെ സീറ്റിൽ അതിലേറെ തകർന്നപോയൊരു ചെറുപ്പക്കാരന്റെ തുറിച്ചനിന്ന കണ്ണകളിൽനിന്നായിരുന്നു ആ നോട്ടം. ആ നോട്ടം നേരി ടാനാവാതെ അയാൾ കണ്ണുകൾ പൊത്തി.

കാലത്തെണീക്കുമ്പോൾ ബലരാമന്റെ ശരീരമാകെ പൊള്ളുന്ന ണ്ടായിരുന്നു. അയാൾ പനികൊണ്ട് വിറച്ചു. പുതിയ കാൽ തന്നോട് വല്ലാത്തൊരു ദേഷ്യത്തിലാണെന്ന് അയാൾക്ക തോന്നി. ഓർമയിൽ ഒരിക്കൽപോലും ഇങ്ങനെ പനിച്ചിട്ടില്ല. കാലിന്റെ റിയാക്ഷൻ വല്ല തുമാവുമോ? അതല്ലെങ്കിൽ തനിക്കറിയാത്ത മറ്റെന്തെങ്കിലും ഇതിനു പിന്നിലുണ്ടാകുമോ? ബലരാമന്റെ ഉള്ളിൽ അജ്ഞാതമായൊരു ഭീതി പെരുകിക്കൊണ്ടിരുന്നു. കാരണമറിയാത്തൊരു അസ്വസ്ഥതയാൽ അയാൾ അലറിക്കരഞ്ഞു. ചുക്കുകാപ്പിയുമായി ഭാര്യ അടുത്തെത്തിയ പ്പോൾ അയാൾ വിക്കിവിക്കി പറഞ്ഞു.

'ഈ കാല്യമായി ബന്ധപ്പെട്ട ഒരു സത്യം ഞാൻ നിന്റെടുത്തുനിന്ന് മറച്ചവച്ചിട്ടുണ്ട്.'

'എന്ത് സത്യം?'

'ഈ കാല് അതിന്റെ ഉടമസ്ഥർ വേണ്ടെന്ന പറഞ്ഞതല്ല.'

ആശുപത്രിയിൽനിന്നും കൊടുത്തയച്ച കാൽ സ്വന്തം വീട്ടിലേക്ക് കൊണ്ടുവന്ന കഥ അയാൾ ഭാര്യയോട് പറഞ്ഞു. ഒരു സ്ത്രീ ആ കാലമ്പേ ഷിച്ച് ഹോസ്പിറ്റലിലെത്തിയതും അവരോടുപോല്ലും സത്യം പറയാതെ അവരെ വീട്ടിൽ കൊണ്ടാക്കിയതും പറഞ്ഞപ്പോൾ ഭാര്യ പൊട്ടിത്തെ റിച്ചു.

'നിങ്ങളൊരു ദുഷ്ടനാ. അന്നേ ഈ കാൽ ആ വീട്ടിലെത്തിച്ചുകൊ ടുക്കേണ്ടതായിരുന്നു. ആ സ്ത്രീയുടെ ശാപമായിരിക്കും ഇന്നുള്ള ഈ അസുഖമൊക്കെ.'

'ഇനി നമ്മളെന്തു ചെയ്യും? എല്ലാം പറ്റിപ്പോയി.'

'നമ്മളിതിന് പ്രായശ്ചിത്തം ചെയ്യണം. ആ സ്ത്രീയെ ചെന്നുകണ്ട് മാപ്പ ചോദിക്കണം. ശാപം പിടിച്ചൊരു കാലാണിത്. പക്ഷേ ഇനിയിപ്പോ കാല് തിരിച്ചുകൊടുക്കാനൊന്നും പറ്റില്ലല്ലോ. ഈ കഥ അറിഞ്ഞിരുന്നെ ങ്കിൽ നിങ്ങൾക്കിത് വെച്ചുപിടിപ്പിക്കേണ്ടായിരുന്നു.'

'ഇനി പറഞ്ഞിട്ടെന്തുകാര്യം? ഈ പനിയൊന്ന കുറയട്ടെ. നമുക്കാ സ്ത്രീയെ പോയിക്കാണാം. ഞാൻ മാപ്പ ചോദിക്കാം.'

ഉച്ചകഴിഞ്ഞപ്പോഴേ പനി കുറഞ്ഞുവന്നു. ബലരാമൻ ഒരു സുഹൃ ത്തിന്റെ ഓട്ടോ വിളിച്ചുവരുത്തി. പുത്തൻ കാലുമായുള്ള ആദ്യയാത്ര തന്നെ ഇത്തരമൊരു കാര്യത്തിനായതിൽ ബലരാമന് വല്ലാത്തൊരു നൈരാശ്യം തോന്നി.

അയാൾ പറഞ്ഞുകൊടുത്ത വഴിയിലൂടെ ഓട്ടോ പൊയ്ക്കൊണ്ടിരു ന്നു. മുമ്പൊരിക്കൽ ആശുപത്രിയിൽനിന്ന് ഒരു സ്ത്രീയുമായി വന്നപ്പോൾ കണ്ട ഗേറ്റിനരികെ വണ്ടി നിറുത്തി.

ബലരാമനെ ഓട്ടോയിൽനിന്നിറങ്ങാനും ആ വീട്ടുമുറ്റത്തേക്ക് നടക്കാനുമൊക്കെ രണ്ടുപേരും സഹായിക്കേണ്ടിവന്നു. വീടിനുമുൻവ ശത്ത് ആരുമുണ്ടായിരുന്നില്ല. കാളിംങ് ബെല്ലിന്റെ ശബ്ദം കേട്ട് ഒരു സ്ത്രീ പുറത്തേക്ക് ഇറങ്ങിവന്നു.

ബലരാമനാ സ്ത്രീയെ തിരിച്ചറിഞ്ഞെങ്കിലും അവരുടെ മുഖത്ത് പരി ചയഭാവമൊന്നുമില്ലായിരുന്നു. അവരോട് എന്താണ് പറയേണ്ടതെന്ന് ബലരാമൻ മനസ്സിൽ കരുതിവച്ചിരുന്നു.

ആശുപത്രിയിൽനിന്ന് കാൽ തന്റെപക്കലാണ് തന്നയച്ചതെന്നും എന്നാൽ തനിക്കത് ഇവിടേക്ക് കൊണ്ടുവരാൻ കഴിഞ്ഞില്ലെന്നുമാണ് അയാൾ പറഞ്ഞൊപ്പിച്ചത്. വിധിവശാൽ അതേ കാലുതന്നെ തന്റെ ശരീരത്തിൽ കൂട്ടിച്ചേർക്കേണ്ടിയും വന്നിരിക്കുന്നു. ചെയ്ത തെറ്റിന് മാപ്പ് ചോദിച്ചുകൊണ്ടാണ് അയാൾ നിറുത്തിയത്. അയാൾ തന്റെ വെപ്പുകാൽ അവർക്ക് കാണിച്ചുകൊടുത്തു.

ബലരാമന്റെ കഥകേട്ട് അവർ തരിച്ചുനിൽക്കുകയാണ്. എങ്ങോ നഷ്ടപ്പെട്ടുപോയി എന്ന് കരുതിയ തന്റെ മകന്റെ കാൽ ഇതാ തിരിച്ചെ ത്തിയിരിക്കുന്നു. പക്ഷേ, അത് മറ്റൊരാളുടെ ശരീരത്തിൽ വച്ചുപിടിപ്പിച്ച രൂപത്തിലാണ്. ആശ്വസിക്കണോ കണ്ണീരൊഴുക്കണോ എന്നറിയാതെ അവർ പകച്ചുനിന്നു. വേവലാതിയോടെ ആ സ്ത്രീ അവരോട് ഉമ്മറത്തേ ക്ക് കയറിയിരിക്കാൻ പറഞ്ഞു.

ഭാര്യയുടെയും ഓട്ടോ ഡ്രൈവറുടെയും കൈപിടിച്ച് ബലരാമൻ പതുക്കെ ഉമ്മറത്തേക്ക കയറി ഒരു കസേരയിൽ ഇരുന്നു. വേണ്ടെന്നു പറഞ്ഞിട്ടും ചായയെടുക്കാമെന്ന് പറഞ്ഞ് അവർ അകത്തേക്കുപോയി.

അൽപസമയത്തിനുശേഷം അകത്തുനിന്നൊരു യുവതി ഉമ്മറത്തേ ക്കുവന്നു. അവർ വളരെ രോഷത്തോടെ ബലരാമന് നേരെ കൈച്ചണ്ടി ക്കൊണ്ട് ചോദിച്ചു.

'നിങ്ങളാണല്ലേ എന്റെ ഭർത്താവിന്റെ കാല് മോഷ്ടിച്ച ആൾ? എന്നിട്ടത് സ്വന്തം ദേഹത്ത് പിടിപ്പിച്ചിട്ട് കാണിക്കാനായി വന്നിരി ക്കുന്നു. ഒരിക്കലും നിങ്ങൾക്കത് നേരാംവണ്ണം അനുഭവിക്കാനാവില്ല. എന്റെ ഭർത്താവിനെയും ഞങ്ങളെയും വഞ്ചിച്ചതിനുള്ള ശിക്ഷ നിങ്ങൾ അനുഭവിക്കാതിരിക്കില്ല.'

ബലരാമന് തിരിച്ചൊന്നും പറയാൻ അവസരം കൊടുക്കാതെ അവൾ അകത്തേക്ക തിരിച്ചുപോയി.

ഇനി അവിടെ ഇരിക്കുന്നത് ശരിയല്ലെന്ന് ബലരാമന് തോന്നി. പതുക്കെ എണീക്കാൻ ശ്രമിച്ചു. ഭാര്യയോട് പോകാമെന്ന് ആംഗ്യം കാണിച്ചു. അയാൾ എണീറ്റ് ചുറ്റും നോക്കി. ചുമരിൻമേൽ മാലചാർത്തി വെച്ച വലിയൊരു ഫോട്ടോ അയാൾ കണ്ടു.

ഫോട്ടോയിലേക്ക നോക്കിയതോടെ അയാളുടെ കൈയിലുണ്ടാ യിരുന്ന ഊന്നുവടി നിലത്തുവീണു. ബലരാമൻ രണ്ട് കൈകൊണ്ടും തന്റെ കണ്ണുകൾ പൊത്തി. തലേന്നു രാത്രി ഉറക്കത്തിൽ ഞെട്ടിച്ച അതേ തുറിച്ചുനോട്ടം. പോസ്റ്റ്ഓഫീസിനു സമീപം തകർന്നുപോയ കാറിൽനിന്നും പുറത്തേക്കിറങ്ങുമ്പോൾ തന്റെ നേരെ നോക്കിയ അതേ കണ്ണുകൾ. ഇപ്പോഴാ നോട്ടത്തിൽ കുറച്ച ക്രൗര്യത കൂടിയിട്ടുണ്ടോ? ഈ

കൃത്രിമക്കാൽ വീണ മുറിഞ്ഞിട്ടാണ് തനിക്കും ഈ കാൽ വക്കേണ്ടി വന്നതെന്നോർത്തപ്പോൾ ബലരാമൻ അടിമുടി വിറച്ചുപോയി. തന്റെ ദേഹത്തുള്ള കാൽ ഇപ്പോഴും ആ ചെറുപ്പക്കാരന്റേതു തന്നെ. അതൊരിക്കലും തന്റേതാവില്ല. ഒരു നിമിഷംപോലും അയാൾ തന്നിൽനിന്നും വിട്ടുപോകില്ല.

എവിടെ നിന്നാണ് ആ ഒച്ച കേട്ടതെന്ന് അയാൾക്ക് മനസ്സിലായില്ല. ഞെട്ടിത്തിരിഞ്ഞു നോക്കുമ്പോൾ തൊട്ടപ്പുറകിലതാ ആ പൂച്ച നിൽക്കുന്നു. അതിന്റെ മുരളിച്ച ഏതോ കാട്ടുമൃഗങ്ങളുടേത് പോലെ ഭീതിദമായിരുന്നു. ആ കണ്ണുകളിൽ ക്രൗര്യം മുറ്റി നിൽക്കുന്നപോലെ.

പുറകിലേക്ക വീഴാതിരിക്കാൻ ബലരാമനെ രണ്ടുപേരും ചേർന്ന് താങ്ങിപ്പിടിച്ചു.

****

കഥ ഏതാനും പേജുകൾ വായിച്ച് കിടന്നുറങ്ങാമെന്ന് കരുതിയിരുന്നെങ്കിലും വായന പൂർത്തിയായിട്ടെ രാത്രി ഉറങ്ങാൻ കിടന്നുള്ളൂ.

പിറ്റേന്ന് വളരെ വൈകിയാണ് എണീറ്റത്. രാധാകൃഷ്ണൻ ചായയുണ്ടാക്കി മേശപ്പുറത്ത് വച്ചിട്ടുണ്ട്.

'സാറേ ഞാൻ പോകുന്നു. സാറിനുള്ള ഭക്ഷണവുമായി ഉച്ചക്കു മുൻപ് വരാം. ബ്രേക്ക്ഫാസ്റ്റിന് ബ്രഡ്ഡും ബട്ടറും അകത്ത് വെച്ചിട്ടുണ്ട്.ഇടയ്ക്ക് ചായയുണ്ടാക്കി കുടിക്കാനുള്ളതെല്ലാം കിച്ചണിലുണ്ട്.'

'തന്റെ കഥ ഞാൻ മുഴുവൻ വായിച്ചു. എനിക്ക് നന്നായി ഇഷ്ടപ്പെട്ടു. ശരിക്കുമൊരു മിസ്റ്ററി സ്റ്റോറി തന്നെ. നല്ല ഭാവന.'

'അതിൽ ഭാവന ഒട്ടും ചേർത്തിട്ടില്ല സാറേ. ജീവിതത്തിൽ സംഭവിച്ചത് മാത്രമേ അതിലുള്ളൂ.'

'താനീ കഥയ്ക്കെന്താണ് പേരിട്ടിരിക്കുന്നത്?'

'പേരൊന്നുമിട്ടിട്ടില്ല സാറേ.'

'ഞാനിതിനൊരു പേരിടാം. 'അനുഗാമി.'

ആ ഓട്ടോക്കാരന്റെ കർമത്തിന്റെ ഫലം അയാളെ അന്ത്യം വരെ അനുഗമിച്ചുകൊണ്ടിരിക്കും. നമുക്കറിയാത്ത എന്തൊക്കെയോ കാരണങ്ങളാൽ ആ കൃതിമക്കാൽ ആ ഓട്ടോക്കാരനെ പിന്തുടർന്നെത്തിയതാണ്.

ഈ പേര് തനിക്കിഷ്ടപ്പെട്ടോ?'

'സാറിന്റെ ഇഷ്ടം.'

'ഇതിലെ ബലരാമൻ ആരാണ് ? തന്റെ സുഹൃത്തുക്കളാരെങ്കിലുമാണോ?'

അതിനു മറുപടി പറയാതെ രാധാകൃഷ്ണൻ തന്റെ മുണ്ട് ഒരു ഭാഗത്തേ
ക്ക് മാറ്റി അയാളുടെ കാല് എന്നെ കാണിച്ചു.

ജീവനില്ലാത്തൊരു കൃത്രിമക്കാൽ എന്നെ ഇറിച്ച നോക്കി.

****

അതിഥി ദേവോ ഭവ

'രഞ്ജിത്തേ നീ ഓഫീസിൽ നിന്നിറങ്ങിയയില്ലേ.?'
ജയനാണ് മൊബൈലിൽ.

'തോന്നിയപോലെ ഇറങ്ങാൻ ഇത് നിന്റെ ഇൻഷ്വറൻസ്ഓഫീസല്ല, പോലീസ് സൂപ്രണ്ട് ഓഫീസാ.'

'ഏത് ഓഫീസായാലും കൊള്ളാം സമയത്തിനെത്തിയില്ലെങ്കിൽ നിന്നെയീ ഗ്രൂപ്പിൽ നിന്നും പുറത്താക്കും, അതോർമിച്ചോ.' ജയൻ ഭീഷണി മുഴക്കി.

'നീ പേടിക്കേണ്ട, ആദ്യ ഗ്ലാസിലേക്ക് ഐസ് പകരുമ്പോഴേയ്ക്കും ഞാനവിടെ എത്തിയിരിക്കും.'

അവർ അഞ്ചംഗ സംഘത്തിന്റെ കൂടിച്ചേരൽ ദിനങ്ങളിലൊന്നാ ണത്. ഇന്നാണ് പ്രസാദിന്റെ വീട്ടിൽ വെച്ച് നടക്കുന്ന യാത്രാ വിവരണ കൂട്ടായ്മ. അധ്യാപക ദമ്പതികളായ പ്രസാദും ഭാര്യയും മകനോടൊപ്പം മണാലിയിലേയ്ക്ക് നടത്തിയ യാത്രയുടെ അനുഭവങ്ങൾ പങ്കിടാനാണ് ഇന്നത്തെ ഒത്തുകൂടൽ. ഈ അഞ്ചംഗങ്ങളിൽ ആര് യാത്ര നടത്തിയാ ലും യാത്രാനുഭവങ്ങൾ പങ്കുവെയ്ക്കാനെന്ന പേരിൽ ഒരു രാത്രി ഒന്നിച്ച് കൂടാറുണ്ട്. യാത്ര പോയിവന്നിട്ട് കുറേ നാളായെങ്കിലും വീടൊന്ന് ഒഴി ഞ്ഞുകിട്ടിയത് ഇന്നാണ്. ടീച്ചറും മകനും വീട്ടിൽ പോകുന്നുവെന്നറിഞ്ഞ നിമിഷം തന്നെ പ്രസാദ് ബാക്കിയുള്ള നാല്പേരെയും വിളിച്ച് വിവരം പറഞ്ഞിരുന്നു.

രാത്രി കുറച്ച ഓഫീസ് വർക്കുണ്ടെന്ന് പറഞ്ഞിട്ടാണ് രഞ്ജിത്ത് കാലത്ത് വീട്ടീൽ നിന്നിറങ്ങിയത്. ഓഫീസിൽ നിന്നിറങ്ങി സ്കൂട്ടറെടു ത്ത് പ്രസാദിന്റെ വീട്ടിലേയ്ക്ക് വിട്ടു.

കൃഷ്ണപ്രസാദിന്റെ വീട് ടൗണിൽനിന്ന് കുറച്ചകലെയാണ്. പ്രധാന റോഡിലൂടെ നാല് കിലോമീറ്ററോളം പോയാൽ വലത്തോട്ട് ഒരു റോഡുണ്ട്. അതിലൂടെ ഏകദേശം മൂന്ന് കിലോമീറ്ററോളം ചെന്നാൽ റോഡരികിലായി വലതുവശത്താണ് വീട്. ഒരേക്കറോളം വരുന്ന തോട്ടത്തിന്റെ മധ്യഭാഗത്താണ് വീട്. പൈതൃകമായി കിട്ടിയ ഭൂമിയിൽ പ്രസാദ് തന്നെ പണികഴിപ്പിച്ച വീടാണ്. ആറുവർഷത്തോളമായിട്ടേ യുള്ള തറവാട്ടിൽനിന്നും ഈ പുതിയ വീട്ടിലേക്ക താമസം മാറ്റിയിട്ട്.

പ്രസാദിന്റെ കാറിനു പുറമേ രണ്ട് ബൈക്കുകളും ഒരു സ്കൂട്ടറും പുറത്ത് കണ്ടപ്പോൾ താനാണ് അവസാനത്തെ അതിഥി എന്ന് രഞ്ജി ത്തിന് ബോധ്യമായി. ബെല്ലടിച്ചപ്പോൾ രാമചന്ദ്രൻമാഷാണ് വാതിൽ തുറന്നത്. അകത്തുകയറിയ ഉടൻ വാതിൽ കുറ്റിയിട്ടു.

'എല്ലാവരും ടെറസിലുണ്ട്.' രാമചന്ദ്രൻ പറഞ്ഞു.

രാമചന്ദ്രൻ രഞ്ജിത്തിനെയും കൂട്ടി ടെറസിലേക്ക നടന്നു.

ഇൻഷുറൻസിൽ ജോലി ചെയ്യുന്ന ജയനും പോസ്റ്റ് ഓഫീസിൽ ജോലി ചെയ്യുന്ന ജോസഫും എത്തിയിട്ടുണ്ട്.

ടെറസിൽ ഒരുക്കങ്ങൾ പൂർത്തിയായിക്കൊണ്ടിരിക്കുന്നതേയുള്ളൂ. എല്ലാവരും ചേർന്ന് ഒരു താൽക്കാലിക റെസ്റ്റോറന്റ് റെഡിയാക്കുക യാണ്. ഒരു മേശയിൽ സ്റ്റൗവും പാചക സംവിധാനവും ഒരുക്കിയിട്ടുണ്ട്. ഗ്യാസ്കുറ്റി വരെ ടെറസിലെത്തിച്ചിട്ടുണ്ട്. ചെറിയൊരു മേശമേൽ മൂന്ന് കുപ്പികൾ പൊട്ടിക്കാൻ കാത്തുനിൽക്കുന്നുണ്ട്. മറ്റൊരു മേശയിൽ കഴിക്കാനും കൊറിക്കാനുമുള്ള സാധനങ്ങൾ നിരത്തിവെച്ചിട്ടുണ്ട്. രഞ്ജിത്ത് താൻ കൊണ്ടുവന്ന സാധനങ്ങളും മേശമേൽ നിരത്തിവെച്ചു.

'ചിക്കനും ബീഫുമൊന്നുമില്ലേ..?' രഞ്ജിത്ത് ചോദിച്ചു.

യാത്രാവിവരണ വേളയിലെ ഏറ്റവും അനിവാര്യമായ രണ്ട് വിഭ വങ്ങളാണ് ചിക്കനും ബീഫും. അതില്ലാത്തൊരു കൂടിച്ചേരലിനെപ്പറ്റി ചിന്തിക്കാനാവില്ല.

'ഇപ്പഴെത്തും.' പ്രസാദ് പറഞ്ഞു.

'അതുവരെ ഇക്കാണുന്നതുകൊണ്ടൊക്കെ അഡ്ജസ്റ്റ് ചെയ്യ്.'

ജോസഫും അക്ഷമനായിരുന്നു. ചിക്കനും ബീഫുമൊക്കെ പൊരി ച്ചെടുക്കാനുള്ള ആവേശത്തിലാണ് ജോസഫ്. അക്കാര്യങ്ങളിലെ വിദഗ്ധനായാണ് ജോസഫ് ആ കൂട്ടത്തിൽ അറിയപ്പെടുന്നത്. പക്ഷേ സാധനമെത്തിയിട്ടില്ല.

'ചിയേഴ്സ്.'

എല്ലാവരുടെയും ഗ്ലാസുകൾ തമ്മിൽ കൂട്ടിമുട്ടി. ജയനാണ് മണാലി യാത്രയുടെ കാര്യങ്ങൾ ചോദിച്ചുതുടങ്ങിയത്. മിക്കവാറും കൂടിച്ചേരലു കളിൽ ആദ്യത്തെ അഞ്ചോ, പത്തോ മിനട്ട് നേരമാണ് യാത്ര ഒരു വിഷയമാകാറുള്ളത്. സംഭാഷണം മുറുകുന്നതോടെ വിഷയങ്ങൾ മാറിമാറി വരും. പിന്നെ പിന്നെ തങ്ങൾ എന്തിനാണ് അവിടെ കൂടിയി രിക്കുന്നതെന്ന് അവർ മറന്നുപോവുകയും ചെയ്യും.

ഡൽഹിയിൽനിന്ന് ചണ്ഡിഗഡ് വരെ ബസിൽ. ഒരു ദിവസം ചണ്ഡി ഗഡിൽ ഹാൾട്ട്. പിന്നെ ഒരു ട്രാവലർ വാടകക്കെടുത്ത് മണാലിയിലേ ക്ക്. യാത്രാ വിവരണവും യാത്രാവാഹനവും പതുക്കെ നീങ്ങിത്തുടങ്ങി. ജയന് ചണ്ഡിഗഡിലെ കാഴ്ചകൾ എന്തൊക്കെയാണെന്നറിയണം.

രണ്ടാം റൗണ്ടിലേക്ക് കാര്യങ്ങൾ മുന്നോട്ടുനീങ്ങുമ്പോഴാണ് കാളിം ഗ്ബെല്ലിന്റെ ശബ്ദം കേട്ടത്. പ്രസാദ് തന്നെ താഴേക്കുപോയി. പ്രസാ ദിന്റെ കൂടെ വന്ന ആളെ കണ്ട് നാല്വേരും ഒന്നു ഞെട്ടി. ഒരു ബംഗാളി. കയ്യിൽ വലിയൊരു സഞ്ചിയുമുണ്ട്.

കൃഷ്ണപ്രസാദ് ബംഗാളിയെ അതിഥികൾക്ക് പരിചയപ്പെടുത്തി ക്കൊടുത്തു.

'ഇവനാണ് എന്റെ പുതിയ അസിസ്റ്റന്റ്. പേര് ബാജി. ഞാനിട്ട പേരാണ്. ബംഗാളകാരനാ. നമ്മുടെ ജ്യോതിബസുവിന്റെ നാട്ടിൽ നിന്നൊരാളെ കിട്ടിയിട്ട് ഉപേക്ഷിക്കാൻ പറ്റുമോ?'

'അല്ലാ, തനിക്കതിന് ഹിന്ദിയോ ബംഗാളിയോ അറിയുമോ, ഇയാളെ മാനേജ് ചെയ്യാൻ? താൻ കണക്ക് മാഷല്ലേ?'

'ഇയാളെ മാനേജ് ചെയ്യാൻ ഹിന്ദിയും ബംഗാളിയുമൊന്നും വേണ്ട. ആംഗ്യഭാഷ മതി. ആള് ഊമയാ. മൂകനും ബധിരനും. പേരുതന്നെ എഴുതിയാണ് തന്നത്. അതെനിക്കൊട്ട് മനസിലായതുമില്ല. അപ്പഴാ ഞാൻ പുതിയ പേരിട്ടത്. എന്ത് കാര്യവും ആംഗ്യത്തിലൂടെ മനസ്സിലാ ക്കും. വൃത്തിയായി ചെയ്യും.'

'എത്ര കാലമായി ഇയാളെത്തിയിട്ട്? കഴിഞ്ഞ തവണ നമ്മൾ കൂട്ടുമ്പോൾ ഇയാളില്ലല്ലോ. അന്ന് പ്രായമുള്ള ഒരാളായിരുന്നല്ലോ സഹായി. കുറച്ച് ആരോഗ്യ പ്രശ്നങ്ങളൊക്കെ ഉണ്ടായിരുന്ന ഒരു വൃദ്ധൻ.'

'ആ.., അയാൾ പോയി. അയാൾ അച്ഛന്റെ കാലംതൊട്ടേ തറവാട്ടി ലുണ്ടായിരുന്ന ആളാ. ഞാനീ പുതിയ വീട്ടുവെച്ച് ഇങ്ങോട്ട മാറിയപ്പോൾ അച്ഛൻ അയാളെ എനിക്ക് വിട്ടുതന്നതാ. ആത്മാർത്ഥതയൊക്കെ ഉണ്ടായിരുന്നു. പക്ഷേ ജോലിയൊന്നും ചെയ്യാനുള്ള ആരോഗ്യമില്ല. പുതിയ ആരെയെങ്കിലും കിട്ടുമോ എന്ന് ഞാൻ കുറച്ചകാലമായി അന്വേ ഷിക്കുന്നുണ്ടായിരുന്നു. അപ്പോഴാണ് ഒരു ബംഗാളിയുണ്ട്, നോക്കുന്നോ എന്ന് ചോദിച്ച് ഒരാൾ വന്നത്. സംസാരിക്കില്ലെന്നറിഞ്ഞപ്പോൾ ഞാനൊന്ന് പരിഭ്രമിച്ചു. ഏതായാലും ഒരാഴ്ച നിൽക്കട്ടെ എന്ന പറഞ്ഞ് നിർത്തിയതാണ്. ഒരാഴ്ച കഴിഞ്ഞപ്പോൾ പെർഫോമൻസിന് നൂറിൽ നൂറ് മാർക്കും കിട്ടിയതിനാൽ സ്ഥിരമാക്കി. മറ്റേയാളെ പിരിച്ച വിട്ടുകയും ചെയ്ത. താഴെ ഔട്ട് ഹൗസിലെ മുറിയിലാണ് താമസം.' പ്രസാദ് വിശ ദീകരിച്ചു.

ഇതിനിടെ ജോസഫും ബാജിയും ചേർന്ന് ചിക്കനും ബീഫുമൊക്കെ റെഡിയാക്കി പാചകം ചെയ്യാൻ സ്റ്റൗവിലേക്ക്

കയറ്റിക്കഴിഞ്ഞിരുന്നു. സഞ്ചിയിൽ ബാക്കിയുണ്ടായിരുന്ന പൊതികൾ രാമചന്ദ്രൻ തുറന്നുനോക്കി. ചപ്പാത്തിയും പൊറോട്ടയും.

'ഇയാൾ ഇടങ്കയ്യനാ.' ജോസഫ് വിളിച്ചു പറഞ്ഞു.

മുളകും ഉള്ളിയുമൊക്കെ ഇടതുകൈ കൊണ്ട് അരിയുന്ന ബാജിയെ എല്ലാവരും കൗതുകത്തോടെ നോക്കി.

'ബാജി എന്ന പേര് തനിക്കെവിടെനിന്നു കിട്ടി? അതൊരു കറിയുടെ പേരല്ലേ? ഉരുളക്കിഴങ്ങ് സ്റ്റ്യൂവിന് ചില സ്ഥലങ്ങളിൽ 'ബാജി' എന്നാണ് പറയുക.'

'പച്ചക്കായ കടലമാവിൽ പൊരിച്ചുണ്ടാക്കുന്ന പലഹാരമുണ്ട് ബജ്ജി. അതാണോ ഉദ്ദേശിച്ചത്?'

'ഏയ് അതൊന്നുമല്ല. ഇത് ഹർഭജൻ സിംഗിന്റെ വിളിപ്പേരാ. ശ്രീശാ ന്തിന്റെ മുഖത്തടിച്ച അന്നുമുതൽ പ്രസാദ് ഹർഭജന്റെ ഒരു കട്ടഫാനാ. ആ സ്മരണയ്ക്ക് ഇട്ടതാവും.'

'പേര് ഞാൻ ആലോചിച്ചൊന്നും ഇട്ടതല്ല. എന്തായാലുമൊരു വിളി പ്പേരല്ലേ..? ഏറ്റവും സിംപിളം വിളിക്കാൻ സൗകര്യവ്വമുള്ളൊരു പേര് ഇട്ടെന്നേയുള്ളൂ. അവനും ഇഷ്ടമായി. അവന്റെ ഇറച്ചി പാചകം ഇപ്പോൾ വീട്ടിലെല്ലാവർക്കും വല്ലാതെ പിടിച്ചിട്ടുണ്ട്. നമുക്ക് തീരെ പരിചയമില്ലാ ത്ത ചില നോർത്ത് ഇന്ത്യൻ നോൺവെജ് ഡിഷസും ഇവന്റെ കൈയി ല്ണ്ട്.' പ്രസാദ് മറുപടി പറഞ്ഞു.

'ഇവൻ പാചകക്കാരനാണോ? അതോ കെയർടേക്കറോ?' രഞ്ജിത്ത് ചോദിച്ചു.

'ഈ വീട്ടിൽ ഇവൻ ചെയ്യാത്ത ജോലികളില്ല. പാചകത്തിനു പുറമേ അയേൺ ചെയ്യും. തോട്ടത്തിലെ അത്യാവശ്യം പണികളെല്ലാം ചെയ്യും. പുറത്തെ വിറകടുപ്പിലേക്ക് ആവശ്യത്തിനുള്ള വിറക് കീറും. പുറത്ത് കടകളിൽനിന്ന് സാധനങ്ങൾ വാങ്ങി വരും. കറന്റ് പോയാൽ കിണ റിൽനിന്ന് വെള്ളം കോരി നിറയ്ക്കും. പച്ചക്കറികൾക്ക് നനയ്ക്കും. നായയുടെ മുഴുവൻ പരിചരണവും നടത്തും. തോട്ടത്തിലെ അത്യാവശ്യം പണിക ളൊക്കെ ചെയ്യും. ശരിക്കും പറഞ്ഞാൽ ഒരു ആൾറൗണ്ടർ. നമ്മുടെ നാട്ടുകാരാണെങ്കിൽ ഇത്രയും പണി ചെയ്യാൻ അഞ്ചുപേരെ വെവ്വേറെ നിർത്തേണ്ടി വരും.'

'ഇയാൾ ഇതിനു മുൻപ് എവിടെയായിരുന്നു? കേരളത്തിലെത്തി യിട്ട് എത്ര കാലമായി? എന്താണ് ഇയാളുടെ കഴിഞ്ഞകാല കഥകൾ? ഇയാൾക്ക് ഫാമിലിയുണ്ടോ? ബംഗാളിലെ വിലാസമേതാണ്?'

രഞ്ജിത്താണ് ഇതൊക്കെ ചോദിച്ചത്. ഏതൊരാളെയും കുറച്ച്

സംശയ ദൃഷ്ടിയോടെ നോക്കിക്കാണാനാണ് അയാൾക്കിഷ്ടം. കുറ്റാ ന്വേഷണ പുസ്തകങ്ങൾ വായിച്ച് കൈവരിച്ച ശീലമാണ്. മാത്രമല്ല ജില്ലാ പോലീസ് സൂപ്രണ്ട് ഓഫീസിലാണ് ജോലിചെയ്യുന്നത് എന്ന ബോധം രഞ്ജിത്ത് എപ്പോഴും കൊണ്ടുനടക്കാറുണ്ട്. അതുകൊണ്ട് അയാൾക്ക് ഇതൊക്കെ ചോദിച്ചേ പറ്റൂ.

'ഏയ്. ഇതൊന്നും ഞാൻ ചോദിച്ചിട്ടില്ല. ഒരാഴ്ച ഇവിടെ നിർത്താ നാണ് ഞാൻ ഉദ്ദേശിച്ചത്. എന്റെ നോട്ടത്തിൽ എനിക്ക് പറ്റിയ ആളാണെന്നും നല്ല സ്വഭാവമാണെന്നും തിരിച്ചറിഞ്ഞപ്പോഴാണ് ഇവിടെ നിന്നോളാൻ പറഞ്ഞത്. ഞങ്ങളെല്ലാം വളരെ ഹാപ്പിയാണ്. ബാജിയും ഹാപ്പിയാണെന്നാണ് ഞാൻ വിചാരിക്കുന്നത്. നന്നായി ഭക്ഷണം കഴിക്കും. എന്നും ഇറച്ചി നിർബന്ധമാണ്. ഇനി ഏതായാലും കുറച്ചകാലത്തേക്ക് ഞാനിവനെ എങ്ങോട്ടും വിട്ടുന്നില്ല. മാത്രവുമല്ല, ഇവന് ഡ്രൈവിംഗം അറിയാം. ഇന്നലെ വൈഫിനെ കൊണ്ടുവിടാൻ പോകുമ്പോൾ ഓടിച്ചത് ഇവനായിരുന്നു.'

'അതിന് ഇയാൾക്ക് ഡ്രൈവിംഗ് ലൈസൻസുണ്ടോ?'

'അതു ഞാൻ ചോദിച്ചിട്ടില്ല. നല്ല ഡ്രൈവിംഗാണ്. അപ്പോൾ ലൈസൻസ് ഉണ്ടാവാതിരിക്കുമോ?'

'ഇയാൾക്ക് ഐഡി കാർഡൊക്കെയുണ്ടോ?'

'ഓ.. അവന്റെ വോട്ടർ ഐ.ഡി. കാർഡും ആധാർ കാർഡും ഞാൻ നോക്കിയതാ. ബംഗാളിലെ ഒരു വിലാസമാ അതിലുള്ളത്. അത് ശരിയാണോ എന്ന് പരിശോധിക്കുവാൻ എന്റെ കയ്യിൽ ഒരു മാർഗ്ഗവു മില്ല. അവനോട് എന്ത് ചോദിച്ചാലും ചിരിച്ച നിൽക്കുകയേയുള്ളൂ. ഒട്ടും കേൾക്കില്ല.'

സംസാരം ബാജിയിൽ നിന്നു മാറി മണാലിയിലേക്കുള്ള ട്രാവലറിൽ തിരിച്ചെത്തി. ബീഫിന്റെ ആദ്യ പ്ലേറ്റ് മേശയിലെത്തി.

രാമചന്ദ്രനാണ് പറഞ്ഞത്.

'ഇളനീർ കിട്ടിയിരുന്നെങ്കിൽ ഒരു പരീക്ഷണം നടത്താമായിരുന്നു. അടുത്തിടെ വാട്സാപ്പിൽ വന്നതാ. ഇവിടെ ഇളനീർ കിട്ടാനെന്താ വഴി?' രാമചന്ദ്രൻ ചോദിച്ചു.

ഇഷ്ടം പോലെ തെങ്ങുണ്ട് ചുറ്റിലും. പക്ഷേ ഇളനീർ കിട്ടുക എളുപ്പമല്ല.

'ഇവിടെ എന്തും കിട്ടും.' പ്രസാദ് പറഞ്ഞു.

പ്രസാദ് ബാജിയെ അടുത്തേക്ക് വിളിച്ച ആംഗ്യഭാഷയിൽ തേങ്ങയും

ഇളനീരുമൊക്കെ മനസ്സിലാക്കിക്കൊട്ടുത്തു. ജോസഫ് ഉറക്കെ വിളിച്ച പറഞ്ഞു 'നാരിയൽ കീ പാനീ' എല്ലാവരും കൂട്ടച്ചിരിയായി. ബാജി താഴേക്കിറങ്ങിപ്പോയി. ടെറസിൽനിന്ന് നോക്കുമ്പോൾ കാണുന്ന തെങ്ങിൽ തന്നെയാണ് ബാജി കയറിയത്. ഒരു കളർ തോർത്ത് തളപ്പപോലെയാക്കി അതിന്റെ സഹായത്താൽ ശരംവിട്ട പോലെ തെങ്ങിൻ മുകളിലെത്തി. ഒന്നിനപ്പുറകെ ഒന്നായി അഞ്ച് ഇളനീരുകൾ താഴേക്ക്. നിമിഷങ്ങൾ കൊണ്ട് അഞ്ചും ചെത്തി ബാജി ടെറസിലെത്തി. എന്തിനാണ് ഇളനീർ പറഞ്ഞതെന്ന് രാമചന്ദ്രൻ മറന്നു പോയിരുന്നു. ഏതായാലും അടുത്ത റൗണ്ടിൽ വെള്ളത്തിനപകരം ഇളനീർ ഒഴിക്കാ മെന്ന് തീരുമാനിച്ചു.

'ഈ മിണ്ടാപ്രാണിയെ കിട്ടിയതിൽ നീ ഭാഗ്യവാനാടാ.' ജയൻ പറഞ്ഞു.

'ആ വിനയവും ആത്മാർത്ഥതയും നമ്മുടെ നാട്ടിലെ ഏത് ജോലി ക്കാരിൽ നിന്നാണ് കിട്ടുക? നാട്ടിലെ പണിക്കാരെ എന്ത് ധൈര്യ ത്തിലാ വീട്ടിനുള്ളിലേക്കൊക്കെ കേറ്റുക? ഇവനെ ധൈര്യമായിട്ട് വീട് ഏൽപിച്ച പോകാം.'

'ഞാൻ അതിനോട് യോജിക്കുന്നില്ല.' രഞ്ജിത്ത് പറഞ്ഞു.

'ഒരു ജോലിക്കാരനേയും വീട് ഏൽപിച്ച പോകുന്നത് ബുദ്ധിയല്ല. അയ്യും ഊരും പേരും അറിയാത്ത, നമ്മുടെ നാട്ടുകാരനല്ലാത്ത ഒരാളെ.'

പക്ഷേ ആ ചർച്ച ആരും മുന്നോട്ട നയിച്ചില്ല.

മൂന്നാം റൗണ്ടിലാണ് പാട്ടിന്റെ തുടക്കം. ജോസഫാണ് തുടങ്ങിവ ക്കുക. ജയൻ ഏറ്റെടുക്കും. പഴയ പാട്ടുകളാണ് ജയന്റെ വീക്ക്നെസ്സ്. ആദ്യം സ്വന്തം നിലയ്ക്ക് കുറച്ച പാട്ടുകൾ പാടും. പിന്നെ ഓരോരുത്തരും ആവശ്യപ്പെടുന്ന പാട്ടുകൾ. ഇതിനിടയിൽ എപ്പോഴെങ്കിലും ചാണ്ടി ഗഡിൽനിന്ന് പുറപ്പെട്ട ട്രാവലർ ബിയാസ് നദിയുടെ ഓരത്തുകൂടി മണാലിയിലെത്തിയിട്ടുണ്ടാകും.

രണ്ട് കാലിക്കുപ്പികൾ ബാജി താഴേക്കുകൊണ്ട പോയി. പിന്നെ പ്രത്യക്ഷപ്പെട്ടത് കുറേ മുട്ടകളമായിട്ടാണ്. ബാജി നിമിഷനേരം കൊണ്ട് രണ്ട്പ്ലേറ്റ് എഗ്ഗ്ചില്ലി തയ്യാറാക്കി. എരിവ് കുറച്ചുകൂടുതൽ തോന്നിയെ കിലും സാധനം സൂപ്പർ. കൂട്ടത്തിലാരോ ഒരു ഗ്ലാസ് ഒഴിച്ച് ബാജിക്ക് നീട്ടിയെങ്കിലും ബാജി ചിരിച്ചുകൊണ്ട് നിരസിച്ചു.

"അവൻ കഴിക്കില്ല" പ്രസാദ് പറഞ്ഞു.

'അവർക്ക് താൽപര്യം നാവിനടിയിൽ വയ്ക്കുന്ന ലഹരിയാണ്.'

മണാലിയിൽനിന്നും വാഹനം ഒട്ടും മുന്നോട്ട നീങ്ങിയിട്ടില്ല. ആരും അതേപ്പറ്റി അന്വേഷിച്ചതുമില്ല. രണ്ടുപേർ തമ്മിൽ തമ്മിലാണ് ഇപ്പോൾ സംസാരം. ജയൻ പാട്ട് ഇടരുന്നുണ്ട്. മൂന്നാമത്തെ കുപ്പി പകുതിയായ പ്പോൾ പ്രസാദ് പറഞ്ഞു.

'ഇനി ഭക്ഷണം.'

നേരത്തെ മേശപ്പുറത്തുണ്ടായിരുന്ന ഫ്രൂട്ട്സും അണ്ടിപ്പരിപ്പും കടല യുമെല്ലാം അപ്രത്യക്ഷമായിരിക്കുന്നു. ആ സ്ഥാനത്ത് ചപ്പാത്തിയും പൊറോട്ടയും ചിക്കൻ കറിയും ബീഫുമൊക്കെ നിരന്നു. അവസാനത്തെ ഉള്ളിയും കുപ്പിയിൽനിന്ന് ഊറ്റിയതിനു ശേഷമാണ് എല്ലാവരും ഭക്ഷ ണത്തിലേക്ക തിരിഞ്ഞത്. ഭക്ഷണം കഴിച്ചതിനുശേഷം ലഹരിപാനീയം

വേണ്ട എന്ന കാര്യത്തിൽ എല്ലാവരും ഏകാഭിപ്രായക്കാരായിരുന്നു.

ജോസഫ് മാത്രം രാത്രി ലോഡ്ജിലേക്ക് തിരിച്ചുപോവുകയാണ്. ബാക്കിയുള്ളവർ ആ വീട്ടിലെ പലമുറികളിലായി വീണുറങ്ങി. രഞ്ജിത്ത് കുറച്ചുനേരം ടി.വി കണ്ടിരുന്നതിനുശേഷമാണ് ഉറങ്ങിയത്.

രാവിലെ ഓരോ കട്ടൻ ചായയും കുടിച്ച് പിരിഞ്ഞു. ബാജിയാണ് കട്ടൻചായ തയ്യാറാക്കി മൂന്നുപേർക്കും കൊടുത്തത്. പ്രസാദ് എണീറ്റ്ടുണ്ടായിരുന്നില്ലെങ്കിലും എല്ലാവരും പ്രസാദിന്റെ അടുത്തുവന്ന് യാത്ര പറഞ്ഞിട്ടാണ് ഇറങ്ങിയത്. മണാലി യാത്രാവിവരണം ഗംഭീരമായി എന്ന് ജയൻ പ്രസാദിനോട് പറഞ്ഞു.

****

അഞ്ചാറു ദിവസങ്ങൾക്കുശേഷം രഞ്ജിത്തിന് കൃഷ്ണപ്രസാദിന്റെ വിളി എത്തി.

'രഞ്ജിത്തേ, എന്റെ ബാജി പെട്ടെന്നൊന്ന് മുങ്ങി. ഇന്നലെ രാവിലെ മുതൽ ആളെ കാണാനില്ല. എവിടെപ്പോയി തിരക്കും, എന്ത് പറഞ്ഞ് അന്വേഷിക്കും എന്നാലോചിച്ച് ഞാനാകെ വിഷമത്തിലായിരുന്നു. ഭാഗ്യം കൊണ്ട് ഇന്നുവൈകീട്ട് അവൻ തിരിച്ചെത്തിയിരിക്കുന്നു. ഞാൻ എന്തു ചോദിക്കുമ്പോഴും ചിരിച്ചുകൊണ്ട് നിൽക്കുന്നേയുള്ളൂ. എന്തായാലും തിരിച്ചെത്തിയപ്പോഴാ എനിക്കൊരു സമാധാനമായത്.'

'അവനില്ലാതെ പറ്റില്ല എന്ന അവസ്ഥയിലായിപ്പോയോ?'

'അതല്ല രഞ്ജിത്തേ, ഞങ്ങളുടെ കുടപ്പിറപ്പിനെപ്പോലെയാ ഞങ്ങൾ കരുതുന്നത്. കേൾക്കാനും പറയാനും പറ്റാത്തൊരു മിണ്ടാപ്രാണിയല്ലേ? അതാ ഒരു വിഷമം.'

ഏറെ ദിവസങ്ങൾക്കുശേഷമാണ് രഞ്ജിത് ജയനെ കണ്ടുമുട്ടിയത്. ചില സാധനങ്ങൾക്കായി സൂപ്പർ മാർക്കറ്റിൽ കയറിയപ്പോഴാണ് ജയൻ മാനേജരുമായി സംസാരിച്ചുകൊണ്ട് നിൽക്കുന്നത് കണ്ടത്.

'രഞ്ജിത്തേ, നിന്നോടൊരു കാര്യം പറയണമെന്ന് കുറച്ച് ദിവസമായി കരുതുന്നു. നീ എനിക്കൊരു ഉപകാരം ചെയ്യണം. ആ ബാജിയെ ഒരു മൂന്നുമാസത്തേക്ക് എന്റെ കൂടെ നിർത്താൻ നീ കൂടി ഒന്ന് പ്രസാദിനോട് റെക്കമെന്റ് ചെയ്യണം. ഞാൻ പുതുതായി വാങ്ങിയ ഒരേക്കർ സ്ഥലത്തെ കൃഷികൾക്കൊക്കെ ഒരു തുടക്കമിടാൻ എനിക്ക് വിശ്വസ്തനായൊരു ആളിന്റെ സഹായം വേണം. നീ പറഞ്ഞാൽ പ്രസാദ് കേൾക്കും. മാഷ് കൊടുക്കുന്നതിനേക്കാൾ കൂടുതൽ ഞാനവന് ശമ്പളം കൊടുക്കാം.'

'ശരി, ശരി. ഞാൻ കാണുമ്പോൾ സംസാരിക്കാം.'

ബാജിയുടെ കാര്യത്തിൽ ഇടപെടാൻ രഞ്ജിത്തിന് താൽപര്യ മില്ലായിരുന്നു. ജയനോടത് തുറന്നുപറഞ്ഞില്ലെന്നു മാത്രം. ഇവർക്ക് സംസാരിക്കാൻ ഈ ഒരു വിഷയമേയുള്ളൂ.

ക്രൈം സെല്ലിലെ മോഹൻദാസാണ് ഓഫീസിൽ രഞ്ജിത്തിന്റെ അടുത്ത സുഹൃത്ത്. കാന്റീനിലേക്ക് ചായയ്ക്കായി പോകുമ്പോഴൊ ക്കെ മോഹൻദാസിനേയും വിളിക്കും. പലപ്പോഴും മോഹൻദാസിന് ജോലിത്തിരക്കായിരിക്കും. അന്ന് വിളിച്ചപ്പോൾ മോഹൻദാസ് വളരെ ഗൗരവത്തിൽ ജോലിയുടെ തിരക്കിലായിരുന്നു. 'ഞാനൊരു അർജന്റ് വർക്കിലാ. രഞ്ജിത് വിട്ടേക്ക്.'

ചായകുടി കഴിഞ്ഞുവരുമ്പോൾ രഞ്ജിത് മോഹൻദാസിനടുത്ത് ചെന്നു.

'എന്താണ്? പുതിയ കേസെന്തെങ്കിലും കിട്ടിയോ?'

'ആ... കഴിഞ്ഞ ആഴ്ച തിരുവനന്തപുരത്ത് നടന്ന ഇരട്ടക്കൊലപാ തകത്തിന്റെ പ്രതിയെ തേടിക്കൊണ്ടിരിക്കയാണ്. ഒരു സി.സി.ടി.വി ദൃശ്യം മാത്രമാണ് കിട്ടിയിരിക്കുന്നത്. ആളാരാണെന്ന് ഒരു സൂചനയും കിട്ടിയിട്ടില്ല. എല്ലാ ജില്ലകളിലുമുള്ള ക്രിമിനൽസുമായി ആ ദൃശ്യം മാച്ച് ചെയ്യാൻ ആവശ്യപ്പെട്ടിരിക്കുകയാണ്.'

'നിലവിലുള്ള ക്രിമിനലുകൾ അല്ലാതെ പുതിയ ആളാണെങ്കിലോ..?'

'ഇതൊരു പ്രാഥമിക നടപടി മാത്രം. ഇതുവരെ പോലീസ് റിക്കാ ർഡിൽ ഉള്ളവരാണോ എന്ന് തിരിച്ചറിയാനാണ്.'

'പ്രതിയുടെ ദൃശ്യത്തിൽനിന്ന് ഇന്നാട്ടുകാരനാണെന്ന് തിരിച്ചറിയു ന്നുണ്ടോ?'

'ചിത്രം വ്യക്തമല്ല. അതുകൊണ്ട് ആരുമാവാം.'

'ആളെ കിട്ടിയാൽ പറയണേ.' രഞ്ജിത് സീറ്റിലേക്ക തിരിച്ചപോയി.

വൈകിട്ട് ഓഫീസിൽ നിന്നിറങ്ങുമ്പോഴാണ് പ്രസാദിന്റെ കാർ റോഡരികിൽ നിർത്തിയിരിക്കുന്നത് കണ്ടത്. സൂപ്പർമാർക്കറ്റിലേയ്ക്ക് വന്നതാകും. കുറച്ചനേരംകാറിനടുത്ത് കാത്ത് നിന്നപ്പോഴാണ് കുറേ പായ്ക്കറ്റുകളുമായി ബാജിയും പ്രസാദും സൂപ്പർ മാർക്കറ്റിൽ നിന്നും പുറ ത്തേക്ക് വന്നത്.

'ആ രഞ്ജിത്തേ, എന്തൊക്കെയുണ്ട് വിശേഷങ്ങൾ.' രഞ്ജിത്ത് ബാജിയുടെ മുഖത്തേക്കാണ് നോക്കിയത് അയാൾ പരിചയഭാവത്തിൽ ചിരിച്ചു.

'എന്തൊക്കെയുണ്ട് മാഷേ പുതിയ വാർത്തകൾ.'

'രഞ്ജിത്തേ അന്ന് ഞാൻ സൂചിപ്പിച്ചിരുന്നില്ലേ ? വിൽക്കാൻ വച്ചി രുന്ന ആ റബ്ബർ തോട്ടം വില്പനയായി. അമ്പതുലക്ഷം അവർ റൊക്കം പണമായിത്തന്നു. ഇന്നലെയാ കിട്ടിയത്. ഞാനും ബാജിയും കൂടി പോയി പണം വാങ്ങിവന്നു.'

'പൈസ എന്തു ചെയ്യണമെന്നാ ഉദ്ദേശിക്കുന്നത്? ഒരു പാർട്ടിക്ക കൂടി വകയായല്ലോ.'

'ഒന്നും തീരുമാനിച്ചിട്ടില്ല. ഒരു തോട്ടം നോക്കിവച്ചിട്ടുണ്ട്. ഒത്തു കിട്ടിയാൽ വാങ്ങാം. അതുവരെ പണം ഒന്നും ചെയ്യുന്നില്ല. ജയൻ ഡിപ്പോസിറ്റ് ചെയ്യാനൊക്കെ പറയുന്നുണ്ട്. തൽക്കാലം വീട്ടിൽതന്നെ സൂക്ഷിക്കാനാ തീരുമാനം. പാർട്ടിയൊക്കെ നമുക്ക നടത്താം.'

'ബാജിയെ ഒരു മൂന്നുമാസത്തേക്ക വേണമെന്ന് ജയൻ പറഞ്ഞിരു ന്നല്ലോ. കൊടുക്കുന്നില്ലേ?'

'ഒരു ദിവസം ഞങ്ങൾ രണ്ടാളും കൂടി ജയന്റെ വീട്ടിൽ പോയിരുന്നു. ബാജിക്ക് എല്ലാമൊന്ന് പരിചയപ്പെടുത്തിക്കൊടുത്തു. ഒരുദിവസം മാത്രം അവിടെ താമസിക്കാൻ അനുവാദവും കൊടുത്തു. പിറ്റേന്ന് തിരി ച്ചെത്തി. തല്ലാലം അതുമതി. ഇവനെ ഇപ്പോൾ ഞാൻ കൊടുക്കില്ല.'

'അടുത്ത ആഴ്ചയിൽ ഒരു ഒഴിവു ദിവസമുണ്ടല്ലോ. അന്ന് നമുക്കൊന്നു കൂടാം. ഞാൻ എല്ലാവരേയും വിളിച്ചോളാം.'

വീണ്ടുമൊരു കൂടലിനുള്ള അവസരമായി. രഞ്ജിത്ത് മനസ്സിലോർത്തു. ഇത്ര പെട്ടെന്ന് ഒരവസരമുണ്ടാകുമെന്ന് കരുതിയില്ല.

പിറ്റേന്ന് വൈകീട്ട് മോഹൻദാസിനെ കണ്ടപ്പോഴും ഇരട്ടക്കൊല പാതകത്തിലെ പ്രതിയെ തിരിച്ചറിയാൻ പറ്റിയില്ലെന്നാണ് പറഞ്ഞത്.

'ആളേതായാലും ഈ ജില്ലക്കാരനാവില്ല. അതാവും നമ്മുടെ ജില്ലയിലെ ലിസ്റ്റിൽ ഉൾപ്പെടാത്തത്.'

'അങ്ങനെയല്ല രഞ്ജിത്തേ, ഈ ജില്ലയിൽ നടന്ന ക്രൈമുകളിൽ പ്രതികളായവരുടെയും പിടിക്കപ്പെട്ടവരുടെയും വിവരങ്ങളാണ് നമ്മുടെ കയ്യിലുള്ളത്. അതിലൊരുമായും ആ ഫോട്ടോ മാച്ചാകുന്നില്ല. ക്രിമിനൽ ഏത് ജില്ലക്കാരനുമാവാം. ഇതിന് മൂന്മാസംമുൻപ് നടന്ന കൊലക്കേ സിലും ആളെ ഇതുവരെ കിട്ടിയിട്ടില്ല. ഇതിപ്പോൾ ഒരു തുമ്പും കിട്ടാത്ത രണ്ടാമത്തെ കേസായി.'

'അതെന്തായിരുന്നുകേസ്.'

'അത് പത്തനംതിട്ട ജില്ലയിൽ തനിച്ച് താമസിക്കുന്ന വീട്ടമ്മ

കൊല്ലപ്പെട്ട കേസാണ്. ആവീട്ടിൽനിന്ന് പണവും സ്വർണ്ണവുമൊക്കെ കവർച്ച ചെയ്യപ്പെട്ടിട്ടുണ്ട്. വീടിന് കുറച്ചകലെനിന്നുളള ഒരു സംശയാ സ്പദമായ സി.സി.ടി.വി ദൃശ്യം മാത്രമാണ് അന്വേഷണത്തിൽ സഹായ കരമായി കിട്ടിയത്. അന്നും ഞാൻ മാച്ച് ചെയ്ത് നോക്കിയതാ. ഒന്നും മാച്ചായില്ല.'

'ഈ രണ്ടും ഓരാളായിരിക്കുമോ?'

'അതെങ്ങനെ പറയാനാകും? ആകെക്കൂടിയുള്ള ഒരു കോമ ൺഫാക്ടർ മൂർച്ചയുളള ആയുധമാണ് രണ്ടിടങ്ങളിലും ഉപയോഗിച്ചിട്ട ുള്ളത് എന്ന് മാത്രം. ക്രിമിനൽ പശ്ചാത്തലമുള്ള എല്ലാവരേയും മാച്ച് ചെയ്യിക്കുന്നുണ്ട്. നമ്മുടെ ജില്ലയിൽ കണ്ടെത്താൻ പറ്റിയില്ലെങ്കിൽ അക്കാര്യം റിപ്പോർട്ട് ചെയ്യും. പക്ഷേ ആളെ പിടിക്കുടുന്നതുവരെ നമ്മൾ നിരന്തരം വാച്ച് ചെയ്യകൊണ്ടിരിക്കണം. ചുരുക്കിപറഞ്ഞാൽ റിപ്പോർട്ട് ചെയ്യാലും തലവേദന മാറുന്നില്ലന്നർത്ഥം.'

അപ്പോഴാണ് രഞ്ജിത്തിന് ജയന്റെ വിളിയെത്തുന്നത്. 'എന്തായെടാ ബാജിഭായുടെ കാര്യം പ്രസാദുമായി സംസാരിച്ചോ? പ്രസാദ് എന്ത പറഞ്ഞു?'

'പ്രസാദിന് ബാജിയെ വിട്ടുതരാൻ താല്പര്യമൊന്നുമില്ല. ഒന്നോ രണ്ടോ ദിവസം വേണമെങ്കിൽ കിട്ടിയേക്കും. നീ വേറെ ആരെയെങ്കിലും നോക്കുന്നതായിരിക്കും നല്ലത്.'

'വേറെ ആളകളെയൊക്കെ കിട്ടും. എന്നാലും ഇത്ര ആത്മാ ർത്ഥതയും പ്രാപ്തിയുമുള്ള ഒരാളെ കിട്ടാൻ എളുപ്പമല്ലല്ലോ. അത് നിനക്കും അറിയുന്നതല്ലേ.'

'എന്നാൽ ഇനികാണുമ്പോൾ ഒരിക്കൽക്കൂടി നിർബന്ധിച്ച നോക്കാം.'

'എന്നാൽ ഓക്കെ.'

'ആരെപ്പറ്റിയാ രഞ്ജിത്തേ പറയുന്നത്?' മോഹൻദാസ് ചോദിച്ചു.

'ഓ... അതൊരുബംഗാളി ജോലിക്കാരൻ. എന്റെ സുഹൃത്ത് പ്രസാദ്മാഷിന്റെ വീട്ടിലാണിപ്പോൾ. നല്ല കഴിവും സന്നദ്ധതയുമുള്ള ഒരു സാധു. അവനെ രണ്ട്മൂന്ന് മാസത്തേക്ക് വിട്ടുകൊടുക്കാൻ പറയ ണമെന്നാ എന്റെ മറ്റൊരു സുഹൃത്ത് ജയൻ ആവശ്യപ്പെട്ടിരിക്കുന്നത്.'

'ആള് ബംഗാളിയാണോ?'

'അതെ, എല്ലാ പണികളും ചെയ്യാനറിയുന്ന ഒരുവിശ്വസ്ഥൻ.

വീട്ടവരെ ധൈര്യമായി ഏൽപ്പിച്ചപോകാം.'

'അതൊക്കെ താൻ അതിശയോക്തി പറയ്യുന്നതാ. അൽപമെങ്കി ല്യം വിവേകമുള്ള ഒരാളും സ്വന്തം വീട് ഒരു ബംഗാളിയെ ഏൽപിച്ച് പോവില്ല.'

'അത് ദാസ് ബാജിഭായിയെ നേരിട്ട് കാണാത്തതുകൊണ്ട് പറയ്യുന്നതാ.'

'അയാളുടെ ഫോട്ടോ കയ്യിലുണ്ടോ?'

'എന്തിനാ മാച്ച് ചെയ്യിക്കാനാണോ?'

'അതെ എനിക്ക് ഏത് അന്യസംസ്ഥാനക്കാരനെ കിട്ടിയാല്യം മാച്ച് ചെയ്യിക്കണമെന്ന് തോന്നാറുണ്ട്. എന്താണയാളുടെ പേര്?'

'അയാളൊരു പാവം ബംഗാളി. പേരോ ഫോട്ടോയോ ഒന്നും ഇല്ല. പ്രസാദ് കൊടുത്ത പേരാണ് ബാജി എന്നത്. '

'പേരും ഫോട്ടോയും ഒന്നുമില്ലെങ്കിൽ പിന്നെ എങ്ങനെ പരിശോ ധിക്കാനാണ്? മറ്റെന്തെങ്കില്യം വിവരങ്ങൾ കയ്യിലുണ്ടോ?'

'എന്റെ മോഹൻദാസേ നീയീ ബാജിയെ വിട്ടുകള. നിന്റെ ലിസ്റ്റിൽ പെടാനുള്ള യോഗ്യതയൊന്നും ഇവനില്ല. അയാൾ മൂകനും ബധിരനു മാണ്.'

'എന്നാൽ പിന്നെ ഞാൻ വെറുതെ സമയം കളയ്യുന്നില്ല.'

'അല്ലല്ല നീ മാച്ച് ചെയ്യിച്ചോ. ആള് ക്ലീനാണെന്ന് ഉറപ്പവരുത്താമ ല്ലോ. ഞങ്ങളുടെ കൂട്ടത്തിലെല്ലാവർക്കും അത് സന്തോഷമാകും.'

'എങ്കിൽനോക്കാം. ആള് മൂകനും ബധിരനുമാണ്. വേറെയെന്തങ്കി ല്യം പ്രത്യേകതകൾ പറയാനുണ്ടോ?'

'ആ ഒരു കാര്യം അയാൾ ഇടങ്കയ്യനാണ്.'

'ശരിശരി, പേരറിയില്ല, ഫോട്ടോയുമില്ല. എങ്കില്യം കിട്ടിയവിവരം വെച്ച് ഞാനൊന്ന് തിരഞ്ഞുനോക്കട്ടെ.'

വൈകിട്ട് ഓഫീസിൽ നിന്നിറങ്ങാൻ നേരത്ത് രഞ്ജിത് മോഹൻദാ സിനടുത്തെത്തി.

'ഈ ജില്ലയിലോ, കേരളത്തിലെവിടെയെങ്കില്യമോ മൂകനും ബധിര നുമായ ഒരു അന്യസംസ്ഥാന തൊഴിലാളി പോലീസിന്റെ റെക്കാർഡ് പ്രകാരം പേര്ജിസ്റ്റർ ചെയ്യിട്ടില്ല. രജിസ്റ്റർ ചെയ്യിട്ടില്ലെങ്കിൽ റെക്കാ ർഡില്യമുണ്ടാവില്ല.'

'ഞാൻ വേറൊന്ന് ചോദിക്കട്ടെ. കേരളത്തിൽ രജിസ്റ്റർ ചെയ്യിട്ടുള്ള

ഏതെങ്കിലും ക്രിമിനൽ കേസുകളിൽ മൂകനും ബധിരനുമായ ഒരാൾ പ്രതി ചേർക്കപ്പെട്ടിട്ടുണ്ടോ? അതൊന്ന നോക്കിപ്പറയാമോ?'

'പറയാം. അതത്ര എളുപ്പമല്ല. ഏകദേശം ആറായിരത്തിലേറെ കേസുകൾ അന്യസംസ്ഥാന തൊഴിലാളികൾ പ്രതികളായിട്ടുള്ളവ രജിസ്റ്റർ ചെയ്തിട്ടുണ്ട്. ഇതിൽ മൂകനും ബധിരനുമായിട്ടൊരാളുണ്ടെങ്കിൽ കണ്ടെത്താവുന്നതേയുള്ളൂ. കുറേ സമയമെടുക്കും.'

'അത്രമതി, തിരക്കില്ല. സൗകര്യം പോലെ നോക്കിവച്ചാൽ മതി. എന്നാൽ നാളെക്കാണാം.'

അന്ന രാത്രി രഞ്ജിത്ത് പ്രസാദിനെ വിളിച്ചിട്ട് ബാജിയുടെ ഒരു ഫോട്ടോ ഫോണിലുണ്ടെങ്കിൽ ഒന്നയച്ചുതരാൻ ആവശ്യപ്പെട്ടു.

'ഇല്ലെടാ. അവൻ ഫോട്ടോയ്ക്കു നിന്നുതരാറില്ല. അവന് ഫോട്ടോ വല്ലാത്തൊരലർജിയാ. ഞാൻ രണ്ടുമൂന്നു തവണ ശ്രമിച്ചിരുന്നു. പിന്നെ അവനെ വേദനിപ്പിക്കണ്ടല്ലോന്നു കരുതി വേണ്ടെന്നുവച്ചു.'

പിറ്റേന്ന് ഉച്ചയോടെ മോഹൻദാസിനെ കണ്ടപ്പോഴാണ് രഞ്ജിത്ത് അക്കാര്യം വീണ്ടും ഓർത്തത്.

'ഞാൻ പറഞ്ഞ ആളെക്കുറിച്ച് എന്തെങ്കിലും വിവരം ലഭിച്ചോ?'

'കേരളത്തിൽ രജിസ്റ്റർ ചെയ്ത ഏതെങ്കിലും കേസുകളിൽ മൂകനും ബധിരനുമായ ഒരു അന്യസംസ്ഥാന തൊഴിലാളിയെ പ്രതി ചേർത്തി ട്ടില്ല. രാത്രി മൂന്നുമണിക്കുറോളം ഞാനീ കാര്യത്തിനായി ചെലവഴിച്ചു. നീ എനിക്കൊരു ബിരിയാണി വാങ്ങിത്തരണം.'

'എങ്കിൽ അതന്വേഷിക്കണ്ട. അയാൾ ഒരു ലിസ്റ്റിലും പെടാൻ ഇടയുള്ള ആളല്ല. സംസാരിക്കാൻ പറ്റാത്തതുകൊണ്ടായിരിക്കും അയാൾ ലേബർകാർഡ് സംഘടിപ്പിക്കാൻപോലും ശ്രമിക്കാതിരു ന്നത്.'

പിറ്റേന്ന് ജയൻ വിളിച്ച് ബാജിയുടെ കാര്യം പ്രസാദിനോട് പറഞ്ഞോ എന്നന്വേഷിച്ചപ്പോഴാണ് രഞ്ജിത്തിന്റെ മനസ്സിലേക്ക് വീണ്ടും ബാജിഭായ് കടന്നു കയറിയത്. പ്രസാദിന്റെ വീട്ടിലെ പാർട്ടിക്കിട യിൽ ബാജിയുടെ ഫോട്ടോ എടുത്തിട്ടുണ്ടാകുമോ? രഞ്ജിത്ത് അന്നത്തെ ഫോട്ടോകൾ മൊബൈലിൽ തിരഞ്ഞു. ഒരു ഫോട്ടോയിൽ ബാജിയുടെ മുഖം പതിഞ്ഞിട്ടുണ്ട്. ഇളനീരുമായി ടെറസിലേക്ക് വരുന്ന നിമിഷത്തി ലെടുത്ത ഫോട്ടോ. അവൻ പോലുമറിയാതെ ആ ഫോട്ടോയിൽ ഉൾപ്പെ ട്ടു പോയതാണ്. ഈ ഫോട്ടോ നാളെ മോഹൻദാസിന് കൈമാറണം. ഒന്ന പരിശോധിക്കുന്നത് കൊണ്ടെന്താണ് കുഴപ്പം. ആൾ ക്ലീനാണെന്ന്

ഉറപ്പവരുത്താമല്ലോ.

പിറ്റേന്ന് ഫോട്ടോ ഷെയർചെയ്തപ്പോൾ മോഹൻദാസ് ഫോട്ടോ നോക്കിക്കൊണ്ട് പറഞ്ഞു.

'ഇതിൽ ഇളനീരല്ലെയുള്ളൂ, മുഖം കാണുന്നില്ലല്ലോ. എന്തായാലും ഇയാളുടെ വേർഎബൗട്ട്സ് കിട്ടണം. അത്രയല്ലെ വേണ്ടൂ. ഇയാൾ ക്രിമിനലാണോ? ആ ലിസ്റ്റിൽ ചെക്ക് ചെയ്യേണ്ടല്ലോ.? എന്തായാലും ഞാനൊന്ന് നോക്കാം.'

പിറ്റേന്ന് കണ്ടപ്പോൾ മോഹൻദാസ് പറഞ്ഞു. 'തന്റെ ബാജിയെക്ക റിച്ച് വിവരങ്ങളൊന്നും കിട്ടിയില്ല. മൂകനും ബധിരനുമായ ഈ ബംഗാളി യെക്കുറിച്ചുള്ള ഒരു വിവരവും നമ്മുടെ റിക്കാർഡ്ഡുകളിലില്ല.'

വൈകിട്ട് കാന്റീനിൽ ഒരുമിച്ച് ചായകുടിച്ചുകൊണ്ടിരിക്കമ്പോ ഴാണ് മോഹൻദാസ് അക്കാര്യം രഞ്ജിത്തിനോട് ചോദിച്ചത്. 'ഞാൻ തിരഞ്ഞത് മുഴുവൻ മൂകനും ബധിരനുമായ ബംഗാളിയെയാണ്. എന്നാൽ ഇയാൾ യഥാർത്ഥത്തിൽ മൂകനോ ബധിരനോ അല്ലെങ്കിലോ? അയാ ളെങ്ങാനും ആരീതിയിൽ അഭിനയിക്കുകയാണെങ്കിലോ. അതാർക്കും ചെയ്യാമല്ലോ?'

'ഏയ് അതത്ര എളുപ്പമാണോ? അതുമൊരു ബംഗാളി നമ്മുടെ നാട്ടിൽവന്ന് മൂകനായി അഭിനയിച്ച് ഇത്രയും കാലം ജീവിക്കാൻ സാധിക്കുമോ? അതൊരിക്കലും ശരിയാകില്ല. പിച്ചക്കാരൊക്കെ ചിലപ്പോൾ അങ്ങനെ അഭിനയിക്കുന്നുണ്ടാകാം. പക്ഷേ ഇത് ഒരു വീടിന്റെ കെയർടേക്കറായാണ് ജോലിചെയ്യുന്നത്. അയാൾ നടിക്ക കയാണെന്ന് പറഞ്ഞാൽ ഞാൻ സമ്മതിച്ചതരില്ല.'

'നീ ഇമോഷണലാവണ്ട. ഞാനൊരു സാധ്യത പറഞ്ഞെന്നമാത്രം. എന്തായാലും ഞാനാ ഫോട്ടോവെച്ച് ഒരുസാധാരണ ബംഗാളിയായി അയാളെ ഒന്ന് ട്രേസ് ചെയ്യാം. വല്ലവിവരവും കിട്ടിയാൽ നിനക്ക് തന്നെ യല്ലേ ഉപകാരപ്പെടുക'

'എങ്കിൽ കഴപ്പമില്ല. നീ അന്വേഷിക്ക്. അയാൾ ക്ലീനായിരിക്കേണ്ടത് എന്റെ കൂടി ആവശ്യമാണ്.'

'ഞാൻ ഇന്ന് നൈറ്റ്കൂടി എടുക്കുന്നുണ്ട്. അതിനിടയിൽ തന്റെ ബാജിയെക്കൂടി ഒന്നു തപ്പാം. ഒരു കഴപ്പവുമില്ലാത്ത ഒരു ഇടങ്കയ്യൻ ബംഗാളിയെ. ഫോട്ടോയുണ്ടല്ലോ. നമുക്ക് നോക്കാം.'

രാത്രി ഭക്ഷണം കഴിച്ച് പകുതി വായിച്ചവച്ച ഒരു കുറ്റാന്വേഷണ നോവലെടുത്ത് വായിച്ചുകൊണ്ടിരിക്കുകയായിരുന്ന രഞ്ജിത്ത്. ഒരു

മണിക്കൂർ വായിച്ചപ്പോഴേക്കും ഉറക്കം വന്നുതുടങ്ങി. അപ്പോഴാണ് മൊബൈൽ ശബ്ദിച്ചത്. സമയം നോക്കി. 10.30.

മോഹൻദാസാണ്. 'രഞ്ജിത്തേ, ഒന്ന് ഓഫീസുവരെ വരാൻ പറ്റമോ? വളരെ പ്രധാനപ്പെട്ട ഒരു കാര്യമുണ്ട്.'

'ശരി, ഞാനടനെ വരാം,'

ഭാര്യയോട് വിവരം പറഞ്ഞിട്ട് സ്കൂട്ടറെടുത്ത് ഓഫീസിലേക്ക വിട്ടു. രാത്രിയിൽ ഇതിനുമുമ്പും ഓഫീസിൽ പോയിട്ടുണ്ട്. കാര്യമായ ട്രാഫിക്കി ല്ലാത്തയുകൊണ്ട് പെട്ടെന്നുതന്നെ ഓഫീസിലെത്തി. ആകെ പരിഭ്രമിച്ച നിലയിലായിരുന്ന മോഹൻദാസ്.

'താൻ പറഞ്ഞയുപ്രകാരം ഞാൻ ആ ഫോട്ടോയും വെച്ചുകൊണ്ട് കേരളത്തിലെ അന്യസംസ്ഥാന തൊഴിലാളികൾ പ്രതികളായിട്ടുള്ള കേസുകൾ പരിശോധിക്കുകയായിരുന്നു. ഒരു മണിക്കൂറായി ചെക്ക് ചെയ്യുന്നു. ഇതാ, ഈ കാണുന്ന കേസിലെത്തിയപ്പോഴാണ് ഞാൻ ഞെട്ടിപ്പോയത്. പത്തനംതിട്ടയിലെ കരിക്കംതൊടിക ഇരട്ടക്കൊല ക്കേസ് തനിക്കോർമ്മയുണ്ടോ? നാലുവർഷം മുമ്പ് ഒരു ഫാമുടമയായ സ്ത്രീയേയും അവരുടെ മകനേയും കൊലചെയ്ത് വൻ കവർച്ചനടത്തി നാട്ടുവിട്ട ഒരു ബംഗാളിയെ. അവൻ ബംഗാളിയല്ല. ബംഗ്ലാദേശുകാര നാണെന്ന് പിന്നീട് കണ്ടെത്തി. ഒരു മൊയ്നൽ റഷീദ്. ഫോട്ടോയിൽ യാതൊരു സാമ്യവുമില്ല. രണ്ടും രണ്ടാളകൾ. പക്ഷേ, കമ്പ്യൂട്ടറിൽ മാച്ചിംഗ് ആണ് കാണിക്കുന്നത്. ഇതാ അവന്റെ ഫോട്ടോ. ഇവൻ മൂകനുമല്ല ബധിരനുമല്ല. ബംഗ്ലാദേശിൽ നിരവധി കേസുകളുള്ള ഒരു കൊടും കുറ്റവാളി. ഒരു കൈമഴുകൊണ്ട് അമ്മയുടെയും മകന്റെയും തല വെട്ടിപ്പൊളിച്ച കൊടും ഭീകരൻ. ഇവൻ ആളൊരു ഇടങ്കയ്യനാണ്.'

'ഏയ്, നിനക്കാള് മാറിയതാണ്. ഇയാളൊരു സാധുമനുഷ്യൻ. പാചകത്തിനായി കോഴിയെ കൊല്ലുമെന്നല്ലാതെ ഇവൻ മനുഷ്യനെ കൊല്ലുന്ന ആളല്ല. ഇവരുടെ ഫോട്ടോ തമ്മിൽ സാമ്യമില്ലല്ലോ. അപ്പോൾ അത് ആള് വേറെത്തന്നെയാണ്.'

'ഞാൻ വീണ്ടും ചെക്ക് ചെയ്യാം. ഫോട്ടോ ഒരുനിലയ്ക്കും സാമ്യമില്ല. കമ്പ്യൂട്ടർ മാച്ചിംഗ് കാണിക്കുന്നതാണ് അത്ഭുതം.'

'മിക്കവാറും ഇത് അയാളായിരിക്കില്ല. അങ്ങനെയാവാൻ ഒരു സാധ്യതയും ഞാൻ കാണുന്നില്ല. എന്തുചോദിച്ചാലും ചിരിച്ചുകൊണ്ട് നിൽക്കുന്ന ബാജി ഒരു കൊലപാതകിയാകാൻ ഒരു സാധ്യതയുമില്ല.'

മോഹൻദാസ് വീണ്ടും കമ്പ്യൂട്ടറിലേക്ക തിരിഞ്ഞു.

'വീണ്ടും റിസൽട്ട് സെയിം തന്നെ. ആ മൊയ്നൽ റഷീദിനെക്കുറി ച്ചുള്ള വിവരങ്ങൾ ഞാൻ പറയാം.' മോഹൻദാസ് പറഞ്ഞു.

'പത്രറിപ്പോർട്ട് പ്രകാരം രണ്ടമാസം മുമ്പുമാത്രമേ ആ ഫാമിൽ ജോലിക്കാരനായിട്ട് ഇയാൾ എത്തിയിട്ടുണ്ടായിരുന്നുള്ളൂ. ഫാമിലെ ജോലികൾക്കുപുറമേ വീട്ടുജോലികളിൽ പലതും ഇയാളാണ് എടുത്തി രുന്നത്. വീട്ടിൽ അയാൾക്ക് പൂർണ്ണ സ്വാതന്ത്ര്യമായിരുന്നു. ഇവനെപ്പറ്റി വീട്ടുകാർ അയൽവാസികളോടൊക്കെ നല്ലതുമാത്രമേ പറഞ്ഞിട്ടുള്ളൂ. ഇരട്ടക്കൊലപാതകം നടത്തി രണ്ടു മണിക്കൂറിനുള്ളിൽ ചെന്നയിലേ ക്കുള്ള ട്രെയിനിൽ കയറി രക്ഷപ്പെട്ടിരുന്നു. അന്വേഷണോദ്യോഗസ്ഥർ തൊട്ടുപിന്നാലെ ചെന്നെയിലും കൽക്കത്തയിലും എത്തിയെങ്കിലും അവൻ അവരുടെ കണ്ണുവെട്ടിച്ച് ബംഗ്ലാദേശിലേക്ക കടക്കുകയായിരു ന്നു. പിന്നീടിതുവരെ പോലീസിന് ഇവനെക്കുറിച്ച് യാതൊരു വിവരവും ലഭിച്ചിട്ടില്ല.'

'അതേതായാലും ബാജിഭായ് ആകാനിടയില്ല. അയാൾ അത്തര ക്കാരനല്ല.'

'എന്തായാലും ഞാൻ ഒരു കാര്യം കൂടി ചെയ്യാം. കഴിഞ്ഞ ആഴ്ച തിരു വനന്തപുരത്ത് നടന്ന ഇരട്ടക്കൊലയിലെയും മൂന്നു മാസങ്ങൾക്കുമുമ്പ് നടന്ന വീട്ടമ്മയുടെ കൊലപാതകത്തിലെയും സി.സി.ടി.വി ദൃശ്യവുമാ യിട്ടുകൂടി ഒന്നു മാച്ച് ചെയ്യാനോക്കാം.'

'ഏയ്, അതിന്റെ ആവശ്യമില്ല. അവനിവിടെ പ്രസാദ് മാഷിന്റെ വീട്ടിൽ കഴിയുകയല്ലേ? കൊലപാതകം നടന്നത് അങ്ങ് തിരുവനന്ത പുരത്തല്ലേ?

പെട്ടെന്നാണ് രഞ്ജിത്തിന്റെ മനസ്സിലേക്ക് ഒരാഴ്ചമുമ്പ് വന്ന പ്ര സാദിന്റെ ഫോൺ കോൾ ഓർമ്മയിൽവന്നത്. ആരോടും പറയാതെ ഒരു ദിവസം ഇറങ്ങിപ്പോവുകയും പിറ്റേന്ന് വൈകുന്നേരം മാത്രം തിരി ച്ചെത്തുകയും ചെയ്ത ബാജിയുടെ വിവരം. ബാജിയുടെ അസാന്നിധ്യം ഓർത്തതോടെ രഞ്ജിത്തിന്റെ നട്ടെല്ലില്ലൂടെ ഒരു മിന്നൽ പടർന്നു. ഒന്നര ദിവസത്തോളം ബാജി പ്രസാദ് മാഷിന്റെ കൂടെ ഉണ്ടായിരുന്നി ല്ല. എവിടെ പോയിരുന്നു എന്ന് ആർക്കുമറിയില്ല. രഞ്ജിത്തിന് ദേഹം തളരുന്നതുപോലെ തോന്നി. അവൻ കസേരയിൽ മുറുകെപ്പിടിച്ചു.

മോഹൻദാസ് പരിശോധന പൂർത്തിയായതോടെ ഒരു വിരയലോടെ എണീറ്റ് രഞ്ജിത്തിന്റെ അരികിലെത്തി.

'അതും അയാൾ തന്നെയാടാ.കഴിഞ്ഞാഴ്ച തിരുവനന്തപുരത്തു നടന്ന ഇരട്ടക്കൊലയിലെ സിസിടിവി ദൃശ്യത്തിലുള്ളതും മൂന്ന്മാസം

മുമ്പ് പത്തനം തിട്ടയിലെ വീട്ടമ്മയുടെ കൊലപാതകദൃശ്യത്തിൽ കിട്ടിയ ദൃശ്യത്തിലൃംകണ്ടത് നിന്റെ ബാജിയെത്തന്നെയാടാ. അഞ്ചുപേരുടെ കൊലയാളിയാണെടാ നിന്റെ ബാജിഭായി. ഉടനെ പിടികൂടിയില്ലെ ങ്കിൽ ഇനി എത്ര മനുഷ്യരുടെ ജീവനകളാണ് കുരുതി കൊട്ടക്കപ്പെട്ടുക എന്നറിയില്ല. നീ എത്രയും വേഗം ആ മാഷെ വിളിച്ച് സൂചന കൊട്ടക്ക്. ഞാൻ എസ്.പിയെ വിളിക്കാൻ പോവുകയാണ്.'

രഞ്ജിത്ത് ഒരു വിറയലോടെ പ്രസാദിനെ വിളിച്ചു. ഫോൺ റിംഗ് ചെയ്തെങ്കിലൃം അറ്റൻഡ് ചെയ്യില്ല. രഞ്ജിത്ത് തുടർച്ചയായി വിളിച്ചു കൊണ്ടിരുന്നു.

'എസ്.പി സാർ വീട്ടില്യുണ്ട്. ഉടൻ അങ്ങോട്ട ചെല്ലാൻ പറഞ്ഞു.'

രഞ്ജിത്തിന്റെ മനസ്സിൽ നിറയെ ആശങ്കകളായിരുന്നു. മോഹൻദാസ് പറഞ്ഞത് ശരിയാണെങ്കിൽ എത്രയും പെട്ടെന്ന് പ്രസാദിന്റെ വീട്ടിലെത്തണം. പ്രസാദിന്റെ ജീവൻ തന്നെ ആപത്തി ലാണ്. വിളിച്ചിട്ട് ഫോണെടുക്കുന്നുമില്ല. പിന്നെ എങ്ങിനെയാണ് ഈ വിവരമറിയിക്കുക? ടീച്ചറിന്റെ ഫോൺനമ്പർ കയ്യിലില്ല. എന്തുചെയ്യും?

'വാ, കേറ്.' മോഹൻദാസ് ബൈക്ക് സ്റ്റാർട്ടാക്കി.

മോഹൻദാസ് രഞ്ജിത്തിനെയും കൂട്ടി എസ്.പിയുടെ താമസസ്ഥ ലത്തേക്ക് അക്ഷരാർത്ഥത്തിൽ പറക്കുകയായിരുന്നു. ഒരു സെക്കന്റ് പോല്യും പാഴാക്കാനില്ല എന്ന നിലപാടിലായിരുന്ന മോഹൻദാസ്. രഞ്ജിത്താകട്ടെ പ്രസാദിനെക്കുറിച്ച് മാത്രം ചിന്തിച്ചിരുന്നു.

മുഖവുരയൊന്നുമില്ലാതെ മോഹൻദാസ് എസ്.പിയെ വിഷയം ധരിപ്പിച്ചു. ഒരാഴ്ച മുമ്പ് തിരുവനന്തപുരത്ത് നടന്ന ഇരട്ടക്കൊലക്കേ സിലെയും മൂന്ന്മാസം മുമ്പ് പത്തനംതിട്ടയിലെ വീട്ടമ്മയെ കൊന്ന കേസിലേയും പ്രതി എന്നു സംശയിക്കുന്ന ആൾ ഇവിടെ നമ്മുടെ ഈ നഗരത്തിൽ ഒരധ്യാപകന്റെ വീട്ടിൽ സഹായിയായി കഴിയുന്നുണ്ട് എന്നാണ് ബലമായ സംശയം. അയാൾ മൂകനും ബധിരനുമായി അഭി നയിക്കുകയാണ്. ഫോട്ടോ വച്ചുനോക്കിയപ്പോൾ ഇയാൾ തന്നെയാണ് നാല്വർഷം മുമ്പ് പത്തനംതിട്ടയിലെ കുരിക്കംതൊടിക ഇരട്ടക്കൊല ക്കേസിലെ പ്രതിയും. ബംഗ്ലാദേശ്ളകാരനായ മൊയ്നൽ റഷീദ്. അന്ന് പോലീസിന്റെ കൈയിൽനിന്ന് കഷ്ടിച്ച രക്ഷപ്പെട്ട് ബംഗ്ലാദേശിലേക്ക് കടന്നുകളഞ്ഞ ഇയാൾ പുതിയ വേഷത്തിൽ എത്തിയിരിക്കുകയാണെ ന്നാണ് തോന്നുന്നത്. അധ്യാപകനെ വിളിച്ചിട്ട് ഫോണെടുക്കുന്നില്ല. അയാൾ ഇന്ന് വീട്ടിൽ തനിച്ചാണോയെന്ന് അറിയില്ല. അയാൾ യാതൊന്നും അറിഞ്ഞിട്ടില്ല.

എസ്.പി രഞ്ജിത്തിനോട് ആവശ്യമായ വിവരങ്ങൾ ചോദിച്ചറി ഞ്ഞു. മോഹൻദാസ് പഴയതും പുതിയതുമായ ഫോട്ടോകൾ എസ്. പിക്ക് കൈമാറി. ഫോട്ടോ കണ്ടതോടെ എസ്.പി പെട്ടെന്നുതന്നെ അലർട്ടായി.

എസ്.പി ടൗൺ സി.ഐയെ വിളിച്ചു. എല്ലാ എസ്.ഐമാരെയും ആവശ്യത്തിന് പോലീസുകാരേയും കൂട്ടി പുറപ്പെടാൻ ആവശ്യപ്പെട്ടു. രഞ്ജിത് പറഞ്ഞുകൊടുത്ത വഴിയിലൂടെ എസ്.പിയുടെ കാർ കൃഷ്ണപ്രസാ ദിന്റെ വീട്ടിലേക്ക കുതിച്ചു. കിട്ടിയ എല്ലാ വിശദാംശങ്ങളും ബാജിയുടെ ഫോട്ടോയും എസ്.പി എല്ലാവർക്കും അയച്ചുകൊടുത്തു. എസ്.പിയുടെ കാർ എത്തിയതിനു പിന്നാലെ സി.ഐയുടെ നേതൃത്വത്തിലുള്ള ടീമും കുതിച്ചെത്തി.

കൃഷ്ണപ്രസാദിന്റെ വീട് ഇരുട്ടിൽ മുങ്ങിക്കിടന്നു. രഞ്ജിത്ത് സമയം നോക്കി. അർദ്ധരാത്രിയാവാൻ പതിനഞ്ചുമിനുട്ടുകൂടി. രഞ്ജിത്ത് പുറത്തെ സ്വിച്ചിട്ട് കാളിംഗ് ബെല്ലടിച്ചു. എസ്.പിക്ക് ബാജി താമസിച്ചിരുന്ന ഔട്ട്ഹൗസ് കാണിച്ചുകൊടുത്തു. പൂട്ടിക്കിടക്കുകയായിരുന്നു. നായയുടെ കൂട്ടിൽ അനക്കമൊന്നുമില്ല. അടുത്തുചെന്ന് നോക്കിയപ്പോഴാണ് ചത്തു കിടക്കുന്ന നായയെ കണ്ടത്. അതോടെ രഞ്ജിത്തിൽ നിന്നും ഒരാർത്ത നാദം ഉയർന്നു. പ്രസാദിനെന്തോ സംഭവിച്ചു എന്നയാൾ ഉറപ്പിച്ചു.

'സാർ, പ്രസാദിന്റെ കാർ കാണുന്നില്ല. പുറത്തെവിടെയെങ്കിലും പോയിരിക്കുമോ?'

പോയിരുന്നെങ്കിൽ എന്ന് രഞ്ജിത്ത് ആശിച്ചു. പ്രസാദിന്റെ ജീവന് അപകടമൊന്നും വരാതിരുന്നാൽ മതിയായിരുന്നു.

രഞ്ജിത്ത് പ്രസാദിന്റെ ഫോണിലേക്ക് വിളിച്ചുകൊണ്ടേയിരുന്നു. ഇപ്പോൾ വീട്ടിനുള്ളിൽനിന്നും റിംഗ് ചെയ്യുന്ന ശബ്ദം ചെറുതായി കേൾക്കുന്നുണ്ട്. ഉള്ളിൽ ഏതോ മുറിയിൽനിന്നാണ് ബെല്ലടിക്കുന്നത്. ഉദ്യോഗസ്ഥരെ വിളിച്ച് എസ്.പി രണ്ടുമിനുട്ട് നേരം സംസാരിച്ചു.

തുടർന്ന് വാതിൽ ചവിട്ടിത്തുറന്നു. രഞ്ജിത്ത് ഉള്ളിൽ കയറി ലൈറ്റിട്ടു. എസ്.പിയും ടീമും എല്ലാ മുറികളും തുറന്ന് പരിശോധിക്കുകയാണ്. മുകളിലെ കിടപ്പുമുറി തുറന്നപ്പോൾ രഞ്ജിത്ത് ഒന്നേ നോക്കിയുള്ളൂ. കട്ടിലിനു താഴെ നിലത്തായി കൃഷ്ണപ്രസാദിന്റെ ശരീരം കിടന്നിരുന്നു. ചോര ഒഴുകി വാതിൽക്കലോളമെത്തി തളം കെട്ടി നിൽക്കുന്നു. തല കോടാലികൊണ്ട് വെട്ടിയമാതിരി പിളർന്നിട്ടുണ്ട്. ആ കാഴ്ചയിൽ രഞ്ജിത് തളർന്ന് നിലത്തേക്ക വീണു. മോഹൻദാസ് രഞ്ജിത്തിനെ എഴുന്നേ ൽപിച്ചുനിർത്തി. അകത്തുപോയി കുറച്ച് വെള്ളമെടുത്ത് രഞ്ജിത്തിന്

കുടിക്കാൻ കൊടുത്തു. രഞ്ജിത്തിനെ പുറത്തുകൊണ്ടുപോയി ഇരുത്തി.

എസ്.പിയും ടീമും മൃതദേഹത്തിന്റെ പ്രാഥമിക പരിശോധന നടത്തി.

'കൊല നടന്നിട്ട് അഞ്ചാറു മണിക്കുറെങ്കിലും ആയിക്കാണും. ഈ കൊടും കുറ്റവാളിയെ സ്റ്റേറ്റ് വിടാൻ അനുവദിക്കരുത്. എല്ലാ പോലീസു കാരേയും അലർട്ടാക്കൂ. റെയിൽവേ സ്റ്റേഷനിലേക്കും രണ്ട് ബസ്സ്റ്റാന്റുക ളിലേക്കും ഫുൾടീം പോകട്ടെ. ഫോട്ടോ എല്ലാവർക്കും അയക്കൂ. ക്വിക്ക്..' എസ്.പി ഉറക്കെ എല്ലാവരോടുമായി പറഞ്ഞു.

രഞ്ജിത്ത് പ്രസാദിന്റെ കാർനമ്പറും മറ്റുവിവരങ്ങളും എസ്.പിയെ അറിയിച്ചു. എസ്പി അത് ടീമിനു കൈമാറി.

അൽപസമയം കൊണ്ടുതന്നെ രഞ്ജിത് സ്വാഭാവിക നിലയിലേക്കു തിരിച്ചെത്തി.

'സാർ പ്രസാദിന്റെ ഭാര്യയും മോനും മിക്കവാറും ടീച്ചറുടെ വീട്ടിലേക്ക് പോയതാകും. അവരെ വിവരമറിയിക്കണ്ടേ?'

'തീർച്ചയായും. താൻ അവരുടെ ലൊക്കേഷൻ പറഞ്ഞാൽ മതി. ബന്ധപ്പെട്ട സ്റ്റേഷനിൽ നിന്ന് നേരിട്ട് ചെല്ലാൻ ഏർപ്പാടാക്കാം.'

രഞ്ജിത്ത് ടീച്ചറുടെ വീടിന്റെ സ്ഥലം എസ്.പിയെ അറിയിച്ചു.

'സാർ, എനിക്കൊരു ചെറിയ സംശയമുണ്ട്. എന്റെ മറ്റൊരു സുഹൃ ത്തുമായി ഈ ബാജി എന്നയാൾക്ക് പരിചയമുണ്ട്. ഇൻഷുറൻസിൽ ജോലിചെയ്യുന്ന ജയൻ എന്ന ആൾ. ആ വീട്ടിൽ ഇയാൾ പോയിട്ടുണ്ട്. ജയന് ഇയാളെ വലിയ താൽപര്യവുമുണ്ട്. പ്രസാദിനെ കൊല ചെയ്ത ശേഷം പ്രസാദിന്റെ കാറുമെടുത്തിയാൾ ജയന്റെ വീട്ടിലേക്കു പോയിട്ടു ണ്ടാകുമോ എന്നൊരു ആശങ്കയുണ്ട്.'

'ഏയ് ഒരു കൊലപാതകവും കവർച്ചയും നടത്തിയിട്ട് ആൾ എത്രയുംപെട്ടെന്ന് രക്ഷപ്പെടാനാവും ശ്രമിക്കുക. ഇതിനകം അയാൾ ട്രെയിനിൽ കയറിയില്ലെങ്കിൽ നമുക്കയാളെ റെയിൽവേസ്റ്റേഷനിൽ നിന്ന് പിടിക്കടാനാകും.'

'സാർ, രഞ്ജിത്ത് പറഞ്ഞതിലൊരു കാര്യമുണ്ട്. നാല്വർഷംമുമ്പ് പത്തനംതിട്ടയിൽ കുരിക്കുംതൊടികയിൽ രണ്ട്പേരെ കൊന്നതിനു ശേഷം രക്ഷപ്പെട്ടന്നതിനിടയിൽ ഇയാൾ ഒരു വീട്ടിൽകവർച്ച നടത്തു കയുണ്ടായി.'

'അത് അസാധാരണമാണല്ലോ.'

'ഇയാൾ ഒരു സാധാരണ മാനസികാവസ്ഥയില്ല്വള്ള കുറ്റവാളിയാ ണെന്നു തോന്നുന്നില്ല. ഒരു കൊടുംഭീകരൻ.' മോഹൻദാസ് പറഞ്ഞു.

'ഈ പറഞ്ഞ ജയൻ സാമ്പത്തികമായി എങ്ങനെ?'

'നല്ല കാശുകാരനാണ്.'

പോകാൻ തുടങ്ങിയ ടീമിൽനിന്നും കുറച്ചപേരോട് എസ്.പി നിൽക്കാൻ പറഞ്ഞു. പ്രസാദിന്റെ വീട്ടിൽ കുറച്ചപേരെ നിർത്തി.

'തനിക്ക് വീടറിയാമല്ലോ. നമുക്ക് അങ്ങോട്ട പോയി നോക്കാം. അതി നമുമ്പ് താൻ ജയനെ ഒന്ന് വിളിച്ചനോക്ക്. ഈ സമയത്ത എടുക്കുമോ എന്നറിയില്ല. ഒരു ശ്രമം മാത്രം. എടുത്താൽ ഈ ബംഗാളി അവിടെ എത്തിയിട്ടുണ്ടോ എന്നന്വേഷിക്കുക. എത്തിയിട്ടുണ്ട് എന്നാണെങ്കിൽ ഇതിനകം ഒന്നും സംഭവിച്ചിട്ടില്ല എന്നാണല്ലോ. ചെറിയൊരു സൂചന കൊടുത്ത് ഫോൺ എനിക്ക് തന്നാൽ മതി. ബാക്കി ഞാൻ സംസാരി ച്ചോളാം. സ്പീക്കറിലിട്ട് സംസാരിച്ചാൽ മതി.'

രഞ്ജിത്ത് ജയനെ തുടർച്ചയായി വിളിച്ചകൊണ്ടിരുന്നു. ഈ പാതി രാത്രിയിൽ എല്ലാം മറന്നുറങ്ങുമ്പോൾ മൊബൈൽ ട്യൂൺ കേൾക്കാത്ത താണോ, അതോ പ്രസാദിനെപ്പോലെ ജയനും അപകടത്തിൽപ്പെട്ടോ?

'എന്താ രഞ്ജിത്തേ, ഈ പാത്രിരാത്രിയിൽ? എന്തെങ്കിലും പ്രശ്ന മുണ്ടോ? ഞാൻ നല്ല ഉറക്കത്തിലായിരുന്നു.'

'ഒരു ചെറിയ പ്രശ്നമുണ്ട് ജയാ. നമ്മുടെ ബാജിഭായ് അവിടെ വന്നിട്ടുണ്ടോ?'

'അതല്ലേ രസം. പുള്ളി നമ്മുടെ പ്രസാദിന്റെ കാറോടിച്ചകൊണ്ട് വൈകിട്ടാ വന്നത്. ഞാൻ പ്രസാദിനെ വിളിച്ച നോക്കി. അവൻ ബാജിയെ എന്തെങ്കിലും ആവശ്യത്തിന് പറഞ്ഞയച്ചതാണോന്നറി യാൻ. അവൻ എടുത്തില്ല. എന്താടാ പ്രശ്നം?'

'അവൻ എവിടാ കിടക്കുന്നെ?'

'വീട്ടിൽതന്നെ. പൂമുഖത്തോട് ചേർന്ന മുറിതന്നെയാണ് അവന് കൊടുത്തിട്ടുള്ളത്. അവൻ വന്നിട്ട് പാചകവും മറ്റമായി നല്ല രസമാ യിരുന്നെടാ. അവനുണ്ടാക്കിയ മട്ടൻകറി വീട്ടിലെല്ലാവർക്കും ഭയങ്കര ഇഷ്ടമായി. നീ എന്താ അവനെപ്പറ്റി ചോദിച്ചെത്.'

'നീ പാനിക്കാവരുത്. അവനെപ്പറ്റി ചില വിവരങ്ങൾ കിട്ടിയിട്ടുണ്ട്. അവൻ ഒരു ക്രിമിനലാണ്. അവനെ രക്ഷപ്പെടാൻ അനുവദിക്കരുത്. എന്റെക്കൂടെ പോലീസ് സൂപ്രണ്ട് ഉണ്ട്. ഞാൻ സാറിന് ഫോൺ കൊടുക്കാം.'

'മിസ്റ്റർ ജയൻ, ഞങ്ങൾ എത്രയും പെട്ടെന്ന് താങ്കളുടെ വീട്ടിലെത്തും. അതിനു മുമ്പായി അവൻ എവിടെയും പോകരുത്. അവൻ കിടക്കുന്ന

മുറി പുറത്തുനിന്ന് പൂട്ടാൻ പറ്റുമോ..? എങ്കിൽ ഉടൻ പൂട്ടുക. രാത്രി പുറത്തിറങ്ങാൻ പേടിയാണെന്നോ? ജയൻ, ഇതൊരു ജീവന്മരണ പോരാട്ടമാണ്. കേരളം ഇതുവരെ കണ്ടിട്ടില്ലാത്തത്രയും ക്രൂരനായ ഒരു ക്രിമിനലാണ് നിങ്ങളുടെ വീട്ടിലുള്ളത്. നിങ്ങളുടെ സുഹൃത്ത് പ്രസാദിനെ ക്രൂരമായി കൊലപ്പെടുത്തിയിട്ടാണ് അയാൾ നിങ്ങളെത്തേടിയെത്തി യിട്ടുള്ളത്. ഇത്രയെങ്കിലും നിങ്ങൾ ചെയ്തില്ലെങ്കിൽ നിങ്ങളുടെ ജീവനും അപകടത്തിലാണ്. അവൻ രക്ഷപ്പെട്ടുകയും ചെയ്യും. ഞങ്ങളിതാ അങ്ങോട്ട പുറപ്പെട്ടുകഴിഞ്ഞു.'

ഫോൺ രഞ്ജിത്തിനെ തിരികെ ഏൽപിച്ച് എസ്.പി കാറിൽ കയറി. മറ്റ പോലിസുദ്യോഗസ്ഥരെല്ലാം വാഹനങ്ങളിൽ കയറി. മോഹൻദാ സിനോട് ഓഫീസിലേക്ക പൊയി വിവരങ്ങൾ ഏകോപിപ്പിക്കാൻ നിർദേശം കൊടുത്തു. രഞ്ജിത്ത് എസ്.പിയോടൊപ്പം കാറിൽ കയറി.

പെട്ടെന്നതന്നെ രഞ്ജിത്തിന്റെ ഫോണിലേക്ക് ജയന്റെ കാൾ വന്നു.

'രഞ്ജിത്തേ എനിക്ക് മുറി തുറക്കാൻ പറ്റുന്നില്ലെടാ. മുറി പുറത്തുനിന്ന് പൂട്ടിയിട്ടുണ്ട്. അപ്പുറത്തെ മുറിയിലാണ് വൈഹ്വം മോളം കിടക്കുന്നത്. എനിക്കാകെ പേടിയാകുന്നെടാ, നീയൊന്ന് വേഗം വന്ന് രക്ഷിക്ക്.'

'ഞങ്ങളിതാ എത്തിക്കഴിഞ്ഞു. നീ ധൈര്യമായിരിക്ക്, അവർക്ക് ഒന്നും സംഭവിക്കില്ല. മിനട്ടുകൾക്കുള്ളിൽ ഞങ്ങളവിടെയെത്തും.'

ജയനോട് അങ്ങനെ പറഞ്ഞെങ്കിലും ഇതിനകം ആ വീട്ടിൽ എന്തെങ്കിലും സംഭവിച്ചിരിക്കുമോ എന്ന ആശങ്ക രഞ്ജിത്തിനുണ്ടായി രുന്നു. അവർ ജയന്റെ വീട്ടിലെത്തുമ്പോൾ ഗേറ്റ് തുറന്നുകിടന്നിരുന്നു.

എസ്.പിയും ടീമും ഗേറ്റ് കടന്നുചെന്ന് ആദ്യം നോക്കിയത് പോർച്ചിൽ കാർ കിടക്കുന്നുണ്ടോ എന്നായിരുന്നു.

'അത് ജയന്റെ കാറാണ്.' പോർച്ചിലുള്ള കാർ നോക്കി രഞ്ജിത്ത് പറഞ്ഞു. 'പ്രസാദിന്റെ കാറിവിടെ കാണുന്നില്ല.'

'അതിനർത്ഥം അവൻ ഇവിടെനിന്നും മുങ്ങി എന്നതാണ്.'

വീടിന്റെ പ്രധാന വാതിൽ പൂട്ടിയിരുന്നില്ല. പൂമുഖത്തോട് ചേർന്ന മുറിയുടെ മുന്നിൽ അവർ ജാഗ്രുകരായിനിന്നു.

വാതിൽ തള്ളിത്തുറന്നു. അവർക്കകാണാനായി ഉപേക്ഷിക്കപ്പെട്ട് രക്തക്കറ പുരണ്ട ഒരു മഴമാത്രും നിലത്തു കിടപ്പുണ്ടായിരുന്നു.

രഞ്ജിത്ത് വീടിനുള്ളിലേക്ക് കയറി ലൈറ്റിട്ടു. ജയന്റെ മുറിയിൽ നിന്നാണെന്ന് തോന്നുന്നു. വാതിലിൽ തട്ടുന്ന ശബ്ദം കേൾക്കുന്നുണ്ട്. ഓടി ജയന്റെ മുറിക്ക് മുമ്പിലെത്തി. മുറിപ്പുറത്തുനിന്ന് ഓടാമ്പലിട്ടിട്ടേ ഉണ്ടായിരുന്നുള്ള. പൂട്ടിയിട്ടില്ല. വാതിൽ തുറന്നപ്പോഴേക്ക് ജയൻ

പേടിച്ചവശനായി പുറത്തിറങ്ങി.

'എന്റെ ഭാര്യയും മോളും, അവരാ മുറിയിലാണ്.' അയാൾ വിക്കി വിക്കി പറഞ്ഞു. അയാൾ ചൂണ്ടിക്കാണിച്ച മുറിയിലേക്ക് എസ്.പി യുടെ നേതൃത്വത്തിലുള്ള സംഘമെത്തി. മുറി പൂട്ടിയ നിലയിലായിരുന്നു.

എസ്.പിയുടെ നിർദ്ദേശപ്രകാരം വാതിലിന്റെ പൂട്ട് അടിച്ച് തകർത്തു. ജീവന്റെ ഭാര്യയും മകളും ഒന്നും അറിയാത്തപോലെ കിടന്നുറങ്ങുന്നു ണ്ടായിരുന്നു.

'എന്തോ മയക്കമരുന്ന് മണപ്പിച്ചതാകാനാണ് സാധ്യത. ബോധമില്ല. വേഗം ആശുപത്രിയിലെത്തിക്കണം.'

ഒറ്റനോട്ടത്തിൽതന്നെ ഒരു കവർച്ച നടന്നിട്ടുണ്ടെന്ന് ബോധ്യമായി. അലമാരകളെല്ലാം തുറന്ന് വാരി വലിച്ചിട്ടിരിക്കുകയാണ്. രണ്ടുപേരുടേ യും ദേഹത്ത് ആഭരണങ്ങളൊന്നുമില്ല.

'ബാജിയാണോ ഇതെല്ലാം ചെയ്തത്?' ജയൻ ആശങ്കയോടെ രഞ്ജിത്തിനോട് ചോദിച്ചു.

'എല്ലാം ഞാൻ പറയാം. തൽകാലം നമുക്ക് ഇവരെ എത്രയും പെട്ടെന്ന് ഹോസ്പിറ്റലിലെത്തിക്കാം.'

'ജയാ ഭാഗ്യം കൊണ്ട മാത്രമാണ് നീയും നിന്റെ കുടുംബവും രക്ഷപ്പെട്ടത്. പണം പോയത് പോകട്ടെ ജീവൻ തിരിച്ച കിട്ടിയല്ലോ. അറിഞ്ഞിടത്തോളം അഞ്ച് കൊലപാതകങ്ങൾ ഈ കേരളത്തിൽ പണത്തിനുവേണ്ടി മാത്രം ഇവൻ നടത്തിയിട്ടുണ്ട്. പിടികിട്ടാപ്പുള്ളിയായ ബംഗ്ലാദേശുകാരൻ മൊയ്നൽ റഷീദാണിവൻ. അവനീ സംസ്ഥാനം വിട്ടാൽ ഈ ജന്മത്ത് അവനെ പിടിക്കൂടാൻ കഴിഞ്ഞെന്നു വരില്ല.'

അവർ രണ്ടുപേരും ആശുപത്രി വരാന്തയിലിരിക്കുകയായിരുന്നു.

ജയൻ രണ്ട് കൈകൾ കൊണ്ടും മുഖം പൊത്തിക്കരഞ്ഞു.

'ഇതൊന്നും അറിയാതെയാണ് ഞാൻ ഇവനെ എന്റെ കൂടെ വേണമെന്ന് ആഗ്രഹിച്ചത്. ക്ഷമിക്കെടാ, നീ അന്ന് പറഞ്ഞ സൂചനക ളൊന്നും ഞങ്ങളാരും വകവെച്ചില്ല.'

'പ്രസാദിന്റെ ഭാര്യ വിവരമറിയുമ്പോൾ എങ്ങനെയാണാവോ പ്രതികരിക്കുക. എനിക്കാലോചിക്കാൻ പോലും പറ്റുന്നില്ല. ഭാഗ്യം പോലീസുകാർ വഴിയാണ് വിവരമറിയിക്കുന്നത്. നേരിട്ട് പറയേണ്ടിവ രുന്നതിനെപ്പറ്റി ചിന്തിക്കാൻപോലുമാവുന്നില്ല.'

'നമുക്കെന്തുചെയ്യാൻ പറ്റും. ഒന്നും നമ്മുടെ കുറ്റമല്ലല്ലോ.'

****

റെയിൽവേസ്റ്റേഷനിലേക്ക് പോയ ടീമിന്റെ വിവരങ്ങളാണ് എസ്.പിയ്ക്ക് ആദ്യം ലഭിച്ചത്.

'സാർ ആ കാർ സ്റ്റേഷനിലോ പരിസരത്തോ ഇല്ല. ഇവിടെ എത്തിയതായി സൂചനയില്ല. പ്രതി റെയിൽവേ സ്റ്റേഷ നകത്തേക്ക് പ്രവേശിച്ചിട്ടുണ്ടോ എന്ന് ഉറപ്പവരുത്താനായിട്ടില്ല. സിസിടിവി ദൃശ്യ ങ്ങൾ ചെക്ക് ചെയ്യുന്നുണ്ട്. കഴിഞ്ഞ മൂന്നമണിക്കൂറിനുള്ളിൽ ചെന്നെ ഭാഗത്തേക്ക് ട്രെയിനൊന്നും പോയിട്ടില്ല. പക്ഷേ തെക്കോട്ടും വടക്കോ ട്ടും ഓരോ ട്രെയിൻ പോയിട്ടുണ്ട്.'

'നിങ്ങളുടെ ടീം പരിശോധന തുടരുക. ദൃശ്യങ്ങളിൽ സംശയാസ്പദ മായ രീതീയിൽ ആരെയെങ്കിലും കണ്ടിട്ടുണ്ടെങ്കിൽ അറിയിക്കുക.'

പ്രൈവറ്റ് ബസ്സ്റ്റാന്റിലേക്ക് അന്വേഷണത്തിനായി പോയ ടീമിനും പോസിറ്റീവായി ഒന്നും പറയാനുണ്ടായിരുന്നില്ല. പത്തുമണിയോടെ അവസാനത്തെ ബസ്സും സ്റ്റാന്റിൽ നിന്നും എടുത്തിട്ടുണ്ട്. പ്രസാദിന്റെ കാർ അവിടെയെവിടെയും കണ്ടെത്താനായില്ല.

എസ്.പി കെ.എസ്.ആർ.ടി.സി സ്റ്റാന്റിലേക്ക് പോയ ടീമിന് നേതൃത്വം നൽകിയ സി.ഐയെ വിളിച്ചു. 'സാർ, ഞങ്ങൾ സി.സി.ടിവി ഫുട്ടേജുകൾ പരിശോധിച്ചുകൊണ്ടിരിക്കുകയാണ്. കഴിഞ്ഞ രണ്ടുമൂന്ന മണിക്കൂറിനുള്ളിൽ ഏഴോളം ദീർഘദൂരബസ്സുകൾ ഇതിലൂടെ പോയി ട്ടുണ്ട്. ഇതുവരെ ആ ഫോട്ടോയിലുള്ളതുപോലെ ഒരാൾ സ്റ്റാൻഡിൽ പ്രവേശിച്ചതായി കാണാനായില്ല. സാറ് തന്ന നമ്പരില്ലുള്ള കാറും ഇതുവരെ കണ്ടുകിട്ടിയിട്ടില്ല.'

ഈ മൂന്ന സ്ഥലങ്ങളിൽ കാർ എത്തിയിട്ടില്ലെങ്കിൽ അവൻ ആ കാറുമായിട്ടായിരിക്കും യാത്ര തുടരുന്നത്. അങ്ങനെയെങ്കിൽ ഇതിനകം ആറ് കിലോമീറ്ററിലേറെ സഞ്ചരിച്ചിട്ടുണ്ടാവും. എങ്ങോട്ടാണ് പോയതെ ന്നറിയില്ല. നാഷണൽ ഹൈവേയിലുള്ള ഏതെങ്കിലും സി.സി.ടിവിയിൽ കാറിന്റെ ദൃശ്യം പതിഞ്ഞിട്ടുണ്ടാവും. അതൊന്ന് ട്രേസ് ചെയ്യുക തന്നെ. എസ്.പി എല്ലാ ടീമിനെയും തിരിച്ച് വിളിച്ച കാലത്ത് തന്നെ ഹെഡ്ക്വാ ർട്ടേഴ്സിൽ ഹാജരാകാൻ ആവശ്യപ്പെട്ടു. പ്രസാദിന്റെ ബോഡിയുടെ ഇൻക്വസ്റ്റ് നടപടികൾ പൂർത്തിയാക്കാനുള്ള നിർദേശം നൽകി. കുറച്ച് നേരമെങ്കിലും വിശ്രമിക്കണം.

പിറ്റേന്ന് രാവിലെ മുതൽ വിവിധ ബാച്ചുകളായി തിരിഞ്ഞ് പ്രധാന റോഡുകളിലെ സി.സി.ടിവി ദൃശ്യങ്ങളും മോട്ടോർവെഹിക്കിൾ ഡിപ്പാ ർട്ട്മെന്റ് ഹെഡ്ക്വാർട്ടറിൽ ലഭ്യമായ സി.സി.ടിവി ദൃശ്യങ്ങളും പരി ശോധിച്ച് പ്രസാദിന്റെ കാറിനെ ലൊക്കേറ്റ് ചെയ്യാൻ ശ്രമമാരംഭിച്ചു.

വൈകുന്നേരം വരെ ശ്രമിച്ചിട്ടും ആ കാറിന്റെ പൊടിപോലും കണ്ടെ
ത്താനവർക്ക് കഴിഞ്ഞില്ല.

'ഇയാളിതെങ്ങനെ അപ്രത്യക്ഷനായി?'

****

മൂന്ന് ദിവസങ്ങൾക്ക് ശേഷം ഷൊർണ്ണൂർ ജംഗ്ഷനിൽ
നിന്നും കൊങ്കൺ വഴി പോകുന്ന ഒരു തീവണ്ടിയിൽ വലിയൊരു
സ്യൂട്ട്കെയ്സുമായി ആകർഷകമായ വസ്ത്രം ധരിച്ച ഒരാൾ കയറി.
സീറ്റൊന്നും കിട്ടിയില്ലെങ്കിലും തന്റെ സ്യൂട്ട്കെയ്സ് സീറ്റിന്റെ അടിയിൽ
ചങ്ങലയിൽ ബന്ധിച്ച് അയാൾ അതിനരികിൽ നിന്നു. ആ മുഖത്തിന്
ബാജിയുടെ ഫോട്ടോയുമായി യതൊരു സാമ്യവുമില്ലായിരുന്നു. ട്രെയിൻ
നീങ്ങി തുടങ്ങിയതോടെ അയാളുടെ മുഖത്തൊരു പുഞ്ചിരി വിടർന്നു.
ഞാനിനിയും വരും. അയാൾ തന്റെ ഭാഷയിൽ പതുക്കെ മുറുമുറുത്തു.
അപ്പോഴും ഉൾപ്രദേശത്തെ ഉപേക്ഷിക്കപ്പെട്ടൊരു മരമില്ലിന് പുറത്ത്
ടാർപോളിൻകൊണ്ട് മൂടിയനിലയിൽ പ്രസാദിന്റെ കാർ അനാഥമായി
കിടപ്പുണ്ടായിരുന്നു.

****

രാത്രിയിൽ ഒരു സന്ദർശകൻ

മൂന്നാമത്തെ തവണയാണ് ജീവൻ ആ പത്രവാർത്ത വായിക്കുന്നത്. തൃശ്ശൂർ ജില്ലയിലെ പ്രമുഖനായൊരു രാഷ്ട്രീയ നേതാവിന്റെ ആത്മ ഹത്യയെക്കുറിച്ചൊരു വാർത്ത നാലു ദിവസം മുമ്പായിരുന്ന പത്ര ത്തിലുണ്ടായിരുന്നത്. അതു സംബന്ധിച്ചുള്ള വളരെ വിശദമായൊരു വാർത്തയാണ് ഇന്നത്തെ പത്രത്തിലുള്ളത്. ആത്മഹത്യ എന്ന് റിപ്പോ ർട്ട് ചെയ്തിരുന്ന പത്രം ദുരൂഹമരണമെന്നും കൊലപാതക സാധ്യത എന്നുമൊക്കെയാണ് ഇപ്പോൾ എഴുതിയിരിക്കുന്നത്.

സ്വന്തം വീട്ടിലെ കിടപ്പുമുറിയിൽ ഫാനിൽ കെട്ടിത്തൂങ്ങി മരിച്ച നിലയിൽ കാണപ്പെട്ട പ്രമുഖ നേതാവും കരാറുകാരനുമായിരുന്ന സേനൻ പുതുക്കുടിയുടെ മരണത്തിൽ വഴിത്തിരിവ്. മരണം നടക്കുന്ന സമയത്ത് മുറിക്കുള്ളിൽനിന്ന് മറ്റൊരാളുടെ ശബ്ദം കേട്ടതായി വീട്ടുജോ ലിക്കാരൻ പറയുന്നു. കള്ളിമുണ്ടും ബനിയനും ധരിച്ചൊരാൾ ഗേറ്റ് കടന്ന് റോഡിലൂടെ പോകുന്നത് കണ്ടതായി അയൽവാസികളിലൊരാൾ സൂചന നൽകിയിട്ടുണ്ട്. ഇയാളുടെ മുഖം വ്യക്തമായി കണ്ടിട്ടില്ലത്രേ. ആരും കോമ്പൗണ്ടിനുള്ളിലേക്ക് കയറിയിട്ടില്ലെന്നാണ് ഗേറ്റ് കാവലിന് നിയോഗിച്ച സെക്യൂരിറ്റി പറയുന്നത്. വിദേശീയുൾപ്പെടെ നാല് കൂറ്റൻ നായകൾ ഒന്ന് മോങ്ങുകപോലും ചെയ്തിട്ടില്ല.

****

നീരാർ കണ്ടുമടങ്ങുമ്പോൾ ജീവനും അജയനും വളരെ സന്തോഷ ത്തിലായിരുന്നു. അപ്രതീക്ഷിതമായി ഇത്രയും ആഹ്ലാദകരമായ ഒരു സന്ദർശനം അവരെ ആവേശഭരിതരാക്കി. വാൾപാറയിലേക്കുള്ള യാത്രതന്നെ യാദൃച്ഛികമായി ഉരുത്തിരിഞ്ഞതാണ്. തലേന്ന് വാൾപാ റയിലെത്തുമ്പോൾ സായാഹ്നമായിക്കഴിഞ്ഞിരുന്നു. ജീവൻ നേരത്തെ

വന്നിട്ടുണ്ടെങ്കിലും അജയന്റെ ആദ്യ വാൾപാറ യാത്രയാണ്. ഹോം സ്റ്റേകളുടെ ബോർഡുകളുടെ ആരോ മാർക്കുകളുടെ പിന്നാലെ പോയി. മൂന്നാമത്തെ അന്വേഷണം സഫലമായി. ശരീരത്തെയും മനസ്സിനെയും തണുപ്പിക്കുന്ന കുളിരുള്ള രാത്രിയാണ് ഹോംസ്റ്റേ അവർക്ക നൽകിയത്. ഹോംസ്റ്റേയുടെ ഉടമയിൽ നിന്നാണ് നീരാർ ഡാം കാണണമെന്ന നിർദേശം ലഭിച്ചത്. പ്രഭാതത്തിൽ വാൾപാറയിലെ ഏറെ ജനങ്ങളം ആശ്രയിക്കുന്ന അമ്മ മെസ്സിൽനിന്നും ഇഡ്ഡലിയും ചായയും കഴിച്ചാണ് നീരാറിലേക്ക പുറപ്പെട്ടത്. പൂക്കളം പൂമ്പാറ്റകളും പക്ഷികളം വഴി നീളെ സ്വാഗതമോതി നിൽക്കുന്നുണ്ടായിരുന്ന. ജീവൻ ഇടക്കിടെ ബൈക്ക് നിർത്തി പക്ഷികളുടെ ഫോട്ടോകൾ പകർത്തിക്കൊണ്ടിരുന്ന.

ഈ യാത്രയിൽ വാൾപാറ ഉൾപ്പെടുത്തിയത് അജയന്റെ നിർബന്ധം കൊണ്ടുമാത്രമായിരുന്ന. ആകസ്മികമായാണ് ഈ യാത്രുക്ക് വഴിയൊരുങ്ങിയത്. അഞ്ചോ ആറോ ദിവസം മുമ്പ് വൈകീട്ട് ജീവൻ കാണണമെന്ന് വിളിച്ച പറഞ്ഞിട്ടാണ് അജയൻ ജീവന്റെ വീട്ടി ലെത്തുന്നത്. അജയനെ കണ്ടയുടൻതന്നെ ജീവൻ താനെടുത്തുവച്ച ഒര ന്യൂസ് പേപ്പർ കട്ടിങ് അജയനനേരെ നീട്ടി. അജയൻ ആ വാർത്ത മുഴവനം വായിച്ച. ആതിരപ്പള്ളിക്കടുത്ത് ചാലക്കുടിപ്പുഴയോരത്തുള്ള വനമേഖലയിൽ മലമുഴക്കി വേഴാമ്പലിന്റെ കൂടുകൾ കണ്ടെത്തിയെ ന്ന റിപ്പോർട്ടായിരുന്ന അത്. മുഴവൻ വായിച്ചതിനശേഷം അജയൻ ചോദ്യഭാവത്തിൽ ജീവനെ നോക്കി.

'അജയാ, നമുക്കവിടെയൊന്ന പോകണം. എനിക്ക് മലമുഴക്കി വേഴാമ്പലിനെ കാണണം. ഫോട്ടോ എടുക്കുകയും വേണം. എന്താ നിന്റെ അഭിപ്രായം.?'

അവരൊന്നിച്ച് യാത്രുചെയ്തിട്ട് കുറച്ചകാലമായി. രണ്ടുപേരും പഠനവും ഗവേഷണവുമായി ഏറെ തിരക്കിലാണ്.

'മനസ്സിലായി. ഇത്തവണ നാച്ചുർ ഫോട്ടോ കോൺടെസ്റ്റിന് അയയ്ക്കാനുള്ള ഫോട്ടോ കിട്ടാനല്ലേ? താനൊറ്റയ്ക്ക് പോയാമതി. ഒര പക്ഷിയുടെ ഫോട്ടോയ്ക്കമാത്രമായി ഒന്നോ രണ്ടോ ദിവസം കളയാൻ ഞാനില്ല.'

'അജയാ, നീ വിചാരിക്കും പോലെ ഒര പക്ഷിയുടെ ഫോട്ടോ എടുക്കാൻ മാത്രമല്ല ഈ യാത്ര. ആതിരപ്പള്ളി, വാഴച്ചാൽ വെള്ളച്ചാ ട്ടങ്ങളിൽ നീന്തിത്തുടിക്കാൻ കൂടിയുള്ളതാണ്.' ജീവൻ പ്രലോഭിപ്പിക്കാൻ ശ്രമിച്ചനോക്കി.

'വെള്ളച്ചാട്ടങ്ങളൊന്നും എന്നെ ഇപ്പോൾ തീരെ ആകർഷിക്കുന്നില്ല. മാത്രവുമല്ല, ഞാനിപ്പോൾ എന്റെ തിസീസിന്റെ തിരക്കിലുമാണ്.'

ഒറ്റയ്ക്കുപോയാൽ ശരിയാവില്ല. പക്ഷിയെ കാണണമെങ്കിൽ അതിരാവിലെ മുതൽ വൈകീട്ടവരെ കാത്തിരിക്കേണ്ടിവരും. ഒറ്റയ്ക്കാ വുമ്പോ അത് വല്ലാത്തൊരു ഇരിപ്പതന്നെയാകും. എങ്ങനെയെങ്കിലും അജയനെ കൂട്ടിയേ തീരൂ.

'നിനക്ക് താൽപര്യമുണ്ടാകുന്ന ഒരു സ്ഥലം വഴിയാണ് നമ്മള ങ്ങോട്ടു പോകാനുദ്ദേശിക്കുന്നത്. വാൾപാറയിലൂടെ. വാൾപാറയിലെ തേയിലത്തോട്ടങ്ങളിലൂടെ നീ നടന്നിട്ടില്ലല്ലോ. പൊള്ളാച്ചി-വാൾപാറ റൂട്ടിലെ മുപ്പത്താറ് ഹെയർപിൻ വളവുകളെക്കുറിച്ച് നീ കേട്ടിട്ടില്ലേ. വളരെ പ്രശസ്തമാണത്. ആ വഴിക്കാണ് നമുക്കുപോകേണ്ടത്. എന്താ, സമ്മതമല്ലേ..?'

'ഒരു രാത്രിയെങ്കിലും വാൾപാറയിൽ താമസിക്കണം. അങ്ങിനെയാ ണെങ്കിൽ ഞാനും വരാൻ ശ്രമിക്കാം.' അജയൻ നിർദേശിച്ചു.

ജീവൻ ഉടൻതന്നെ സമ്മതിച്ചു. വാൾപാറയിൽ ഒരു രാത്രി തങ്ങു ന്നത് എന്തുകൊണ്ടും നല്ലതുതന്നെ. അജയന്റെ ഏതു കണ്ടീഷനും അംഗീകരിക്കാൻ ജീവൻ തയ്യാറായിരുന്നു.

'അപ്പോൾ എന്നാണ് പോകേണ്ടത്?'

'അടുത്ത ശനിയാഴ്ച പോകാം. ഞായർ രാത്രിയിലോ തിങ്കൾ കാലത്തോ തിരിച്ചപോരാം.'

'ജീവാ അടുത്ത ഞായറാഴ്ച നിന്റെ പിറന്നാളല്ലേ.? അന്ന് നീ ട്ടൂറ് പോവുകയാണോ?'

അകത്തുനിന്ന് ജീവന്റെഅമ്മ വിളിച്ച ചോദിച്ച

'അത് നാളല്ലേ അമ്മേ. ഡൈറ്റ് ഓഫ് ബർത്തിന് ഞാനെന്തായാലും വീട്ടിലുണ്ടാവും . അതിനിനിയും ദിവസങ്ങളുണ്ട്.'

'അടുത്തകാലത്ത് നീ പുതിയ ഒരു ക്യാമറ വാങ്ങിയെന്നു പറഞ്ഞി രുന്നല്ലോ. മലമുഴക്കിക്കായി നീ ആ ക്യാമറയാണോ എടുക്കുന്നത്..?'

'പുതിയ ക്യാമറ വാങ്ങി എന്നുള്ളത് ശരിയാണ്. പക്ഷേ, ആതിരപ്പ ള്ളിയിലേക്ക് ഞാനാ ക്യാമറ എടുക്കുന്നില്ല. അതൊരു ഫുൾഫ്രെയിം ക്യാമറ ആയതിനാൽ ദൂരെയുള്ള പക്ഷികളുടെ ഫോട്ടോ എടുക്കാൻ അതിനെക്കാൾ നല്ലത് നേരത്തെ മുതൽ എന്റെ കൈയിലുള്ള ക്രോപ്ഡ് സെൻസർ ക്യാമറയാണ്. ഇതിന്റെ ഫോക്കസ് ട്രാക്കിങ് അത്ര മോശമൊന്നുമല്ല. പുതിയ ക്യാമറയ്ക്ക് നല്ല ഭാരക്കൂടുതലുണ്ട്. നാഷണൽ ജ്യോഗ്രഫിക്ക് ടീമിനെപ്പോലെ വലിയ ഒരു ക്രൂവുമായൊ ന്നുമല്ലല്ലോ പോകുന്നത്. സഹായിക്കാൻ നീ ഒരാൾ മാത്രമല്ലേ ഉള്ളൂ.

അതുകൊണ്ട് പഴയ ക്യാമറ തന്നെ മതി.'

പാലക്കാട്-പൊള്ളാച്ചി വഴിയാണ് അവർ വാൾപാറയിലേക്കു
ള്ള പ്രയാണമാരംഭിച്ചത്. ജീവന്റെ ബൈക്കിൽ ക്യാമറയുടെ വലിയ
ബാഗും ഡ്രസ്സുകളുടെ ചെറിയ ബാഗുകളുമായി പൊള്ളാച്ചിയുടെ
വരണ്ട മേഖലയിൽനിന്നും പതുക്കെപ്പതുക്കെ മുകളിലേക്ക് കയറി
ത്തുടങ്ങി. വഴിയിൽ ഇടക്കിടെ ബൈക്ക് നിറുത്തി പ്രകൃതിദൃശ്യങ്ങൾ
പകർത്തിക്കൊണ്ടായിരുന്ന യാത്ര. പോത്തുണ്ടിഡാമും മങ്കിഫാൾസും
മുപ്പത്താറോളം ഹെയർപിൻ വളവുകളും പിന്നിട്ടാണ് വാൾപാറയെന്ന
ഹിൽസ്റ്റേഷനിലെത്തിയത്. തണുപ്പാണ് അവരെ വരവേറ്റത്. രാത്രി
ഹോംസ്റ്റേയിൽനിന്ന് പുറത്തിറങ്ങി തണുപ്പൊഴുകുന്ന തെരുവില്ലൂടെ
അലസമായി കുറേനേരം നടന്നു. എന്തേ ഇതുവരെ ഇങ്ങോട്ട വന്നില്ല
എന്ന തോന്നലായിരുന്ന അജയന്.

പ്രഥമ പരിഗണന വേഴാമ്പലിനോടായതിനാൽ വാൾപാറയിൽനി
ന്ന് എത്രയും പെട്ടെന്ന് യാത്ര തിരിക്കണമെന്നായിരുന്ന ജീവന്റെ
താൽപര്യം. നീരാർ യാത്രക്കിടയിൽ ആതിരപ്പള്ളിയിൽ എത്രയും
പെട്ടെന്ന് എത്തണമെന്ന് അജയനെ ഓർമിപ്പിച്ചുകൊണ്ടിരുന്നു.
ഇന്നത്തെ വൈകുന്നേരമെങ്കിലും പക്ഷികൾക്കായി മാറ്റിവയ്ക്കണം.

നീരാറിൽനിന്ന് തിരിച്ച വാൾപാറയിലെത്തിയപ്പോഴേക്കും വാൾപാ
റയുടെ പ്രകൃതിഭംഗി അവരെ മാനസികമായി കീഴടക്കിക്കഴിഞ്ഞിരുന്ന.
ഇത്രയും മനോഹരമായ തേയിലത്തോട്ടങ്ങൾ ഇതിനുമുമ്പ് കണ്ടിട്ടില്ലെ
ന്നതോന്നി. സുഖകരമായ കാലാവസ്ഥ. ചെറുകിളികളും പൂമ്പാറ്റകളും.
ആതിരപ്പള്ളിയിലേക്ക പോകാൻ ധൃതിവെച്ചിരുന്ന ജീവനും വാൾപാ
റയുടെ പ്രകൃതി വിസ്മയത്തിൽ മതിമറന്നുപോയി.

അജയൻ   നിർബന്ധിച്ചിട്ടാണ്   ബാലാജിക്ഷേത്രത്തിലേക്ക്
പോകാൻ തീരുമാനിച്ചത്. ആ യാത്ര രണ്ടുപേരും ഒരുപോലെ ആസ്വ
ദിച്ചു. മനോഹരമായ നിരവധി വ്യൂ പോയന്റുകളിൽ ബൈക്ക് നിറുത്തി
ആസ്വദിക്കാൻ അവർ സമയം കണ്ടെത്തി. അപ്പോഴേക്കും രണ്ടുപേ
ർക്കും ഒരു കാര്യം ബോധ്യമായിരുന്ന. ഒറ്റ ദിവസം സ്റ്റേ ചെയ്തുകൊണ്ട്
വാൾപാറയെ ആസ്വദിക്കാനെത്തിയത് മണ്ടത്തരമായി. മനോഹര
മായ ഈ ഭൂഭാഗം അലസമായി വെറുതെ ഇരുന്ന് ആസ്വദിക്കാനുള്ള
താണ്.ആവശ്യത്തിന് സമയവുമായി തിരക്കുകളെല്ലാം മാറ്റിവച്ചുമാത്രം
ചെന്നെത്തേണ്ടുന്ന സ്ഥലമാണിത്. ഓടിവന്ന് കണ്ടുപോകാനുള്ള ഒരു
കാഴ്ചവസ്തുവല്ല ഈ ഭൂപ്രദേശം.

ഇടക്കിടെ സമയം വൈകിക്കൊണ്ടിരിക്കുന്നുവെന്ന് അജയനെ
ഓർമിപ്പിച്ചിരുന്ന ജീവനും അതേപ്പറ്റി വിസ്മരിച്ചമട്ടാണ്. വൈകീട്ട്

നാല്യമണിയോടടുത്തപ്പോൾ നമുക്ക് വേഴാമ്പലിനെ കാണണ്ടേ എന്ന അജയന്റെ ചോദ്യമാണ് ജീവനെ വീണ്ടും സമയബോധത്തിലേക്ക് തിരിച്ചെത്തിച്ചത്. ജീവൻ വാച്ചിൽനോക്കി തലയിൽ കൈവെച്ചുകൊണ്ട് പരിതപിച്ചു.

പിന്നീട് ഒട്ടും താമസിച്ചില്ല. മനസ്സില്ലാ മനസ്സോടെ അവർ വാൾപാ റയോട് വിടപറഞ്ഞു. ആതിരപ്പള്ളി റോഡിലൂടെ ബൈക്കോടിച്ചു. മലമു ഴക്കിയെ കാണൽ പിന്നീടൊരിക്കലേക്ക് മാറ്റി വാൾപാറയിൽതന്നെ രണ്ടുദിവസം കൂടിയാലോ എന്ന് അജയൻ ചിന്തിച്ചു. പക്ഷേ, ജീവനോട പറഞ്ഞില്ല. എന്തായാലും അധികം താമസിയാതെ ഇങ്ങോട്ടു മാത്രമായി ഒരിക്കൽക്കൂടി വരണം.

ആതിരപ്പള്ളിയിലേക്കുള്ള യാത്രക്കിടയിൽ ചില ഇടത്താവളങ്ങൾ ജീവൻ മനസ്സിൽ കരുതിയിരുന്നെങ്കിലും സമയം അതിക്രമിച്ചതിനാൽ എവിടെയും ഇറങ്ങുന്നില്ലെന്നു തീരുമാനിച്ചു. ഷോളയാർ കാട്ടിലൂടെയാണ് യാത്ര. പെട്ടെന്ന് ഇരുട്ടാവുന്ന മേഖലയാണ്. മാത്രവുമല്ല, കടുവകളുടെ യും കരടികളുടെയും വഴിത്താരകൾ റോഡ് മുറിച്ചുകടന്നുപോകുന്നുമുണ്ട്. എപ്പോൾ വേണമെങ്കിലും അവ രണ്ടിനെയും നേർക്കുനേർ കാണാനുള്ള അവസരമുണ്ടായേക്കാം. കഴിയുന്നത്ര പെട്ടെന്ന് ജനവാസ കേന്ദ്രങ്ങ ളിലെത്തണം. അപരിചിതമായ റോഡായതിനാൽ ശ്രദ്ധിച്ചേ ഓടി ക്കാനാവൂ. റോഡിന് വീതി കുറവായതിനാൽ വളവ്വുകളിലും അപകടം പതിയിരിപ്പുണ്ട്. ഇടയ്ക്ക് ഓരോ വാഹനങ്ങൾ ജീവന്റെ ബൈക്കിനെ മറികടന്നുപോയി. മുകളിലേക്കുള്ള ചില വണ്ടികൾ എതിരേ വരുന്നുണ്ട്.

അപ്രതീക്ഷിതമായാണ് മുന്നിലെ വാഹനം ചവിട്ടി നിറുത്തിയത്. ജീവൻ മുന്നിലേക്ക നോക്കി. മുമ്പേ പോയ കുറേ വാഹനങ്ങൾ നിറുത്തി യിട്ടിട്ടുണ്ട്. എന്താണ് കാര്യമെന്നറിയുന്നില്ല. ബൈക്ക് പതുക്കെ നിരക്കി മുന്നിലെത്തിച്ചു. ഒരു വൻമരം റോഡിന കുറുകെ വീണിട്ടുണ്ട്. അധികം സമയമൊന്നുമായില്ല. ഭാഗ്യം..! വാഹനങ്ങളൊന്നും മരത്തിനടിയിൽപ്പെ ട്ടിട്ടില്ല. എങ്ങനെയെങ്കിലും ബൈക്ക് അപ്പുറം കടക്കാനുള്ള വഴിയുണ്ടോ എന്ന് ജീവൻ വണ്ടിയിൽനിന്നിറങ്ങി നോക്കി. ഒരു രക്ഷയുമില്ല. മരം മുറിച്ചുമാറ്റി വഴിയൊരുക്കാതെ ഒരു വാഹനത്തിനും മുന്നോട്ടുപോകാ നാവില്ല.

തിരിച്ച് ബൈക്കിനടുത്തെത്തിയപ്പോഴാണ് കാലിന ചെറിയ വേദന അനുഭവപ്പെട്ടത്. പരിശോധിച്ചപ്പോൾ കാലിൽ നിറയെ അട്ട കയറി ക്കൂടി കടി തുടങ്ങിയിരുന്നു. മുറിവിൽനിന്നും ചോരയിറ്റുന്നുണ്ടായിരുന്നു. കുറേനേരത്തെ പരിശ്രമംകൊണ്ട് കാലിലും സോക്സിനുപുറത്തും

കടിച്ചുതൂങ്ങിക്കിടന്നിരുന്ന അട്ടകളെ ഓരോന്നായി പറിച്ചെടുത്തു.

ഇനി എന്തുചെയ്യും? മരം മുറിച്ചുമാറ്റാതെ മുന്നോട്ടുപോകാനാവില്ല. പല വാഹനങ്ങളിലെയും ഡ്രൈവർമാർ മുന്നിൽവന്ന് അഭിപ്രായം പറയുന്നുണ്ട്. അവിടെയുണ്ടായിരുന്ന ഡ്രൈവർമാരും യാത്രക്കാരും എല്ലാവരും ചേർന്ന് ശ്രമിച്ചാൽപോലും ആ മരം ഒന്നനക്കാൻപോലും കഴിയില്ല.

പലരും പലരെയും വിളിക്കാൻ ശ്രമിക്കുന്നുണ്ട്. മൊബൈൽ ഫോണുകൾക്ക് റേഞ്ചില്ലാത്തതുകാരണം ആർക്കും ആരെയും കിട്ടുന്നില്ല. മുകളിലേക്ക കയറാനിരുന്ന ഒരു ചെറുപ്പക്കാരൻ തന്റെ ബൈക്ക് ചാലക്കുടി ഭാഗത്തേക്ക തിരിച്ചു. 'ഞാൻ പോയി ഫോറസ്റ്റ് ഡിപ്പാർട്ട്മെ ന്റിനെ അറിയിക്കാം.' ആ ചെറുപ്പക്കാരനോട് എല്ലാവരും മനസാ നന്ദി പറഞ്ഞു. ഈ കാട്ടിൽ എത്രനേരം നിൽക്കേണ്ടിവരുമെന്നറിയില്ല. എല്ലാവരുടെ കണ്ണിലും ഭീതിയുടെ നിഴലാട്ടമുണ്ട്.

ആദ്യം വന്നത് വനംവകുപ്പ് ഉദ്യോഗസ്ഥരായിരുന്നു. പിന്നെയും കുറേ കഴിഞ്ഞ് ഫയർഫോഴ്സിൽനിന്നുള്ള ഉദ്യോഗസ്ഥർ ആയുധങ്ങ ളുമായി വന്നിട്ടേ മരം മുറിച്ചുമാറ്റാനുള്ള ശ്രമങ്ങൾ തുടങ്ങിയുള്ളൂ. ഏറെ താമസിയാതെ മരം മുറിച്ച് ഒരു ഭാഗത്തേക്ക മാറ്റിയിടാനായി.

പിന്നീട് ഒരു കുത്തൊഴുക്കായിരുന്നു. അതുവരെ അക്ഷമരും ഭീതിദരും ആശങ്കാകുലരുമായി കെട്ടിയിടപ്പെട്ട വാഹനങ്ങളെല്ലാം ഇരുഭാഗത്തേക്കും ചിതറിയോടി. ജീവൻ പതുക്കെയാണ് ബൈക്ക് ഓടിച്ചത്. പരിചിതമല്ലാത്ത വനമേഖലയിലൂടെ അധികവേഗത്തിൽ ഓടിക്കേണ്ട എന്ന തന്നെയാണ് ജീവന്റെ തീരുമാനം. എവിടെയും ജനവാസത്തിന്റെ സൂചനകളൊന്നുമില്ല. അപൂർവമായുള്ള വാഹ നങ്ങളുടെ വെളിച്ചമല്ലാതെ കനത്ത ഇരുട്ടിൽ മറ്റ പ്രകാശങ്ങളുടെ തരിപോലുമില്ല. പിന്നിലുണ്ടായിരുന്ന വാഹനങ്ങളെല്ലാം ജീവനെ മറി കടന്ന് പോയിക്കഴിഞ്ഞു. ഇരുട്ടിക്കഴിഞ്ഞാൽ വാൾപാറ ഭാഗത്തേക്ക് വാഹനങ്ങളുണ്ടാകില്ല. കടുവയും കരടിയുമെല്ലാം സൈ്വരവിഹാരംനട ത്തുന്ന വനമാണ് ചുറ്റിലും. ഒരാദിവാസിയെ കടുവ പിടിച്ചുകൊണ്ടുപോയ വാർത്ത അടുത്തിടെയാണ് പത്രത്തിൽവന്നത്. ആ സംഭവം നടന്നത് ഈ റോഡരികിൽ എവിടെയോ വച്ചാണ്.

'നമ്മൾ നേരെ എങ്ങോട്ടാണ് പോകുന്നത്..?' അജയൻ ചോദിച്ചു.

'ഇന്നുരാത്രി ഒരു നിരീക്ഷണവും നടക്കില്ലല്ലോ. നമുക്കെത്തേ ണ്ടത് ആതിരപ്പള്ളിയുടെ താഴെ തുമ്പൂർമുഴി എന്ന സ്ഥലത്താണ്. അതിരാവിലെ എണീറ്റ് നിരീക്ഷണമാരംഭിക്കാം.'

'നമുക്കൊരു കാര്യം ചെയ്യാം. വാഴച്ചാലിലോ ആതിരപ്പള്ളിയിലോ റൂമെടുത്തു കൂടാം. നാളെ കാലത്ത് ഇടുമ്പർമുഴിയിലേക്ക വിടാം.'

ശരീരവും മനസ്സുമൊക്കെ വല്ലാതെ തളർന്നുപോയിരുന്നു. ആവേശ ത്തോടെയായിരുന്നു വാൾപാറയിൽനിന്നും തിരിച്ചത്. ആ മരം വീണ് ഗതാഗതം മുടങ്ങുന്നതുവരെ മാത്രമേ യാത്രയുടെ ആവേശവും ആഹ്ലാ ദവുമൊക്കെ നിലനിന്നുള്ളൂ. പിന്നീട്ടുള്ള ഓരോ നിമിഷങ്ങളും അസ്വ സ്ഥതയുടെതായിരുന്നു. ബ്ലോക്ക് എപ്പോൾ തീരുമെന്നോ എപ്പോൾ അവിടെനിന്ന് രക്ഷപ്പെടാൻ പറ്റുമെന്നോ ചിന്തിക്കാൻ പറ്റാത്ത അവസ്ഥയിലായിരുന്നു. വനം വകുപ്പുകാർ എത്തിയപ്പോൾ പ്രതീക്ഷ തിരിച്ചെത്തിയെങ്കിലും അവർ ഫയർഫോഴ്സുകാരെ കാത്തിരിക്കയാ ണെന്ന് അറിഞ്ഞപ്പോൾ വീണ്ടും നിരാശയിലേക്കുതന്നെ വഴുതിവീണു.

'ശരി, അങ്ങനെയെങ്കിൽ നമുക്ക് വാഴച്ചാലോ, ആതിരപ്പള്ളിയിലോ ഇന്ന് സ്റ്റേ ചെയ്യാം.'

ചെറിയതോതിലൊരു ചാറ്റൽമഴയും തുടങ്ങിയിരുന്നു. രണ്ടുപേരും കോട്ടെടുത്തിട്ടു. മഴയും തണുപ്പും ക്രമേണ കൂടിവന്നു.

'ആതിരപ്പള്ളിയിലേക്ക് ഇനിയെത്ര ദൂരമുണ്ടാകും..?'

'ആ, ഒന്നും അറിയില്ല. എന്തായാലും ഒരരമണിക്കൂറുകൊണ്ട് എത്തു മെന്നു കരുതാം.'

വണ്ടിയുടെ വേഗം കൂട്ടാൻ ജീവൻ തയ്യാറായില്ല. അപരിചിതമായ പാതകളിൽ വളരെ ശ്രദ്ധിച്ചേ ജീവൻ ബൈക്കോടിക്കാറുള്ളൂ. ഇരുട്ടിന്റെ കട്ടി കൂടിക്കൂടി വന്നു.

'ഇവിടെ എവിടെയോ ഒരു ഡാമുള്ളതായി അറിയാം.' ജീവൻ പറഞ്ഞു. 'പെരിങ്ങൽകുത്ത് ഡാം. പണ്ടൊരിക്കൽപോയ ഓർമയുണ്ട്.'

'ഇപ്പോഴേതായാലും ഡാമിലൊന്നും പോകേണ്ട. നേരെ ഏതെങ്കിലും റിസോർട്ടിലേക്കോ, ഹോട്ടലിലേക്കോ പോകാം.'

'ഞാൻ പോകാൻവേണ്ടി പറഞ്ഞതല്ല.'

വനത്തിലൂടെ രാത്രി ബൈക്കോടിച്ചുപോകുന്നത് തികച്ചും സാഹ സികമാണ്. മറ്റൊരവസരത്തിലാണെങ്കിൽ വളരെ ആസ്വദിച്ചുകൊണ്ട് യാത്ര ചെയ്യാമായിരുന്നു. ഇപ്പോൾ അവരെ ഒരുതരം അസ്വസ്ഥത കീഴടക്കിയിരിക്കയാണ്. യാത്ര ആസ്വദിക്കാനാവുന്നില്ല. നേരത്തെ കടിച്ച അട്ടകളിൽ പലതും ശരീരത്തിലിരുന്ന് രക്തം കുടിക്കുന്നുണ്ടെന്ന് ജീവന് തോന്നി.

കുറേയേറെ മുന്നോട്ടുപോയപ്പോൾ ദൂരെ പ്രകാശം കാണുന്നപോലെ തോന്നി.

'അതാ, അവിടെ കുറേ ലൈറ്റുകൾ. അതൊരു ഹോട്ടലാണെന്നാണ് തോന്നുന്നത്.' അജയൻ പറഞ്ഞു.

വിളക്കുകളുടെ പ്രകാശം വളരെ അടുത്ത് ദൃശ്യമായിത്തുടങ്ങി. അജയൻ അവസാനതുള്ളി വെള്ളവും കുടിച്ച് കുപ്പി വലിച്ചെറിയാനൊരുങ്ങിയെങ്കിലും ജീവൻ തടഞ്ഞു.

'ഇത് പ്ലാസ്റ്റിക് നിരോധിത മേഖലയാണ്. കുപ്പി ബാഗിൽതന്നെ വെച്ചേക്ക്.'

ബൈക്ക് പ്രകാശം കണ്ട ഇടത്തേക്ക് വിട്ടു. ഭാഗ്യം, ഹോട്ടൽ തന്നെയാണ്. സന്തോഷത്തോടെ രണ്ടുപേരും ബാഗ്ഗമെടുത്ത് ഇറങ്ങി. എന്നാൽ ആ സന്തോഷത്തിന് ഏറെ ആയുസ്സുണ്ടായിരുന്നില്ല.

'സോറി സാർ, റൂമില്ല. എല്ലാം ഫുള്ളായിരിക്കയാണ്. സീസണായതു കൊണ്ട് എല്ലാം ഓൺലൈനിൽ ബുക്ക് ചെയ്യവരുന്നവരാ.'

അടുത്തടുത്തായി നിരവധി ഹോട്ടലുകളും റിസോർട്ടുകളുമൊക്കെ ഉണ്ടായിരുന്നതുകൊണ്ട് അവർ ഒട്ടും നിരാശപ്പെട്ടില്ല. എന്നാൽ ഹോട്ടലുകളിൽനിന്നും റിസോർട്ടുകളിൽനിന്നും റൂമില്ലെന്ന പല്ലവികേട്ട് മടങ്ങിപ്പോരുമ്പോൾ വല്ലാത്തൊരു നൈരാശ്യം അവരെ ബാധിച്ചതുടങ്ങിയിരുന്നു. പല സ്ഥലത്തും റൂമുകൾ ഒഴിയുന്നതും കാത്തിരിക്കുന്ന സഞ്ചാരികൾ.

വാഴച്ചാലും ആതിരപ്പള്ളിയിലും പരിസരത്തുമുള്ള മിക്കവാറുമെല്ലാ വാസയോഗ്യമായ ഇടങ്ങളിലും കയറിയിറങ്ങിയെങ്കിലും അവർക്ക് താമസിക്കാനൊരു മുറി കിട്ടിയില്ല. എവിടെച്ചെന്നാലും ബുക്ക് ചെയ്തിട്ടുണ്ടോ എന്നാണാദ്യം ചോദിക്കുന്നത്.

'നമുക്കും ഓൺലൈനിൽ ബുക്ക് ചെയ്ത് പോരാമായിരുന്നു.' അജയൻ പറഞ്ഞു.

'അതിന് ഇത്രയും തിരക്കുണ്ടാകുമെന്നോ നമ്മളിത്രയും വൈകിയെത്തുമെന്നോ കരുതിയില്ലല്ലോ.'

'ഇനി എന്താണ് നമ്മുടെ മുന്നിലുള്ള വഴി..? കാറായിരുന്നെങ്കിൽ എവിടെയെങ്കിലും പാർക്ക് ചെയ്ത് അതിനുള്ളിൽ കിടക്കാമായിരുന്നു.'

'നമുക്ക് തുമ്പൂർമുഴിയിലേക്ക പോയിനോക്കാം. അവിടെ എന്തെങ്കിലും താമസസൗകര്യം കിട്ടാതിരിക്കില്ല.' അവരുടെ അവസാന പ്രതീക്ഷയായിരുന്ന അത്.

ജീവൻ ബൈക്ക് ചാലക്കുടി ഭാഗത്തേക്ക വിട്ടു.

'ഇടതുഭാഗത്തായൊരു ബോർഡുണ്ടാകും. ശ്രദ്ധിച്ചോണം.' ജീവൻ

അജയന് മുന്നറിയിപ്പുകൊടുത്തു.

കൂരിരുട്ടിലും മങ്ങിയൊരു പ്രകാശത്തോടെ നിന്നിരുന്ന ഇമ്പൂർമുഴി പാർക്കിന്റെ സ്വാഗത കുമാനം അവർ കണ്ടെത്തി. ആശ്വാസത്തോടെ അവർ അടച്ചിട്ട ഗേറ്റിനുമുന്നിൽ വാഹനം നിറുത്തി. പാർക്കിനുള്ളിൽ ആകെ ഇരുട്ടുമാത്രം. ഗേറ്റിൽ രണ്ടുപേരും മാറിമാറി തട്ടിവിളിച്ചനോക്കി. ആരുമില്ല. ഒരനക്കവും കേൾക്കുന്നില്ല.

കുറച്ചപ്പുറത്ത് ഒരു ഷെഡ് കാണുന്നുണ്ട്. അടുത്തുചെന്നു നോക്കിയ പ്പോൾ എപ്പോഴോ അടച്ചപോയൊരു ചായക്കട.

'ഇനി എന്തുചെയ്യും..?' അജയന്റെ ചോദ്യത്തിൽ വല്ലാത്തൊരു ആശങ്ക നിഴലിച്ചിരുന്നു.

'ഇനി ഒറ്റവഴിയേ ഉള്ളൂ.' ജീവൻ പറഞ്ഞു.

'നേരെ ചാലക്കുടിക്ക് വിട്ടുക. അവിടെ റൂമെടുത്ത് സ്റ്റേ ചെയ്ത് നാളെ അതി രാവിലെ ഇങ്ങോട്ടുവരാം. എന്തു പറയുന്നു..?'

'നൂറുശതമാനം സമ്മതം. എന്നാൽ ഇനി താമസിക്കണ്ട.'

ജീവൻ വീണ്ടും ബൈക്ക് മുന്നോട്ടോടിച്ചു.

'നിർത്ത്.' അജയൻ പറഞ്ഞു. 'അവിടെയൊരു ബോർഡ് കണ്ടു.'

'എന്ത് ബോർഡ്..?'

'കണ്ടിട്ട് ഒരു ഐബിയുടേയോ ഗസ്റ്റ് ഹൗസിന്റേയോ മാതിരി തോന്നി. നീ വണ്ടി തിരിക്ക്. നമുക്കേതായാലും ഒന്നുപോയി നോക്കാം.'

'സർക്കാരിന്റെ ഗസ്റ്റ് ഹൗസാണെങ്കിൽ ഈ നേരത്തപോയിട്ട് കാര്യമൊന്നുമുണ്ടാകില്ല. എന്നാലും ഒരു ശ്രമം നടത്തിനോക്കാം.' ജീവൻ വണ്ടിതിരിച്ചു.

'ആ, അതാ അവിടെ.' ഒരു വളവിനപ്പുറം റോഡരികിൽ ഒരു പഴകിയ മഞ്ഞബോർഡ് കണ്ടതുപോലെ തോന്നി. ജീവന്റെ ബൈക്കിന്റെ ലൈറ്റിൽ ബോർഡ് നോക്കി. പഴക്കംചെന്ന് അക്ഷരങ്ങൾ മാഞ്ഞുപോ യിത്തുടങ്ങിയിരുന്നു. ഒന്നും വായിക്കാനാവുന്നില്ല.

'അജയനെ സമ്മതിക്കണം.'

'എന്തിന്..?'

'ഈ കൂറ്റാക്കൂരിരുട്ടത്ത് ഇത്രയും പഴകിയൊരു ബോർഡ് കണ്ടെ ത്തിയല്ലോ.'

സർക്കാരിന്റെ ഗസ്റ്റ്ഹൗസാണെന്നതോന്നി. ഇരുട്ടായതിനാൽ അത്ര വ്യക്തമല്ല. ഇവരെന്താ ലൈറ്റൊന്നും ഇട്ടുവെയ്ക്കാതെ. കുറച്ച

പഴക്കമുള്ള കെട്ടിടമാണെന്ന് തോന്നുന്നു. ഉള്ളിൽ ആളുണ്ടാകില്ലേ എന്നായിരുന്നു ജീവന്റെ ആശങ്ക.

അജയൻവണ്ടിയിൽ നിന്നിറങ്ങി. ഗേറ്റ് ചാരിയിരുന്നെങ്കിലും പൂട്ടി യിരുന്നില്ല. അപ്പോൾ ഉള്ളിൽ ആളുണ്ടാകുമെന്നുറപ്പ്. രണ്ടുപേരും ഗേറ്റ് തുറന്ന് ഉള്ളിലേക്ക് നടന്നു. മൊബൈൽഫോണിലെ പ്രകാശത്തിൽ അവർ ഗസ്റ്റ്ഹൗസും പരിസരവും വീക്ഷിച്ചു.

മുറ്റത്ത് ധാരാളം ഇലകൾ വീണുകിടക്കുന്നുണ്ട്. ഒരു ഭാഗം വാടിക്ക രിഞ്ഞ പൂന്തോട്ടവും.

'ഇവൻമാർക്കിതൊക്കെയൊന്ന് സംരക്ഷിച്ചുകൂടെ. ഇതിന്റെ ലക്ഷണം കണ്ടിട്ട് ആളുകൾ താമസിക്കുന്ന ഇടമാണെന്ന് തന്നെയാണ് തോന്നുന്നത്.എന്തായാലും ഇതിന്റെ വാച്ച്മാൻ ഇതിനുള്ളില്യുണ്ടാവും. അയാളെ വിളിച്ചുണർത്തി ഇന്ന് നമുക്കിവിടെ കിടക്കാം.' ജീവൻ പറഞ്ഞു.

'ആളുകൾ ഉപയോഗിക്കുന്നതാണെങ്കിൽ ഒരു ലൈറ്റെങ്കിലും ഇല്ലാതിരിക്കുമോ ഇനി കറണ്ട് പോയതോ മറ്റോ ആണോ.?'

'എന്തായാലും നീ വാ.'

ജീവൻ ഗസ്റ്റ് ഹൗസിന്റെ മുൻഭാഗത്തെത്തി കാളിംഗ്ബെൽ തിര ഞ്ഞുകണ്ടെത്തി. ഏറെത്തവണ അടിച്ചുനോക്കിയെങ്കിലും ഒരുപ്രതിക രണവ്യമുണ്ടായില്ല. രണ്ടുപേരും കുറേനേരം ആരുമില്ലേ, വാതിൽ തുറക്കൂ എന്നൊക്കെ വിളിച്ചുകൂവി. നിരാശയായിരുന്നു ഫലം. ഒരു രക്ഷയുമില്ല നമുക്ക് തിരിച്ചപോകാം

ഉള്ളിൽ നിന്ന് എന്തെങ്കിലും ശബ്ദം കേൾക്കുന്നുണ്ടോ എന്നവർ കാതോർത്തു നോക്കി.

'ഇവിടെ ഇങ്ങനെ നിൽക്കണ്ട. വാ, നമുക്ക് പോകാം. ചാലക്കുടിയെ ങ്കിൽ ചാലക്കുടി.' അജയൻ ജീവനെ മടങ്ങാൻ നിർബദ്ധിച്ചു.

'ഒരു മിനിട്ട്, ഇതിന്റെ ചുറ്റും ഒന്ന് നടന്ന് നോക്കട്ടെ.'

ജീവൻ ഗസ്റ്റ് ഹൗസിന്റെ പുറകുവശം ലക്ഷ്യമാക്കി നടക്കാൻ തുടങ്ങി. അജയനും മൊബൈൽലൈറ്റ് തെളിച്ചുകൊണ്ട് ജീവനെ പിന്തുടർന്നു.

കുറച്ചനേരത്തെ നിശ്ശബ്ദമായ നടത്തത്തിനൊട്ടവിൽ ഗസ്റ്റ് ഹൗസിന്റെ പുറകുവശത്തെത്തി. മൊബൈൽ പ്രകാശത്തിൽ അവർ ചിമ്മിനി പോലൊന്ന് കണ്ടെത്തി. അടുക്കളഭാഗത്താണ് എത്തിപ്പെട്ട തെന്ന് അവർക്ക് മനസ്സിലായി.

ജീവൻ അടുക്കള വാതിൽ കുറേനേരം മുട്ടിവിളിച്ചു. എന്തെങ്കിലും തരത്തിലുള്ള പ്രതികരണത്തിനുവേണ്ടി കാതോർത്തു. ഒന്നുമില്ല. വാതിൽ പതുക്കെ തള്ളിനോക്കി. പിന്നെ രണ്ടുപേരും ചേർന്ന് മുഴുവൻ ശക്തിയും ഉപയോഗിച്ച് ആഞ്ഞുതള്ളി. വാതിൽ മലർക്കെത്തുറന്നു.

മൊബൈൽ വെളിച്ചത്തിൽ ചുമരിലെ സ്വിച്ച് കണ്ടെത്തിയെങ്കിലും പ്രയോജനമുണ്ടായില്ല. ലൈറ്റുകളൊന്നും തെളിഞ്ഞില്ല. ചുറ്റും നോക്കി. ഗസ്റ്റ്ഹൗസിന്റെ അടുക്കളയിലാണെത്തിയിരിക്കുന്നത്. അടുപ്പിനുമുക ളിൽ നിറയെ മാറാലകൾ പടർന്നു നിൽക്കുന്നു. കാലങ്ങളായി ആരും കയറാത്ത ഏരിയയാണിത്.

'ജീവാ, ഇത് എല്ലാവരും ഉപേക്ഷിച്ച ഒരു കെട്ടിടമാണെന്നാണ്

തോന്നുന്നത്. നമുക്ക് പോയേക്കാം. ഇതിന്റെ അവസ്ഥ കണ്ടിട്ട് മനുഷ്യന താമസിക്കാൻ പറ്റുമെന്ന് തോന്നുന്നില്ല.'

'നമുക്ക് എല്ലാ ഭാഗവ്യമൊന്ന് പരിശോധിക്കാം. ഒരു രാത്രി കഴിഞ്ഞുക്കൂടാൻ പറ്റിയ സ്ഥലമേതെങ്കിലും ഉണ്ടാകും.' ജീവൻ മൊബൈൽ തെളിച്ചുകൊണ്ട് മുന്നോട്ടനടന്നു.

അവർ മൊബൈലിന്റെ വെളിച്ചത്തിൽ മുറികൾ തുറന്ന് പരിശോ ധിച്ചു. ആകെട്ടിടത്തിലെല്ലായിടത്തും കെട്ടി നിന്ന വായുവിന്റെ ഗന്ധം നിറഞ്ഞുനിന്നിരുന്നു. മുറികൾക്കൊന്നും യാതൊരു കുഴപ്പവുമില്ല. അവസാനമായാണ് ഡൈനിംഗ് റൂമിനോട് ചേർന്ന ചെറിയ മുറി അവർ തുറന്ന്നോക്കിയത്.

'അജയാ ഇത് നോക്ക് ഈമുറി മതി. ചെറിയമുറിയാണെങ്കിലും വൃത്തിയുണ്ട്. ഒരു കട്ടില്ുമുണ്ട്. ആ ജനലും വാതിലും തുറന്നിട്ടാൽ ശുദ്ധ വായുകിട്ടും. നമുക്കിവിടെ കിടക്കാം.'

'കൂട്ടത്തിൽ ഏറ്റവും ചെറിയ മുറിയാണോ നീ തിരഞ്ഞെടുത്തത്. ഇതിൽ കിടന്നാൽ ശ്വാസംകിട്ടുമോ.?'

'ഏയ് അങ്ങനെയൊന്നുമില്ല. നീ കട്ടിലിൽ കിടന്നോ. ഞാൻ വിരിച്ച് നിലത്തുകിടന്നോളാം. നാളെ നേരത്തേ എഴുന്നേൽക്കണം. കാലത്തു തന്നെ നമുക്ക് പുഴയുടെ തീരത്ത് പോകണം.'

'എണീറ്റാല്ുടൻ തന്നെ എനിക്കൊരു കട്ടൻകാപ്പി വേണം.'

'ഇവിടെ വെള്ളം തന്നെ ഉണ്ടോ എന്നറിയില്ല. പ്രഭാതകൃത്യങ്ങൾ വരെ പുഴയിൽ ചെന്നിട്ട് വേണ്ടിവരും.'

അജയൻ മറ്റൊന്നും പറയാതെ കട്ടിലിൽ കയറികിടന്നു.

****

'എത്രയോ വർഷങ്ങളായി നിന്നെ കാത്തിരിക്കുകയാണെന്നറി യാമോ. എന്റെ അതേ ജൻമനാളിൽ പിറന്നൊരാൾക്ക് മാത്രമേ എന്നെ സഹായിക്കാനാവൂ. ഇന്ന് നീ വരുമെന്നെനിക്കറിയാമായിരുന്നു. ഞാൻ നിന്നെ കാത്തുനിൽക്കുകയായിരുന്നു. നാളത്തെ നമ്മുടെ പിറന്നാൾ ദിവസം നേരിട്ട് കാണാം'

ജീവൻ ഞെട്ടിയുണർന്നു. ആരോ തന്റെ ചെവിയിൽ സ്വകാര്യം പറയു ന്നതുപോലെ അനുഭവപ്പെട്ടിരുന്നു. ജീവൻ കുറച്ചനേരം ഇരുട്ടിലേയ്ക്ക് നോക്കിക്കൊണ്ടിരുന്നു. ജനലിൽ കൂടി കടന്നുവരുന്ന അരണ്ടവെളിച്ച ത്തിൽ മുറി മുഴുവൻ സൂക്ഷിച്ച് നോക്കി. ആരേയും കാണുന്നില്ല. ജീവൻ എണീറ്റിരുന്ന് അജയനെ നോക്കി. അജയൻ ഉറക്കത്തിലാണ്.

ജീവൻ വീണ്ടും ഉറങ്ങാൻ കിടന്നു. കാലത്ത് മൊബൈലിലെ അലാ
റത്തിന്റെ ശബ്ദം കേട്ടാണ് ജീവനുണർന്നത്.ഉറങ്ങിക്കിടന്ന അജയനെ
തട്ടി വിളിച്ചു.അജയൻ എന്തോ കണ്ട് ഞെട്ടിയപോലെ അലറി വിളിച്ചു.
ജീവനെ കണ്ടപ്പോഴാണ് അജയന് സ്ഥലകാലബോധമുണ്ടായത്.

അവർ പെട്ടെന്ന് തന്നെ പുറപ്പെടാൻ തയ്യാറായി.

'ക്യാമറയും അത്യാവശ്യ സാധനങ്ങളമെടുത്താൽ മതി. ബാഗുകൾ
ഇവിടിരുന്നോട്ടെ. വൈകീട്ട് ഇങ്ങോട്ടുതന്നെ തിരിച്ചവരാം.' ജീവൻ
നിർദേശിച്ചു.

'അതുവേണോ, ഒരു രാത്രിക്കൂടി ഈ ഗ്രഹയിൽ കഴിയാനോ..?
ഇന്നലെ എങ്ങനെ കഴിച്ചുകൂട്ടി എന്ന് എനിക്കതന്നെ അറിഞ്ഞുകൂടാ.
നമ്മൾ രണ്ടുപേരല്ലാതെ മൂന്നാമതൊരാൾക്കൂടി ഈ മുറിയില്ലുണ്ടായി
രുന്നു. എനിക്കുറപ്പാ. അയാൾ കട്ടിലിൽവന്നിരുന്ന് എന്റെ അടുത്തു
കിടക്കാൻ നോക്കി. ഇതിൽ സ്ഥലമില്ലെന്നു പറഞ്ഞ് ഞാനയാളെ
തള്ളിമാറ്റി.'

'അതേതായാലും നന്നായി. രണ്ടുപേർക്ക് ആ കട്ടിലിൽ കിടക്കാൻ
പറ്റില്ലല്ലോ. പക്ഷേ എന്റെ ദേഹത്തോട്ടൊന്നും വീണതായി തോന്നി
യില്ല.'

'ജീവാ, നിനക്കിതൊരു തമാശയാണ്. ഞാനെത്ര പേടിച്ചാണ് രാത്രി
മുഴുവൻ കഴിച്ചുകൂട്ടിയതെന്നറിയുമോ..?'

'എന്തായാലും നിനക്കൊന്നും പറ്റിയില്ലല്ലോ.'

അവർ ഗസ്റ്റ് ഹൗസിന് പുറത്തിറങ്ങി. ഇനിനേരെ പുഴയിലെ
ത്തണം.

'വണ്ടി ഇവിടെ നിൽക്കട്ടെ. നമുക്ക് നടക്കാം.' അവർ പതുക്കെ
നടന്നുതുടങ്ങി.

പുഴയുടെ ഭാഗത്തേക്കായി കണ്ട ചെറിയൊരു ഇടവഴിയിലൂടെ
നടന്ന് അവർ പുഴക്കരയിലെത്തി.

'ഇനി എന്താ പ്ലാൻ..?'

'നമുക്ക് ഈ പുഴയുടെ അക്കരെ കടക്കണം.' ജീവൻ പറഞ്ഞു.

ഇത്തരമൊരു വെളുപ്പാൻ കാലത്ത് മഞ്ഞിനെക്കാൾ തണുപ്പുള്ള
ഈ പുഴയിലിറങ്ങി അക്കരയിലേക്ക് നടന്നുപോകുന്ന കാര്യമോർത്ത്
അജയന്റെ ശരീരം വിറകൊണ്ടു. ആഴമില്ലെങ്കിലും വെള്ളത്തിന് നല്ല ഒഴു
ക്കുണ്ട്. ആദ്യം ഒരു കാൽ വെള്ളത്തിൽ തൊട്ട. പിന്നെ ഇരു കൈയിലും
കുറച്ച വെള്ളമെടുത്ത് മുഖത്തൊഴിച്ചു. തണുപ്പ് ശരീരത്തിലേക്ക്

പടർന്നുകയറി.

ജീവൻ അതൊന്നും ശ്രദ്ധിക്കാൻ നിന്നില്ല. പാന്റ് മുട്ടവരെ മടക്കി ഒരു കയ്യിൽ ഷൂസും മറുകയ്യിൽ ക്യാമറയുമായി പുഴയിലേക്കിറങ്ങി. വലിയ കല്ലുകളിൽ ചവിട്ടി ചാടിച്ചാടിയാണ് പോക്ക്. അജയൻ ജീവന്റെ യാത്ര നോക്കിനിന്നു. പിന്നെ പതുക്കെ ജീവനെ പിന്തുടർന്നു. ഒന്നുരണ്ട് തവണ അജയൻ പുഴയിൽ വീഴാൻ പോയെങ്കിലും പിടിച്ചു നിൽക്കാനായി. ആഴമില്ലാത്തതിനാൽ ഈ ഒഴുക്കിൽ ഒഴുകി പോവുക യൊന്നുമില്ല. സൂര്യൻ ഉദിച്ചവന്നതോടെ രണ്ടുപേരും പുഴയുടെ അക്കരെ എത്തിച്ചേർന്നു.

പുഴയ്ക്കരെ നിബിഡവനമാണ്. പുഴയോട്ട ചേർന്നതന്നെ വൻമര രങ്ങൾ നിരന്നുനിൽക്കുന്നു. അക്കരെ എത്തിയ ഉടൻതന്നെ ജീവൻ പോക്കറ്റിൽനിന്ന് പേപ്പർ കട്ടിംഗ് എടുത്ത് ഒരിക്കൽക്കൂടി വായിച്ചു. ഡാമിൽനിന്നുള്ള ഏകദേശ ദൂരം പറഞ്ഞിട്ടുണ്ട്. മലമുഴക്കിയുടെ കൂട് ഇരിക്കുന്ന മരമേതാണെന്ന് കണ്ടെത്തണം. പത്രത്തിലുള്ള വിവരങ്ങ ശ്വെച്ച് ഒരു നൂറ് മീറ്റർ കൂടി പുഴയിലൂടെ താഴോട്ടനടക്കണം. ജീവൻ അജയനെയും വിളിച്ച് പുഴയിലൂടെ നടക്കാൻ തുടങ്ങി. ശ്രദ്ധിച്ചില്ലെങ്കിൽ ക്യാമറയുമായി വെള്ളത്തിലേക്ക് വീഴും. ഏകദേശ സൂചനകൾവെച്ച് ജീവൻ നടത്തം നിർത്തി.

'മിക്കവാറും ഈ മരങ്ങളിലായിരിക്കും കൂട്.' ജീവൻ പറഞ്ഞു.

പിന്ന കാത്തിരിപ്പായിരുന്നു. എത്രനേരം ഇരുന്നുവെന്നറിയില്ല. കാത്തിരിപ്പുകളെ മുഴുവൻ സഫലമാക്കിക്കൊണ്ട് നോക്കിനിന്ന മരത്തിൽനിന്നും മനോഹരിയായൊരു വേഴാമ്പൽ പുറത്തേക്കുവന്നു. ചുറ്റുമൊന്ന് കണ്ണോടിച്ചു. പിന്നെ പതുക്കെ ചിറകടിച്ച് പറന്നുപോയി. കിട്ടിയ അവസരത്തിൽ ജീവൻ ധാരാളം ഫോട്ടോകളെടുത്തു. അജയൻ തന്റെ കൈയിലെ ബൈനോക്കുലറിലൂടെ പക്ഷിയെ കണ്ടാസ്വദിച്ചു.

പിന്നീട് ജീവൻ കുറച്ചുകൂടി നല്ല ചിത്രങ്ങൾ കിട്ടുന്നതിനായി മറ്റൊരു മരത്തിലേക്ക വലിഞ്ഞുകയറി. രണ്ട് കൊമ്പുകളുടെ സംഗമസ്ഥാനത്ത് ഇരിപ്പുറപ്പിച്ചു.

അജയന് വിശപ്പ് ബാധിച്ച തുടങ്ങിയിരുന്നു. പുഴ കടന്ന് അക്കരെ പോയി എന്തെങ്കിലും ഭക്ഷണ സാധനങ്ങൾ വാങ്ങിച്ചുവരാൻ അജയൻ പുറപ്പെട്ടു.

'നമുക്കിന്ന് വൈകുന്നേരം വരെ ഇവിടെ ചിലവഴിക്കാം. അതിനത ക്കവണ്ണം എന്തെങ്കിലുമൊക്കെ വാങ്ങിച്ചോ.' ജീവൻ പറഞ്ഞു.

ജീവനെ സംബന്ധിച്ചിടത്തോളം വളരെ നിർണായകമായൊര

ദിവസമായിരുന്നു അന്നത്തേത്. ഏറെ കാലമായി ആഗ്രഹിച്ച മലമുഴക്കി വേഴാമ്പലിന്റെ ചിത്രവും കൂട്ടം പകർത്താൻ കഴിഞ്ഞു. പക്ഷി പുറത്തേ ക്കു പറക്കുകയും തീറ്റയുമായി ഇടക്കിടയ്ക്ക് കൂട്ടിലേക്ക് തിരിച്ചുവരികയും ചെയ്യുന്നുണ്ട്. ഓരോ തവണയും വ്യത്യസ്ത പോസുകളിലുള്ള ഫോട്ടോകൾ ജീവന് നൽകാൻ വേഴാമ്പൽ പ്രത്യേകം ശ്രദ്ധിക്കുന്നുണ്ടെന്നു തോന്നി. ആ പക്ഷിക്കൂടിന്റെ കുറേക്കൂടി വ്യക്തമായൊരു സമീപദൃശ്യം കിട്ടാൻ ജീവൻ ആഗ്രഹിച്ചെങ്കിലും മരത്തിന്റെ ഉയരം തടസ്സമായി. ആ വലിയ മരത്തിന്റെ മുകളിലെത്തിച്ചേരാൻ ഒരു മാർഗവുമില്ലല്ലോ. മരത്തിന മുക ളിലെത്തിക്കഴിഞ്ഞാൽ കൂട്ടിലിരിക്കുന്ന ഇണപ്പക്ഷിയെക്കൂടി കാണാമാ യിരുന്നു. അതൊരിക്കലും നടക്കില്ല. കൂട്ടിൽ അടയിരിക്കുന്ന പക്ഷിയെ താനായിട്ടെന്തിന് ഉപദ്രവിക്കാൻ പോകണം. ജീവൻ ആ ആഗ്രഹം തന്നെ ഉപേക്ഷിച്ചു. പാമ്പുകളും വലിയ ഇനം പരുന്തുകളുമൊക്കെ

ഇവയെ ഉപദ്രവിക്കാനായിട്ട് കാത്തുനിൽക്കുന്നുണ്ടാവും. തനിക്കവരെ ശല്യപ്പെടുത്താതെ ഫോട്ടോ പകർത്തിയാൽ മാത്രംമതി. പക്ഷിയെ കാണുക, ഫോട്ടോ എടുക്കുക. ഇഇ രണ്ടും മാത്രമാണ് തന്റെ ലക്ഷ്യം.

ജീവൻ തന്റെ ആലോചനകളിലും ഫോട്ടോ എടുക്കലിലും മുഴുകി ക്കൊണ്ടിരുന്നപ്പോൾ അജയൻ ഭക്ഷണവുമായെത്തി.

ഭക്ഷണമെത്തിക്കഴിഞ്ഞപ്പോൾ രണ്ടപേരും പുഴയിലിറങ്ങി കുളിച്ചു. നോക്കുന്ന ദൂരത്തൊന്നും ആരുമില്ല. സഞ്ചാരികളാരും ഈ ഭാഗത്തേ ക്കൊന്നും കടന്നു ചെല്ലാറില്ല. കുളികഴിഞ്ഞ് അവിലും പഴവും ബ്രഡ്ഡും വെള്ളവുമൊക്കെയായി ഭക്ഷണം കുശാലായി.

അജയൻ ബൈനോക്കുലറുമായി പുഴയ്ക്കരികില്ലൂടെ കുറേദൂരം നടന്നു. പേരറിയാത്ത ധാരാളം പക്ഷികൾ കാടകത്തുനിന്നും സംഗീതം പൊഴി ച്ചുകൊണ്ടിരുന്നു. അപൂർവ്വം ചിലതുമാത്രം അജയന്റെ ബൈനോക്കുലർ കാഴ്ചയിൽ സാന്നിധ്യമറിയിച്ചു. അതോടെ അജയനിലെ പക്ഷിനിരീക്ഷ കനും ഉണർന്നു.

ജീവനാകട്ടെ ഇതിനകം മറ്റ രണ്ടമരങ്ങളിൽകൂടി വേഴാമ്പലിന്റെ കൂട് കണ്ടെത്തിയിരുന്നു. മലമുഴക്കിയുടെ മൂന്ന് കൂടുകൾ കാണാൻ അവസരം ലഭിച്ചതോടെ ജീവൻ ആവേശഭരിതനായി. മൂന്നിനേയും നിരീക്ഷിക്കാൻ പറ്റുന്ന മറ്റൊരു മരത്തിലേക്ക് ജീവൻ തന്റെ താവളം മാറ്റി. ഇനി വിശപ്പ് ശല്യപ്പെടുത്തിയാൽ മാത്രമേ അതിൽ നിന്നിറങ്ങുന്നുള്ളവെന്ന് തീരു മാനമാക്കി.

'പിന്നെ, ഇന്നലെ നമ്മൾ കണ്ട ആ ചായക്കടയില്ലേ. അത് വൈകീട്ട് ഏഴുമണിയോടെ അടയ്ക്കും. അതിനുമുമ്പ് അവിടെ എത്തി രാത്രിക്കുള്ള സാധനങ്ങൾ പാർസൽ വാങ്ങി പോകാം. ഇന്നും ഇന്നലത്തേതു പോലെ പട്ടിണി കിടക്കാൻ വയ്യ.'

'ശരി, നമുക്കൊരു അഞ്ചുമണിയോടെ തിരിച്ചുപോകാം.' ജീവൻ സമ്മതിച്ചു.

പ്രതീക്ഷിച്ചതിലേറെ ഫോട്ടോകൾ പകർത്താൻ പറ്റിയ സന്തോഷ ത്തിലായിരുന്നു ജീവൻ. കുറേയെണ്ണമെങ്കിലും മനോഹരമായിട്ടുണ്ടെന്ന് ജീവൻ സ്വയം പറഞ്ഞു. അപൂർവ്വമായി മാത്രം ലഭിക്കുന്ന ചില ഭാവങ്ങൾ പകർത്താൻ പറ്റിയത് ഭാഗ്യമായി. വൈകീട്ട് രണ്ടപേരും തിരിച്ച പുഴ കടക്കുമ്പോൾ ജീവൻ ആഹ്ലാദത്തോടെ പാട്ടുകൾ മൂളുന്നുണ്ടായിരുന്നു. ഈ ദിവസം മറക്കാനാവാത്തതാണ്. ഈ ഫോട്ടോകൾ ഒരുപക്ഷേ തന്റെ കരിയറിനുപോലും ഗുണം ചെയ്തേക്കാം.

പുഴ കടന്നപ്പോൾ ജീവൻ പറഞ്ഞു.

'അജയാ, നിന്നോട് ഒരു കാര്യം പറയാൻ വിട്ടുപോയി.'

'എന്താ അത്..?'

'ഈ പുഴയിൽ മുതലകളുണ്ട്.'

'എന്ത്..? എന്നിട്ട് നീ അത് ഇപ്പോഴാണോ പറയുന്നത്..?'

'ഞാൻ പറയാൻ മറന്നതല്ല. നീ കൂടെ വന്നില്ലെങ്കിലോ എന്നു കരുതി മനപൂർവ്വം പറയാതിരുന്നതാ.'

'വലിയൊരു ചതിയാണ് ജീവാ നീ ചെയ്തത്. മുതലകളുള്ള ഈ പുഴയിലാണോ നമ്മൾ ഇറങ്ങി തിമിർത്ത് കുളിച്ചത്.'

'എന്തായാലും നമുക്കൊന്നും പറ്റിയില്ലല്ലോ. അത് മുൻകൂട്ടി അറിഞ്ഞിരുന്നെങ്കിൽ ഈ പുഴയിലേക്ക് ഇറങ്ങാൻ പറ്റുമായിരുന്നോ. നമ്മളേതായാലും മുതലയെ കണ്ടതുപോലുമില്ല. ഏതെങ്കിലും ഭാഗത്ത് ഒന്നോ, രണ്ടോ മുതലകൾ ഉണ്ടായിരുന്നിരിക്കാം. അവയൊന്നും നമ്മളെത്തേടി വരാനും പോകുന്നില്ല. ഒക്കെ അതിന്റെ ത്രില്ലിലെടുക്കണ്ടേ.' ജീവൻ പറഞ്ഞു.

കുളിക്കുമ്പോൾ മുതലവന്ന് കാലിൽ കടിച്ചുകൊണ്ടുപോയി വിഴുങ്ങുന്ന രംഗമോർത്ത് അജയൻ അടിമുടി വിറച്ചുപോയി.

ഇടവഴി കടന്ന് റോഡിലെത്തി കയറ്റം കയറി കടയിലെത്തുമ്പോഴേക്കും രണ്ടുപേരും ക്ഷീണിച്ചിരുന്നു. ചായക്കടയ്ക്കടുത്തെത്താറായപ്പോൾ ജീവൻ പറഞ്ഞു.

'നമ്മളീ ഗസ്റ്റ് ഹൗസിലാണ് താമസിച്ചതെന്ന കാര്യം ആരോടും പറയണ്ട. അത് അനധികൃതമല്ലേ. അതുകൊണ്ട് ഒരു പ്രശ്നമുണ്ടാകേണ്ട.'

ചായക്കടയിൽ തിരക്കൊന്നുമില്ലായിരുന്നു.

'പാർക്കിലേക്ക വന്നതായിരിക്കും..?' കടക്കാരൻ ചായയെടുക്കുന്നതിനിടയിൽ ചോദിച്ചു.

'അതേ... അതെ... ' ജീവൻ പറഞ്ഞു.

'ഇപ്പോൾ നല്ല തിരക്കാ. ശലഭപാർക്ക് തുറന്നതിനുശേഷം ചിത്രശലഭങ്ങളെ കാണാൻ നൂറുകണക്കിന് ആളുകളാ ദിവസേന എത്തുന്നത്.'

'ആളുകൾ കൂടുന്നതിനനുസരിച്ച് ഇവിടെയും കച്ചോടം കൂടുന്നില്ലേ..?'

'എന്തു പറയാനാ. അതിനുള്ളിൽതന്നെ എല്ലാം കിട്ടും. നമുക്ക് ചില പതിവുകാര് മാത്രം വരും. ഇപ്പോഴത്തെ ചെറുപ്പക്കാർക്ക് ഇത്തരം

പഴയ ചായക്കടകളോടൊന്നും ഒരു കമ്പവുമില്ല.'

'പാർക്ക് എപ്പഴാ അടയ്ക്കുന്നത്..?'

'പാർക്കും ഈ കടയുമൊക്കെ ഒരേ സമയത്താ അടയ്ക്കുന്നത്. ഏഴു മണിക്ക്.'

'അപ്പോ ഏഴുമണിക്കുശേഷം ഇവിടെ ഭക്ഷണം കിട്ടാൻ ഒരു മാർഗ വുമില്ല.'

'അതുശരിയാ, ഒരു രണ്ടുമൂന്ന് കിലോമീറ്റർ താഴേക്കപോയാൽ ഒരു ഹോട്ടല്യുണ്ട്. അത് പന്ത്രണ്ടുമണിക്കേ അടയ്ക്കുള്ളൂ. അതല്ലാതെ ഇവിടെ ഭക്ഷണം കിട്ടാൻ കുറച്ചപാടാ.'

'ഇവിടെ രാത്രി താമസിക്കാൻ പറ്റിയ ഹോട്ടല്യകളൊന്നുമില്ലേ..?'

'ഇല്ലെന്നാരു പറഞ്ഞു. നിറയെ റിസോർട്ടുകളല്ലേ. ഇവിടെ റോഡ് സൈഡിൽ ഒരെണ്ണം പോല്യമില്ല. എല്ലാം വളരെ ഉള്ളിലേക്കാ. മോളിലേക്ക്, വെള്ളച്ചാട്ടത്തിന്റെ ഭാഗത്തേക്കപോയാൽ ഇഷ്ടംപോലെ റിസോർട്ടുകളല്ലേ. എത്ര ഉണ്ടായാല്യം തിരക്കിനൊരു കുറവുമില്ല. അല്ലെ ങ്കിപ്പിന്നെ ചാലക്കടിക്ക പോണം.'

'പണ്ടൊരിക്കൽ വന്നപ്പോൾ ഇവിടെ സർക്കാർവക ഒരു ഗസ്റ്റ്ഹൗസ് ഉണ്ടായിരുന്നു. അതിപ്പോഴുമുണ്ടോ..? അവിടെ ആൾക്കാ ർക്ക് താമസിക്കാൻ കൊടുക്കുന്നുണ്ടോ..?'

'നല്ല ചോദ്യം. ഗസ്റ്റ്ഹൗസൊക്കെ ഇപ്പോഴുമുണ്ട് ചുറ്റും കാട്ടുമൂടി കിടക്കുന്നതിന്റെ നടുക്കാ ഗസ്റ്റ്ഹൗസ് . ആളകേറാതായിട്ട് കൊല്ലം കുറേ ആയില്ലേ .'

അജയനും ജീവനും മുഖത്തോട്ടമുഖം നോക്കി . കാട്ടുമൂടികിടക്ക കയോ. അയാൾ വേറെ ഗസ്റ്റ്ഹൗസിനെപ്പറ്റിയാണോ പറയുന്നത്.

'അതുശരിയാ, ശരിയായ മെയിന്റനൻസ് ഇല്ലെങ്കി ആളകേറില്ല. കാട്ടുവെട്ടി മാറ്റി, റിപ്പയർ ചെയ്ത്, പുത്തൻ പെയിന്റൊക്കെ അടിച്ച് കുട്ട പ്പനാക്കിയിട്ടാൽ ദിവസവും സഞ്ചാരികളാരെങ്കിലും അന്വേഷിച്ചവരും. വരുന്നവരെ നല്ല രീതിയിൽ ഡീല് ചെയ്യകയും വേണം. നല്ല ഭക്ഷണവും കൊടുക്കണം. എന്നാൽ സർക്കാരിന് വരുമാനമാവും. അതിനും സർക്കാരിന്റെ ഭാഗത്തുനിന്ന് നല്ല താൽപര്യം കാണിക്കണം. കുറച്ച പൈസ ആദ്യം ഇറക്കേണ്ടിവരും.' ജീവൻ വിശദീകരിച്ചു.

ചായക്കടക്കാരൻ ജോലി നിർത്തിവെച്ച് അവരുടെ അടുത്തേ ക്കവന്നു.

'നിങ്ങളെന്തറിഞ്ഞിട്ടാ ഈ പറയുന്നേ..? സർക്കാരിന്റെ കൈയിൽ

പൈസയില്ലാത്തതുകൊണ്ടൊന്നുമല്ല ആ ഗസ്റ്റ് ഹൗസ് ഇങ്ങനെ അന്യാധീനപ്പെട്ടുപോയത്. അതിലൊരു അപകടമരണം നടന്നതുകാരണമാ. അതിനുശേഷമാ അത് ഈ വിധം ഉപേക്ഷിക്കപ്പെട്ടത്.'

'അപകട മരണമോ..?' അജയനാണ് ചോദിച്ചത്.

'അതെ, ഗസ്റ്റ് ഹൗസിനൊരു കെയർ ടേക്കറുണ്ടായിരുന്നു. അയാളെ അധികാരികൾ പിരിച്ചുവിട്ടപ്പോൾ അയാൾ കെട്ടിത്തൂങ്ങിച്ചത്തുകളഞ്ഞു. അതിനുശേഷമാ അതില് ആള കേറാതായത്.'

'അയാളെ പിരിച്ചുവിടാൻ എന്തായിരുന്നു കാരണം..?'

'അതൊരു കഥയാണ്.' ചായക്കടക്കാരൻ വിസ്തരിച്ചു പറയാൻ തുടങ്ങി.

'ഫ്രാൻസിസ് എന്നായിരുന്ന അയാളുടെ പേര്. ഞങ്ങളൊക്കെ പ്രാഞ്ചിയേട്ടൻ എന്നാ വിളിച്ചിരുന്നത്. അക്കാലത്ത് ഈ വകുപ്പിലൊ ക്കെ ധാരാളം പണികൾ നടക്കുന്ന സമയമായിരുന്നു. മിക്കവാറും എല്ലാ ദിവസവും ഗസ്റ്റ് ഹൗസില് ആളകാണും. ഉദ്യോഗസ്ഥന്മാരോ, കരാറുകാരോ, കരാറുകാരുടെ മേസ്തിരിമാരോ ആയി മിക്ക മുറികളില്ലും ആളുണ്ടാകും. ദൂരെനിന്നുള്ള ഉയർന്ന ഉദ്യോഗസ്ഥരും ഇടയ്ക്കിടയ്ക്ക് താമ സിക്കാനെത്തും. സൗജന്യമായി താമസിച്ച് വെള്ളച്ചാട്ടവും കണ്ട് വെടി യിറച്ചിയും പുഴമീനും മദ്യവും ആസ്വദിച്ച് അവര് ആഘോഷിക്കും. പാവം, പ്രാഞ്ചിയേട്ടനാണ് ആകെ ബുദ്ധിമുട്ടിയിരുന്നത്. പള്ളിക്ക് ഇതൊന്നും തീരേ ഇഷ്ടമില്ലായിരുന്നു. അങ്ങോടുടെ പ്രാരാബ്ധം കണ്ട് മനസ്സലിഞ്ഞ് പഴയൊരു ഉദ്യോഗസ്ഥനായിരുന്ന പ്രാഞ്ചിയേട്ടനെ നിയമിച്ചിരുന്നത്. പത്താംക്ലാസ് വരെയൊക്കെ പഠിച്ച ആളാ.'

'നിങ്ങൾ കാര്യത്തിലേക്കുവാ.' ജീവൻ പറഞ്ഞു.

'ഞാൻ അതിലേക്കാ വരുന്നത്. അക്കാലത്തെ ഒരു പ്രമുഖ കരാ റുകാരൻ മിക്കവാറും എന്നും ഈ ഗസ്റ്റ് ഹൗസില്ലുണ്ടാകും. കൂട്ടിന് ഗസ്റ്റ് ഹൗസിന്റെ ചാർജ്ജുള്ള ഉദ്യോഗസ്ഥനും. കരാറുകാരന് എല്ലാ വകുപ്പില്യം വർക്കുണ്ട്. രാത്രിയാകുമ്പോൾ കരാറുകാരനും ചിലപ്പോൾ കുറച്ച സില്ബന്ധികളും എത്തും. അയാളുടെ കരാറുമായി ബന്ധപ്പെട്ട എല്ലാത്തരം പണമിടപാടുകളും നടക്കുന്നത് ഈ ഗസ്റ്റ് ഹൗസില്വെ ച്ചാ.'

'എന്നിട്ടെന്തുണ്ടായി..?'

'ഗസ്റ്റ് ഹൗസില് നടക്കുന്ന കൊള്ളരുതായ്മകളൊക്കെ പ്രാഞ്ചി യേട്ടന്റെ മുമ്പില്വെച്ചാണ് നടന്നിരുന്നത്. പാവം, ഒന്നിനെയും എതി ർക്കാൻ പറ്റാത്ത ഒരു സാധുവായിരുന്ന അയാൾ. എന്നും രാവിലെ

ആദ്യത്തെ ചായ എന്റെ വകയാ. ഇവിടെ വന്നിരുന്ന് ചിലപ്പോള്‍ കഥകളൊക്കെ പറയും. പുള്ളിയുടെ ഗതികേടുകള്‍ പറഞ്ഞ് ചിലപ്പോള്‍ കരയും. കരാറുകാരന്‍ ചെറിയ ചെറിയ വര്‍ക്കുകളില്‍നിന്ന് വലിയൊരു കരാറുകാരനായി വളര്‍ന്നുകൊണ്ടിരിക്കയായിരുന്നു. ആയിടയ്ക്കാണ് ഒരു പാലത്തിന്റെ പണിയുടെ കരാര്‍ അയാള്‍ നേടിയെടുത്തത്. പാല ത്തിന്റെ പണി തുടങ്ങി കുറച്ചമാസങ്ങള്‍ കഴിഞ്ഞപ്പോള്‍ ഒരു ദിവസം ഗസ്റ്റ്ഹൗസില്‍വെച്ച് ഒരു വമ്പന്‍ പാര്‍ട്ടി നടന്നു. പണിയുമായി ബന്ധ പ്പെട്ട എല്ലാ ഉദ്യോഗസ്ഥരെയും വിളിച്ചുവരുത്തി കരാറുകാരന്‍ നല്‍കിയ പാര്‍ട്ടിയായിരുന്നു അത്. അതൊരു ഉഗ്രന്‍ പാര്‍ട്ടിതന്നെയായിരുന്നു. ആവശ്യമുള്ള സോഡ മുഴുവന്‍ എന്റെ ഈ കടയില്‍നിന്നാ കൊണ്ട പോയത്.'

'എന്നിട്ട്..?'

'പാര്‍ട്ടിയൊക്കെ കഴിഞ്ഞ് ഉദ്യോഗസ്ഥര്‍ക്കുള്ള പൈസവിതര ണമെല്ലാം കഴിഞ്ഞ് മറ്റള്ളവരെല്ലാം പോയിക്കഴിഞ്ഞതിനുശേഷം രാത്രിയില്‍ കോണ്‍ട്രാക്ടറും പ്രാഞ്ചിയേട്ടനും തമ്മില്‍ ചില വാക്കുതര്‍ക്ക ങ്ങളുണ്ടായി. പിറ്റേന്ന് രാവിലെ ചായ കുടിക്കാന്‍ വന്ന പ്രാഞ്ചിയേട്ടന്‍ തന്നെയാ എന്നോടിക്കാര്യം പറഞ്ഞത്. ആറുകണക്കിന് സ്‌കൂള്‍ കുട്ടികള്‍ക്ക നടന്നുപോകാനുള്ള പാലമാണ്. അതെങ്കിലും പൊളിഞ്ഞു വീഴാതെ ഉണ്ടാക്കണേ എന്നോ മറ്റോ പ്രാഞ്ചിയേട്ടന്‍ പറഞ്ഞുവത്രേ. അതിന് കോണ്‍ട്രാക്ടര്‍ പറഞ്ഞതെന്താണെന്നറിയുമോ..? അഞ്ചുവ ര്‍ഷമേ എന്റെ പണിക്ക് ഗ്യാരണ്ടി പീര്യേഡുള്ളൂ. അതുവരെ എന്തായാലും വീഴില്ല. ഇനി ആറാം വര്‍ഷം പൊളിഞ്ഞു വീണാലും ഞാന്‍തന്നെ ടെന്‍ഡറെടുത്ത് വീണ്ടും പണിതോളാമെന്ന്. അതുംകൂടി കേട്ടപ്പോ പ്രാ ഞ്ചിയേട്ടന് വല്ലാതെ ദേഷ്യം വന്നു. കരാറുകാരനോട് അയാള്‍ വായില്‍ തോന്നിയതെല്ലാം വിളിച്ച പറഞ്ഞു. അതോടെ നമ്മുടെ കോണ്‍ട്രാക്ടര്‍ ഗസ്റ്റ്ഹൗസില്‍നിന്ന് ഇറങ്ങിപ്പോയി.'

'ഇപ്പോഴും കഥ തീര്‍ന്നില്ലല്ലോ.'

'ഇല്ല, പിറ്റേന്ന് രാത്രിയാണ് ബാക്കി സംഭവങ്ങളൊക്കെ അരങ്ങേ റിയത്. കോണ്‍ട്രാക്ടര്‍ ഗസ്റ്റ് ഹൗസിന്റെ ചുമതലയുള്ള ഉദ്യോഗസ്ഥ നോട് എന്തൊക്കെയാണ് പറഞ്ഞുകൊടുത്തതെന്നറിയില്ല. വൈകീട്ട് രണ്ടുപേരും കൂടി ഗസ്റ്റ് ഹൗസിലേക്ക് പോകുന്നതുകണ്ടു. കഷ്ടിച്ച് അരമണിക്കൂര്‍ മാത്രമേ അവരവിടെ ഉണ്ടായിരുന്നുള്ളൂ. കുറച്ച കഴിഞ്ഞ് പ്രാഞ്ചിയേട്ടന്‍ കടയിലേക്കുവന്നു. അപ്പോഴാണ് അന്നവിടെ നടന്ന സംഭവങ്ങള്‍ ഞാനറിയുന്നത്. രണ്ടുപേരും ചേര്‍ന്ന് പ്രാഞ്ചിയേട്ടനെ

പൊതിരെ തല്ലി. പ്രാഞ്ചിയേട്ടനെ ജോലിയിൽനിന്ന് പിരിച്ചവിടുകയും ചെയ്തു. പിറ്റേന്ന കാലത്തുതന്നെ സ്ഥലം വിട്ടോളണമെന്ന് അന്ത്യശാ സനവും മുഴക്കിയിട്ടാ അവർ പോയത്. ഞാൻ എന്നെക്കൊണ്ട് കഴിയും വിധത്തിൽ പ്രാഞ്ചിയേട്ടനെ സമാധാനിപ്പിച്ചു. ആളൊരു ശുദ്ധനായിരു ന്നു. ഇങ്ങനത്തെ ഗസ്റ്റ് ഹൗസുകളിലൊന്നും പണിയെടുക്കാൻ പറ്റിയ ആളേ ആയിരുന്നില്ല. രാവിലെത്തന്നെ പോകും എന്നു പറഞ്ഞ് യാത്ര പറഞ്ഞിട്ടാ പോയത്. പക്ഷേ, അന്നുരാത്രി പൂർത്തിയാക്കാൻ പ്രാഞ്ചി യേട്ടന് കഴിഞ്ഞില്ല. അതിനുമുമ്പ് പോയില്ലേ.'

'പാവം...' അജയൻ സങ്കടപ്പെട്ടു.

'കോൺട്രാക്ടർ എന്നല്ലാതെ അയാളുടെ പേര് പറഞ്ഞില്ലല്ലോ. ആളിപ്പോൾ എവിടെയുണ്ട്..?'

'അയാളിപ്പോൾ വെറും കോൺട്രാക്ടറല്ല. ഈ ജില്ലയിലെ വലിയൊരു നേതാവും കൂടിയാണ്. ചിലപ്പോൾ കേട്ടുകാണും, സേനൻ പുതുക്കുടി.'

ആ പേര് എവിടെയോ കേട്ടഇപോലെ. ജീവൻ കുറച്ചനേരം ആലോചിച്ചനോക്കി. ആ പേര് തന്റെ ഉള്ളിൽ എവിടെയോ കിട ക്കുന്നുണ്ടല്ലോ. തനിക്കേതോരീതിയിൽ ആ പേരുമായി ബന്ധമുണ്ട്. എന്താണെന്ന് എത്ര ആലോചിച്ചിട്ടും ജീവന് ഓർത്തെടുക്കാനായില്ല.

'അയാൾ ഇപ്പോഴും കരാറെടുക്കുന്നുണ്ടോ?'

'ഏയ്, അയാളിപ്പോൾ ഭരണകക്ഷിയുടെ ഈ ജില്ലയിലെ പ്രമുഖനായ നേതാവാണ്. വലിയ നിലയിലെത്തി. ഇപ്പോൾ നേരിട്ട് കരാറൊന്നും എടുക്കുന്നില്ല. എന്നാൽ അയാളുടെ ബിനാമികളായി കുറേ പേരുണ്ട്. അയാളുടെ അനിയനാണിപ്പോൾ പാലത്തിന്റെ കരാർ എടുത്തിരിക്കുന്നത്.'

'അന്നത്തെ പണി ഇപ്പോഴും തീർന്നില്ലേ..? വർഷം കുറേ ആയിക്കാ ണമല്ലോ.'

'ആ പണിയല്ല. അതയാൾ പറഞ്ഞമാതിരി ആറാം വർഷം തന്നെ പൊളിഞ്ഞുപോയി. ഒരു പ്രളയകാലത്തായിരുന്നതിനാൽ യാതൊരുവിധ പരാതിയുമുണ്ടായില്ല. ഇപ്പോൾ പുതിയ പാലത്തിന്റെ പണിയാണ്. അന്നത്തേതിന്റെ നാലിരട്ടിയാ എസ്റ്റിമേറ്റ്. ഇടക്കിടയ്ക്ക് എസ്റ്റിമേറ്റ് പുതുക്കിക്കൊടുക്കുന്നുമുണ്ട്.'

'എല്ലാ നാട്ടിലുമുണ്ട് ഇത്തരം ചില ദുഷ്ടകഥാപാത്രങ്ങൾ.' അജയൻ പറഞ്ഞു. 'ഇവർക്ക് താങ്ങായി കുറേ ഉദ്യോഗസ്ഥരും.'

'ഈ സംഭവങ്ങൾകൊണ്ടൊക്കെ നഷ്ടം ഞങ്ങളെപ്പോലെയുള്ള യാത്രക്കാർക്കാണ്. വല്ലപ്പോഴും വരുമ്പോ ചുരുങ്ങിയ ചെലവിലൊക്കെ താമസിക്കാമായിരുന്നു.' ജീവൻ പറഞ്ഞു.

'അല്ല, നിങ്ങളെവിടെയാ താമസിക്കുന്നത്..?'

'ഞങ്ങളുടെ ഒരു സുഹൃത്തിന്റെ ഔട്ട് ഹൗസ് കിട്ടി. ഇന്നുകൂടി തങ്ങി യിട്ട് നാളെ കാലത്ത് വിടും. എന്നാ ശരി, ഞങ്ങളിറങ്ങട്ടെ.'

അവർ ചായകുടിച്ചുകഴിഞ്ഞ് രാത്രിയിലേക്ക് കുറച്ച സാധനങ്ങളും പാർസൽമേടിച്ച് പതുക്കെ പുറത്തിറങ്ങി. കുറച്ച ദൂരം നടന്നപ്പോൾ ഒരു ചിന്ത മിന്നൽപോലെ ജീവനിൽ പടർന്ന കയറി. അയാൾ തിരിച്ച കടയിലേക്കുതന്നെ നടന്നു. കാര്യമറിയാതെ അജയനും പിന്തുടർന്നു

'അല്ല, ആ സംഭവത്തിനുശേഷം പിന്നീട് ആരുമവിടെ താമസിച്ചില്ലേ. പകരം കെയർ ടേക്കറെ നിയമിച്ചിട്ടുണ്ടാവുമല്ലോ. അയാളും അവിടെ നിന്നില്ലേ?'

'പകരം വന്ന ആൾ ഒറ്റ ദിവസംകൊണ്ടുതന്നെ ജോലി മതിയാക്കി സ്ഥലം വിട്ടു. ഡിപ്പാർട്ട്മെന്റിലെ രണ്ട് സാറമ്മാര് ഒരു ദിവസം അവിടെ തങ്ങിയിട്ടുണ്ട്. ആരേയോ അവിടെ കണ്ടുവെന്നു പറഞ്ഞ് പിറ്റേന്ന് പനി പിടിച്ച് രണ്ടുപേരേയും ആശുപത്രിയിലേക്ക് കൊണ്ടുപോയി. അവര് കണ്ടത് അയാളെത്തന്നെയാണെന്നാണ് പറയുന്നത്.'

'ആരെ?'

'ആ പഴയ കെയർ ടേക്കറെ. അയാൾ ഇപ്പോഴും ഇടക്കൊക്കെ ആ ഗസ്റ്റ് ഹൗസിൽ എത്തുന്നുണ്ടെന്നാണ് ആളുകളുടെ വിശ്വാസം.'

'ആരെയെങ്കിലും അയാൾ ഉപദ്രവിച്ചിട്ടുണ്ടോ? ഞാനുദ്ദേശിച്ചത്, മരിച്ചതിനുശേഷം?'

'ഏയ്, അയാൾ ജീവിച്ചിരുന്നപ്പോഴും മരിച്ചതിനുശേഷവും ഒരു പഞ്ചപാവം തന്നെ.'

'ഈ സംഭവം നടന്നിട്ട് എത്ര വർഷമായി?'

'പതിനൊന്ന് വർഷം. ഇത്തരമൊരു ജനുവരി മാസത്തിൽ തന്നെയാ സംഭവം നടന്നത്.'

ജീവൻ അജയന്റെ കൈപിടിച്ച് പുറത്തേക്ക നടന്നു. അജയൻ ചെറുതായി വിറക്കുന്നുണ്ടായിരുന്നു.

'ജീവാ, ഇന്നലെ നമ്മൾ കിടന്നുറങ്ങിയത് ഒരു ദുർമരണം നടന്ന കെട്ടിടത്തിലായിരുന്നെന്നോ. അതും പ്രേതത്തിനെ കണ്ട ആളുകൾ

പേടിച്ച് പനിച്ച ഒരു കെട്ടിടത്തിൽ. എന്റെ കയ്യും കാലും വിറച്ചിട്ടുവയ്യ. എനിക്കൊന്നിരിക്കണം.'

'ഒരു പക്ഷേ ആ കടക്കാരൻ കുറച്ച് അതിശയോക്തിയോടെ പറഞ്ഞ താകും. ഇല അനങ്ങിയാൽ പോലും പ്രേതമാണെന്നുപറഞ്ഞ് പായുന്ന പേടിത്തൊണ്ടന്മാരാ നമ്മുടെ നാട്ടുകാർ. അതുമാത്രമല്ല, ഇവിടെയൊ ക്കെ താമസിക്കാനെത്തുന്നവർ മിക്കവാറും ഫുൾ ഫിറ്റില്ലമായിരിക്കും.'

'അയ്യോ, ഇനി നമ്മളെന്താ ചെയ്യുക..?'

'നമുക്ക് ഇന്നുകൂടി അവിടെ താമസിക്കുകയേ നിവൃത്തിയുള്ളൂ. ഇന്നലെ നമുക്കൊന്നും സംഭവിച്ചില്ലല്ലോ. ഇന്നലത്തേതിൽനിന്നും ഇന്നേയ്ക്കൊരു വ്യത്യാസവുമില്ല. നീ ധൈര്യമായിരിക്ക്. നമ്മുടെ ബാഗു കളെല്ലാം അവിടെയല്ലേ. ഇന്നുകൂടി അവിടെനിന്നിട്ട് നാളെ കാലത്ത് തിരിച്ചുപോകാം.'

'വീണ്ടും ആ ഗസ്റ്റ്ഹൗസിലേക്ക് തിരിച്ചുപോവാനോ? ഞാനില്ല. എനിക്കതാലോചിക്കാൻകൂടി പറ്റുന്നില്ല '

'ഇങ്ങനെ നെർവസ്സാകാതെ. മരിച്ചുപോയ പഴയ കെയർടേക്കർ വീണ്ടും തിരിച്ചവരുമെന്ന് നീ വിശ്വസിക്കുന്നുണ്ടോ? ഇനി അഥവാ അയാൾ തിരിച്ചവന്നാൽ തന്നെ അയാളെന്തിന് നമ്മളെ ഉപദ്രവി ക്കണം. നമ്മൾ അയാളോട് ഒരു ദ്രോഹവും ചെയ്തിട്ടില്ലല്ലോ. തികച്ചും സാധുവായ ഒരു മനുഷ്യൻ എന്ന് ആ കടക്കാരൻ പറഞ്ഞത് നീയും കേട്ടതല്ലേ. അതുകൊണ്ടതന്നെ പ്രാഞ്ചിയേട്ടനെ നമ്മൾ പേടിക്കുകയും വേണ്ട.'

ജീവൻ ഗസ്റ്റ്ഹൗസിനടത്തേക്ക നടന്നു. ആദ്യം ബൈക്കിലേക്കാണ് നോക്കിയത്. അതവിടെത്തന്നെയുണ്ട്. ജീവൻ ഗേറ്റിന മുന്നിൽചെന്ന നിന്ന് ഗസ്റ്റ് ഹൗസിലേക്ക നിർന്നിമേഷനായി നോക്കി. ഒരു പ്രേത കൊട്ടാരത്തിന്റെ മുഖച്ഛായയുണ്ടോ ഈ കെട്ടിടത്തിന്. ചുറ്റും തിങ്ങിനി റഞ്ഞുനിന്നിരുന്ന മരങ്ങൾക്കും വള്ളിപ്പടർപ്പുകൾക്കുമിടയിൽ ഇരുണ്ട നിൽക്കുന്ന ഒരു മരണമാളികയെപ്പോലെ ഗസ്റ്റ്ഹൗസ് ഭീതിവിതച്ചു.

ഗസ്റ്റ്ഹൗസ് പരിസരം ഇരുട്ടിലായിക്കഴിഞ്ഞിരുന്നു. തലേ ദിവസം വളരെ ആവേശത്തോടെ അകത്തേക്ക് പ്രവേശിച്ച അജയൻ ഇത്തവണ ഭയത്തോടെയാണ് ഉള്ളിൽ കടന്നത്. മൊബൈൽ തെളിച്ച കൊണ്ട് നേരെ അട്ടകല ഭാഗത്തേക്കാണ് ജീവൻ നടന്നത്. വിറയ്ക്കുന്ന കാലുകളോടെ അജയൻ ജീവനെ പിന്തുടർന്നു.

രാവിലെ പുറപ്പെട്ടപ്പോൾ ഉള്ളതിൽനിന്നും വ്യത്യാസമൊന്നും

തോന്നിയില്ല. വാതിൽ അടഞ്ഞതതന്നെ കിടന്നിരുന്നു. ജീവൻ വാതിൽ തള്ളിത്തുറന്നു. ചുറ്റം അസ്വാഭാവികമായി ഒന്നും തന്നെ ഇല്ല. കടയി ൽനിന്നും മേടിച്ച മെഴുകുതിരികൾ രണ്ട് സ്ഥലങ്ങളിലായി കത്തിച്ചവച്ചു.

ഈ സമയമൊക്കെ അജയൻ ഒരു ഭാഗത്ത് അനങ്ങാതെ നിൽക്ക കയായിരുന്നു. വെളിച്ചം വന്നതോടെ അജയൻ മുമ്പോട്ട നീങ്ങി.

'ജീവാ, ആ പ്രാഞ്ചിയേട്ടൻ ഉങ്ങിമരിച്ചത് ഇതിനുള്ളിലാണെന്നല്ലേ അയാൾ പറഞ്ഞത്..?'

'അങ്ങനെ അയാൾ പറഞ്ഞോ..? ചിലപ്പോൾ കെട്ടിടത്തിന പുറത്തെ ഏതെങ്കിലും മരത്തിലായിരിക്കും.'

ജീവൻ തലേന്നുകിടന്ന മുറിയിലേക്കു കയറി.

'ഇന്നലെത്തേതുപോലെ നീ കട്ടിലിൽ കിടന്നോ. ഞാനിവിടെ നില ത്തുകിടന്നോളാം. വാതിലും ജനലും തുറന്നിടാം. ഒരു കാറ്റവന്നോട്ടെ.'

'ജീവാ, ഇങ്ങോട്ടു നോക്ക്. ഈ ഉത്തരം കണ്ടോ. ഒരു പക്ഷേ ഈ ഉത്തരത്തിലായിരിക്കില്ലേ അയാൾ ഉങ്ങിമരിച്ചത്. ആയിരിക്കും. ഒരു പക്ഷേ ഇതയാളുടെ കിടപ്പുമുറി ആയിരിക്കും. ഇവിടെത്തന്നെ ആയിരിക്കും അയാൾ ഉങ്ങിമരിച്ചിട്ടുണ്ടാവുക. എനിക്ക് വയ്യ ജീവാ, ഇവിടെ കിടക്കാൻ. ഇന്നലെ രാത്രി എന്റെ സ്വപ്നത്തിൽ കേറി വന്നതും അയാളാണെന്നുതോന്നുന്നു. വേണ്ട ജീവാ, ഇവിടെ എന്തായാലും കിട ക്കണ്ട.'

'അജയാ, നീയെന്താ ഇങ്ങനെ ഒരർഥവുമില്ലാതെ സംസാരിക്ക ന്നത്? ഈ മരണത്തെക്കുറിച്ച് അറിയാതെ നമ്മളിന്നലെ സമാധാ നപരമായി ഇവിടെ കിടന്നുറങ്ങിയതല്ലേ. ഒന്നും സംഭവിച്ചില്ലല്ലോ. മരണത്തെക്കുറിച്ച് അറിഞ്ഞപ്പോൾ മനസ്സ് പതറുന്നോ?'

'അതല്ല ജീവാ. ഇന്നലെയും സത്യത്തിൽ എനിക്ക് പേടിയുണ്ടായി രുന്നു. ഞാനതു പറഞ്ഞില്ലെന്നേയുള്ളൂ. എത്രയോ കാലമായി ആൾ താമസമില്ലാത്ത, ഉപേക്ഷിക്കപ്പെട്ട ഒരു കെട്ടിടത്തിൽ രാത്രിയിൽവന്ന് കിടന്നുറങ്ങേണ്ടി വന്നപ്പോൾ തന്നെ എന്നെ ഭയം കീഴടക്കിയിരുന്നു. ഇതിപ്പോൾ അതുമാത്രമല്ലല്ലോ. ദുർമരണം നടന്ന ഒരു കെട്ടിടം, പ്രേ തത്തിനെ കാണാറുണ്ടെന്ന ജനസംസാരം. ഇവയ്ക്കെല്ലാം പുറമേ ഉങ്ങിമരിച്ച എന്ന് കരുതപ്പെട്ടന്ന മുറിയിൽതന്നെ രാത്രി കിടക്കണം എന്നു പറയുമ്പോൾ ജീവാ, ആർക്കാണെങ്കിലും ഭയം തോന്നുന്നത് സ്വാഭാവികം. നമുക്കാ ഡൈനിംഗ്ഹാൾ ഉള്ളതുവൃത്തിയാക്കി അവിടെ കിടക്കാം.'

'ശരി, എങ്കിൽ അങ്ങനെയാവട്ടെ. ഞാനിവിടെ ഈ മുറിയിൽ

കിടന്നോളാം. നീ ഡൈനിംഗ് ഹാളിൽ കിടന്നേക്ക്. ഞാനീവാതിൽ അടയ്ക്കുന്നില്ല. എന്തെങ്കിലും ആവശ്യം വരികയാണെങ്കിൽ ഇങ്ങോട്ടു പോന്നേക്ക്.'

അജയൻ അത്രകേട്ട് ഒന്നറച്ചനിന്നു. ജീവനിൽനിന്ന് അങ്ങനെ യൊരു മറുപടി പ്രതീക്ഷിച്ചില്ല. ഈ മുറിയിൽ കിടക്കാൻ ധൈര്യക്കുറവു ണ്ട്. പക്ഷേ ഇവിടെയാകുമ്പോൾ ജീവൻ തൊട്ടടുത്തുണ്ടെന്ന ആശ്വാസമു ണ്ട്. അവിടെ താനൊറ്റയ്ക്കാണ്. എത്രവേണം? ഭീതിയും ആശങ്കകളും ഒരു ഭാഗത്തുനിന്ന് മുറിയിൽ കിടക്കുന്നതിനെ വിലക്കിക്കൊണ്ടിരിക്കുന്നു. ആത്മവിശ്വാസക്കുറവുകാരണം ഹാളിൽ കിടക്കാനും തോന്നുന്നില്ല. പതറിയ മനസ്സോടെ അജയൻ ഹാളിൽ കിടക്കാൻ തീരുമാനിച്ചു. മെഴുകുതിരി ഡൈനിംങ്ടേബിളിൽ കത്തിച്ചവച്ച് കിടക്കാനുള്ള സ്ഥലം ഒരുക്കി. ജീവനും കൂടി സഹായിച്ചതോടെ അജയന് കിടക്കാനുള്ള സ്ഥലമൊരുങ്ങി.

'ജീവാ, സൂക്ഷിക്കണേ.' മുറിയിലേക്ക് കിടക്കാൻ പോകുന്ന ജീവനോട് അജയൻ അപേക്ഷിച്ചു.

ജീവൻ ഒരാൾക്ക് കിടക്കാവുന്ന കട്ടിലിൽ ബാഗ് തലയിണയാക്കി കിടന്നു. കുറച്ചനേരം ഉറക്കം വരാതെ തിരിഞ്ഞും മറിഞ്ഞും അസ്വസ്ഥ നായി കിടക്കുമ്പോഴാണ് ആ കടക്കാരൻ പറഞ്ഞ പേര് ജീവന്റെ മനസ്സിലേക്ക് വീണ്ടും കയറി വന്നത്. സേനൻ പുതുക്കുടി.

ഏഴവർഷം മുമ്പാണത്. കോളേജിലെ ഒന്നാംവർഷ ഡിഗ്രിക്ലാ സ്സിലേക്ക് കടലാസ് തുണ്ടിൽ എഴുതിയ പേരുമായി പൂൺ പ്രവേശി ച്ചപ്പോൾ എല്ലാവിദ്യാർത്ഥികളുടെയും കണ്ണുകൾ അങ്ങോട്ടായിരുന്നു. പൂണിന്റെ കയ്യിൽനിന്നും കടലാസ് വാങ്ങി സാർ ഉറക്കെ വിളിച്ചു.

'ജീവൻ, പ്രിൻസിപ്പലിന്റെ റൂമിലേക്ക് ചെല്ലൂ. ബാഇം പുസ്തക ങ്ങളുമെടുത്തേക്ക്.'

എന്തിനാണ് വിളിപ്പിച്ചതെന്നറിയാതെ ക്ലാസിന് പുറത്തിറ ങ്ങിയ ജീവന്റെ കൂടെ അജയനുമിറങ്ങി.

'ഓ.. ജീവൻ, നമുക്ക് വീട്ടുവരെ ഒന്ന് പോകണം. ഞാനും വരുന്നുണ്ട് കൂടെ. പേടിക്കാനൊന്നുമില്ല. അച്ഛനെന്തോ സുഖമില്ല എന്നവിവരം കിട്ടിയിട്ടുണ്ട്.'

പിന്നെയെല്ലാം വളരെ യാന്ത്രികമായിരുന്നു. അജയന്റെ തോളിൽ ചാഞ്ഞ് പ്രിൻസിപ്പാളുടെ കാറിൽ വീട്ടിലെത്തുമ്പോൾ മുറ്റം നിറയെ ആൾക്കാരായിരുന്നു. അച്ഛന്റെ ചേതനയറ്റ ശരീരം വെള്ളപ്പ തപ്പിച്ച് കിടത്തിയിരിക്കുന്നു.

പൊതുമരാമത്ത് വകുപ്പിലെ ഉദ്യോഗസ്ഥനായിരുന്ന അച്ഛൻ. ഓഫീസിലെ രീതികളുമായി പൊരുത്തപ്പെടാനാകാതെ ഇടക്കൊക്കെ ലീവെടുത്ത് വീട്ടിലിരിക്കാറുണ്ട്. ഓഫീസ് വിട്ടുവന്നാൽ ഓഫീസില്ലുണ്ടായി ക്കൊണ്ടിരിക്കുന്ന പ്രശ്നങ്ങൾ പലതും അമ്മയോടാണ് പറയാറുള്ളത്. കരാറുകാരും മേലുദ്യോഗസ്ഥരിൽ പലരുമായും അവിഹിതമായ പല ഇടപാടുകളും നടക്കുന്നുണ്ടെന്നും ഇതിന് കൂട്ടുനില്ക്കാത്തതിന്റെ പേരിൽ തനിക്ക് ഭീഷണിയുണ്ടെന്നുമൊക്കെ അച്ഛൻ പറഞ്ഞിരുന്നു.

ഓഫീസിൽ വെച്ചുതന്നെയായിരുന്നു അച്ഛന്റെ അന്ത്യവും. നേരത്തെ കരുതിയിരുന്ന വിഷമെടുത്ത് കഴിക്കുകയായിരുന്നു. മേശവ ലിപ്പിൽനിന്ന് ലഭിച്ച ആത്മഹത്യാക്കുറിപ്പിൽ കാര്യങ്ങളെല്ലാം വിസ്തരിച്ച് പറഞ്ഞിരുന്നെങ്കിലും ആരുടെയും പേര് പറഞ്ഞിട്ടില്ലായിരുന്നു. ജീവൻ അജയനെയും കൂട്ടി പലതവണ പോലീസ് സ്റ്റേഷനിൽ കയറിയിറ ങ്ങിയെങ്കിലും ആരുടെയും പേര് പറഞ്ഞിട്ടില്ലാത്തതിനാൽ ആർക്കെ തിരെയും കേസെടുക്കാനാവില്ലെന്ന നിലപാടിലായിരുന്നു പോലീസ്. ഏറെ ദിവസങ്ങൾക്കുശേഷം ഒരൊഴിവുദിനത്തിൽ ഓഫീസിൽനിന്ന് അച്ഛന്റെ ഒരു സഹപ്രവർത്തകൻ വീട്ടിൽ വന്നു.

അച്ഛന്റെ മരണത്തിനുശേഷം ആദ്യമായാണ് ഓഫീസിൽ നിന്നുമൊരാൾ വീട്ടിലേക്ക് വരുന്നത്. അച്ഛന്റെ നിലപാടുകളൊ ന്നും ഓഫീസിലെ ഭൂരിപക്ഷത്തിനും ഇഷ്ടമായിരുന്നില്ല. സക്കറിയ സാറുമായാണ് അച്ഛൻ ഓഫീസിൽ അടുപ്പമുണ്ടായിരുന്നത്.

ഓഫീസിൽ സഹപ്രവർത്തകരും മേലുദ്യോഗസ്ഥരും ചേർന്ന് അച്ഛനെ നിരന്തരം മാനസികമായി പീഡിപ്പിച്ച കഥകളൊക്കെ സക്കറിയ സാർ കണ്ണീരോടെ പറഞ്ഞു. എന്നാൽ ഇതൊന്നുമായി രുന്നില്ല അച്ഛനെ തളർത്തിയത്. പൂർത്തിയാകാത്ത വലിയൊരു പ്രവർത്തിയുടെ ബില്ല് പാസ്സാക്കാനായി ഒരു കരാറുകാരൻ നിരന്തര മായി ഭീഷണിപ്പെടുത്തിയിരുന്നുവത്രെ. മരിക്കുന്നതിന്റെ തലേദിവസം മേലുദ്യോഗസ്ഥന്റെ മുറിയിലേക്ക് അച്ഛനെ വിളിപ്പിച്ചു. അവിടെ ആ കരാറുകാരനുമുണ്ടായിരുന്നു. കരാറുകാരനിൽനിന്ന് ആ ദിവസമേറ്റ മാനസികാഘാതം സഹിക്കാവുന്നതിനുമപ്പുറമായിരുന്നു. പിറ്റേന്ന് ഓഫീസിലേക്ക് വരില്ലെന്നായിരുന്നു ഞാൻ കരുതിയത്. പക്ഷെ ഓഫീസിലേക്ക വന്നതിനു പിന്നിൽ ഇത്തരമൊരു ഉദ്ദേശമുണ്ടാകുമെന്ന് ഞാൻ കരുതിയില്ല.

ആ കരാറുകാരന്റെ പേരറിയാൻ പലതവണ ശ്രമിച്ചെങ്കിലും സക്കറിയ സാർ പറയാൻ കൂട്ടാക്കിയില്ല. ഇനി ആ പേരറിയുന്നത്

നിങ്ങളുടെ ജീവൻപോലും അപായമുണ്ടാക്കുകയേയുള്ളൂ. നിങ്ങൾ അമ്മക്കും മകനും അയാൾക്കെതിരെ ഒരു ചെറുവിരലനക്കാൻ പോലും കഴിയില്ല. അയാൾ അത്രയും ശക്തനും സ്വാധീനമുള്ളവനുമാണ്. ജീവനും അമ്മയും വീണ്ടും വീണ്ടും നിർബന്ധിച്ചനോക്കി. ആ കരാറുകാരന്റെ പേരൊന്നറിയാൻ. അവസാനം ഇനി ഒരു പോലീസ് കംപ്ലയിന്റുമായി നീങ്ങില്ല എന്നുറപ്പ വാങ്ങിക്കൊണ്ട് സക്കറിയ സാർ പറഞ്ഞപേരായിരുന്നു അത്. സേനൻ പൂതുക്കുടി.

പിന്നെയെപ്പോഴോ ജീവൻ ഉറക്കത്തിലേക്ക് വഴുതി വീണു.

അജയൻ വന്ന് തട്ടിവിളിച്ചപ്പോഴാണ് ജീവൻ ഉണർന്നത്.

'എന്താ അജയാ, എന്താ കാര്യം?' എന്ന ചോദിച്ചുകൊണ്ടാണ് ജീവൻ എണീറ്റത്. ജീവൻ കണ്ണുതുറന്ന് നോക്കി. ജനലില്ലൂടെ അകത്തേ ക്കുവരുന്ന നേരിയ പ്രകാശം മാത്രമേ മുറിയില്ലൂള്ളൂ. ഒറ്റനോട്ടത്തിൽ അജയനെ കാണാനായില്ല. കുറച്ചനേരം കണ്ണുതിരുമ്മി. മുറിയിലെ ഇരുട്ട മായി പരിചയമായിക്കഴിഞ്ഞപ്പോഴാണ് ജീവന് ആളെ കാണാനായത്. ഇത് അജയനല്ല. മറ്റാരോ ആണ്. അടച്ചിട്ട ഈ കെട്ടിടത്തിനുള്ളിലേ ക്ക് പുറത്തുനിന്നാർക്കും വരാൻ കഴിയില്ലല്ലോ എന്നോർത്തു. തന്റെ തോന്നലാണോ എന്നറിയാൻ സ്വയം ഞള്ളിനോക്കി. വേദനിക്കുന്നുണ്ട്. ഇത് തോന്നലല്ല. ജീവനിൽ അടിമുടി മിന്നൽപോലൊരു വിറപാഞ്ഞു. ജീവനാകെ വിയർത്തുപോയി. ശരീരമാകെ തളരുന്നപോലെ. അജയൻ പേടിപ്പിച്ചപോലെ എന്തോ ഒന്ന് സംഭവിക്കാൻ പോകുന്ന പോലെ. ഈ ഒരു സന്ദർഭത്തെ എങ്ങനെയാണ് നേരിടേണ്ടതെന്നറിയില്ല. ഫ്രാൻസിസ് എന്ന പ്രാഞ്ചിയേട്ടൻ തന്റെ മുമ്പിൽ പ്രത്യക്ഷപ്പെട്ടും എന്ന് ഒരിക്കൽപോലും ചിന്തിച്ചിട്ടില്ല. പ്രേതങ്ങളിലോ മറ്റ മനുഷ്യാതീതശക്തി കളിലോ ഒന്നും വിശ്വസിക്കുന്ന തരക്കാരനല്ല ജീവൻ. പക്ഷേ ഇപ്പോൾ രാത്രിയുടെ ഏതോ യാമത്തിൽ തന്നെ വിളിച്ചുണർത്തിയത് ആരാണ്? സത്യത്തിൽ പ്രേതങ്ങളെന്നൊന്നുണ്ടോ?

മുന്നിൽ നിൽക്കുന്ന രൂപത്തെ ജീവൻ ഭയത്തോടെ നോക്കി. ഒരു കള്ളിമുണ്ടും ബനിയനുമാണ് വേഷം. മുഖത്ത് പ്രത്യേക വികാരങ്ങളൊ ന്നുമില്ല. അതോ ഇരുട്ടിൽ മുഖം വ്യക്തമാകാത്തതുകൊണ്ടാണോ. എന്തായാലും തന്നെ ഉപദ്രവിക്കാനുള്ള ഒരു നില്പ്പല്ല എന്ന് ഒറ്റനോട്ട ത്തിൽ തന്നെ ബോധ്യമാവും. കൈയിൽ ആയുധങ്ങളൊന്നുമില്ല. പ്രേത ങ്ങൾക്ക് ഒരാളെ കൊല്ലാൻ ആയുധങ്ങൾ വേണമെന്നുണ്ടോ? ചായക്ക ടക്കാരന്റെ ഡയലോഗ് ഓർമയിലേക്ക് തിരിച്ചെത്തി. ഒരു സാധുവായ മനുഷ്യൻ. പഞ്ചപാവം. ജീവന് ക്രമേണ ധൈര്യം തിരിച്ചെത്തി. ഇയാൾ

അമാനുഷനായാലും അല്ലെങ്കിലും ഒരു ഉപദ്രവകാരിയാണെന്നു തോന്നു
ന്നില്ല.

'ആരാ, എന്താ വേണ്ടത്..?' ജീവൻ പരിഭ്രമം ഉള്ളിലൊതുക്കിക്കൊ
ണ്ട് ചോദിച്ചു.

'ഇത് ഞാൻ അങ്ങട്ടാ ചോദിക്കണ്ടത്. എന്റെ കട്ട്മ്മല് എന്നോട്
ചോദിക്കാണ്ട് വന്ന് കെടന്ന്ട്ട് ഞാനാരാന്ന് ചോദിക്ക്യാണ് ല്ലേ.
എന്തായാലും ചോദിച്ചസ്ഥിതിക്ക് ഞാൻ പറയാം. ന്റെ പേര്
ഫ്രാൻസിസ്. ചെലർന്നെ പ്രാഞ്ചീന്നൊക്കെ വിളിക്കും. ഈ ഗസ്റ്റ്ഹൗ
സിന്റെ കെയർ ടേക്കറാ.'

ആ രൂപം സാധാരണ മനുഷ്യരെപ്പോലെ സംസാരിക്കുന്നതു കണ്ട
പ്പോൾ ജീവനും പതുക്കെ നോർമലായി.

'അതുശരി. കെയർടേക്കർ ആയിരുന്നു എന്ന് പറഞ്ഞാലേ ശരിയാ
വുകയുള്ളൂ. പതിനൊന്ന് വർഷം മുമ്പ് നിങ്ങളെ ഈ സ്ഥാനത്തുനിന്ന്
പിരിച്ചുവിട്ടില്ലേ?'

'അപ്പോ നിങ്ങക്ക് എന്റെ കഥകളൊക്കെ അറിയ്യോ?'

'എല്ലാ കഥകളും അറിയാം. കോൺട്രാക്ടറും ഉദ്യോഗസ്ഥനും കൂടി
വന്നിട്ട് നിങ്ങളെ മർദിച്ചതും ജോലിയിൽനിന്ന് പിരിച്ചുവിട്ടതും ദുഃഖം
സഹിക്കാൻ പറ്റാതെ നിങ്ങൾ ഇവിടെ എവിടെയോ കെട്ടിത്തൂങ്ങിമരി
ച്ചതും അറിയാം. എന്താ ഞാൻ പറഞ്ഞത് ശരിയല്ലേ?'

'അല്ല.'

'ഞാൻ പറഞ്ഞതിൽ എന്താണ് തെറ്റ്?'

'നിങ്ങൾ കേട്ടറിഞ്ഞ കഥയാണ് പറയുന്നത്. എനിക്കിത് കഥയല്ല.
എന്റെ ജീവിതമല്ലേ.'

'എങ്കിൽ എന്താണ് സംഭവിച്ചതെന്നു പറയൂ.' ജീവൻ കുപ്പിയിൽനി
ന്ന് കുറച്ചുവെള്ളമെടുത്തു കുടിച്ചു. കുറച്ചുവെള്ളംകൊണ്ട് മുഖം കഴുകി.
ഇപ്പോൾ ഒട്ടും ഭയം തോന്നുന്നില്ല. ഇയാൾ മനുഷ്യരെപ്പോലെത്തന്നെ
യാണ് സംസാരിക്കുന്നത്. ഒരു വ്യത്യാസവും തോന്നുന്നില്ല.

'നിങ്ങൾ ചായക്കടക്കാരൻ രാഘവനിൽനിന്നാണ് വിവരങ്ങൾ
അറിഞ്ഞതെങ്കിൽ കുറേ ഭാഗങ്ങൾ ശരിയാകാൻ സാധ്യതയുണ്ട്.
അയാൾ നുണ പറയില്ല. അയാൾ ഞാൻ പറഞ്ഞിട്ടുള്ളതുവരെയുള്ള
സത്യങ്ങളേ അറിഞ്ഞിട്ടുള്ളൂ. അതിനുശേഷമുള്ള കാര്യങ്ങളൊക്കെ
അയാൾക്കും കേട്ടകേൾവി മാത്രമേയുള്ളൂ.'

'അയാൾ എല്ലാ സത്യവും ഞങ്ങളോട് പറഞ്ഞു. നിങ്ങൾ ആത്മഹത്യ

ചെയ്തുൾപ്പെടെ.'

'അതല്ല സത്യം. എന്നെ അയാൾ കൊന്നതാണ്.'

'ആര്?'

'ആ സേനൻ കോൺട്രാക്ടർ.'

'നിങ്ങൾ കാര്യങ്ങൾ വിശദമായി പറയൂ.'

'നിങ്ങൾക്ക് എത്രത്തോളം കാര്യങ്ങൾ അറിയുമെന്ന് എനിക്ക റിയില്ല. അഞ്ചുവർഷം കഴിഞ്ഞിട്ട് പാലം പൊളിഞ്ഞു വീണാലും തനിക്കൊരു ചുക്കുമില്ലെന്ന് അയാൾ പറഞ്ഞു. ആ പ്രദേശത്തെ ജനങ്ങളുടെ ജീവനൊന്നും അയാൾക്കൊരു പ്രശ്നവുമില്ലായിരുന്നു. അയാൾ ചെയ്തുകൊണ്ടിരുന്നതും കാട്ടിക്കൂട്ടുന്നതുമായ അസംബന്ധ ങ്ങൾ പലതും ഞാനറെക്കെ വിളിച്ചു പറഞ്ഞു. കുറേക്കാലമായി ഞാൻ മനസ്സിൽ അടക്കിനിറുത്തിയ വിഷമങ്ങളാണ് എന്റെ വായിൽനിന്നു പുറത്തുചാടിയത്. നിനക്കിതിനൊക്കെ പകരം കിട്ടുമെടാ എന്ന് ആക്രോശിച്ചുകൊണ്ടാണ് അന്നയാൾ ഇറങ്ങിപ്പോയത്. സംഭവിച്ചതിൽ എനിക്കും വലിയ ദുഃഖമുണ്ടായിരുന്നു. കാരണം ഈ ജോലി എനിക്ക് ഏറ്റവും അത്യാവശ്യമായിരുന്നു. ഒരു കുടുംബത്തെ പോറ്റാൻ മുമ്പിൽ മറ്റൊരു വഴിയുമില്ലായിരുന്നു. കൂലിപ്പണിയെടുക്കാനുള്ള ആരോഗ്യവുമി ല്ല. ഒറ്റാക്ക് കഴിഞ്ഞ ആളാണ് ഞാൻ. അന്നു രാത്രി മുഴുവൻ എന്താണ് സംഭവിക്കുക എന്നാലോചിച്ച് ഞാൻ ഉറങ്ങിയില്ല. പിറ്റേന്ന വൈകീട്ടാ ണയാൾ എഞ്ചിനീയർ സാറിനെയും കൂട്ടിവന്നത്. രണ്ടുപേരും ചേർന്ന് എന്നെ ചീത്ത പറയുകയും വല്ലാതെ മർദിക്കുകയും ചെയ്തു. അവർ തിരിച്ചുപോകുമ്പോൾ ഞാനാ ഡൈനിംങ് ടേബിളിനരികെ നിലത്ത് വീണുകിടക്കുകയായിരുന്നു.' ഫ്രാൻസിസ് ഒന്നുനിറുത്തി.

'പിന്നീടെന്തുണ്ടായി?'

'രാത്രി അയാൾ വീണ്ടും വന്നു, ആ സേനൻ കോൺട്രാക്ടർ. ഞാൻ എണീക്കാനാവാതെ, ഭക്ഷണം പോലും കഴിക്കാതെ ഡൈനിംങ്ടേബി ളിന്റെമുന്നിലെ കസേരയിൽ ഇരുന്നു മയങ്ങുകയായിരുന്നു. അയാൾ വന്ന വിവരം ഞാനറിഞ്ഞു. പക്ഷേ എനിക്കെന്തെങ്കിലും ചെയ്യാനാകുന്നതിന മുമ്പ് അയാൾ കയർ എന്റെ കഴുത്തിലൂടെ ഇട്ട് മുറുക്കിക്കഴിഞ്ഞിരുന്നു. ഞാൻ മരിച്ച എന്നുറപ്പുവരുത്തിയതിനുശേഷം എന്നെ വലിച്ചിഴച്ച് ഈ മുറിയിലേക്കു കൊണ്ടുവന്ന് ഇതാ, ഈ ഉത്തരത്തിലാണ് കെട്ടി ത്തൂക്കിയത്. എന്നിട്ടും നിങ്ങളെല്ലാരും പറയുന്നു ഞാൻ ആത്മഹത്യ ചെയ്തതാണെന്ന്.'

'ആത്മഹത്യയാണോ കൊലപാതകമാണോ എന്നൊക്കെ പോസ്റ്റ്മോർട്ടത്തിൽ വ്യക്തമാവുമല്ലോ.'

'കൈക്കൂലി കൊടുത്ത് കൈ മരവിച്ച ഒരാളാണ് ഈ സേനൻ. അയാൾക്കുണ്ടോ ഡോക്ടറേയും പോലീസുകാരേയും വശത്താക്കാൻ പ്രയാസം.'

'നിങ്ങൾക്കുവേണ്ടി നാട്ടുകാരാരും ഇടപെട്ടില്ലേ?'

'എന്നെപ്പോലൊരു പാവത്തിനുവേണ്ടി ആരിടപെടാൻ? ജോലി നഷ്ടപ്പെട്ട ഒരാളിന്റെ ആത്മഹത്യക്കപ്പറം സത്യാവസ്ഥ നാട്ടുകാരാര മറിഞ്ഞിട്ടില്ലല്ലോ.'

കുറേ നേരത്തേക്ക് ജീവനൊന്നും മിണ്ടിയില്ല. ഇത്തരമൊരവസ്ഥ യിൽ എങ്ങനെയാണ് ഈ പ്രാഞ്ചിയേട്ടനെ സമാധാനിപ്പിക്കാനാ വുക. അല്ലെങ്കിൽ ഇയാൾക്കിനി എന്ത് സമാധാനമാണുവേണ്ടത്. നിസ്സഹായരായവരെ ബലവാന്മാർ കീഴ്പെടുത്തുന്ന കാട്ടുനീതിയുടെ ബലിയാടാണ് ഈ പ്രാഞ്ചിയേട്ടൻ.

മടിച്ചുമടിച്ചാണെങ്കിലും ജീവൻ ചോദിച്ചു.

'മരണമടഞ്ഞിട്ടും നിങ്ങളെങ്ങനെ ഈ ഭൂമിയിൽ തിരിച്ചെത്തി?'

'ഞാനാഗ്രഹിച്ചിട്ടല്ല ഞാനീ ഭൂമിയിൽ നിലനിൽക്കുന്നത്. ആ സേനനോടുള്ള പ്രതികാരചിന്തയാണ് എന്നെ ഇവിടെ നിലനിർത്തു ന്നത്. കഴിഞ്ഞ പതിനൊന്ന് വർഷമായി ഞാനിവിടെത്തന്നെ ചുറ്റി ത്തിരിയുകയാണ്. എന്റെയുള്ളിൽ എന്നെ ഇല്ലാതാക്കിയവനോടുള്ള അടങ്ങാത്ത പക എരിഞ്ഞുനിൽക്കുന്നുണ്ട്. ആ പകയാണ് എന്നെ ഇവിടെ നിലനിർത്തുന്നത്. അവനോട് പ്രതികാരം ചെയ്യാതെ എനിക്കീ ഭൂമി ഉപേക്ഷിച്ച് പോകാൻ കഴിയില്ല. എല്ലാ അമാവാസി ദിനങ്ങളിലും ഞാനതിനുവേണ്ടി ശ്രമിക്കാറുണ്ട്. എനിക്കിതുവരെ വിജയിക്കാനായി ല്ല. മരണമടഞ്ഞിട്ടും ഞാൻ തീരെ ദുർബലനാണ്. ഒരാളുടെയെങ്കിലും സഹായമുണ്ടെങ്കിൽ എനിക്ക് ഈ ജോലി പൂർത്തിയാക്കി തിരിച്ചപോ കാമായിരുന്നു. അടുത്ത അമാവാസി ദിനത്തിൽ ഇക്കാര്യത്തിൽ എന്നെ സഹായിക്കാൻ നിങ്ങൾക്കിവിടം വരെ വരാമോ? നിങ്ങൾക്ക് ഒരപ കടവും പറ്റാതെ നോക്കാനെനിക്ക കഴിയും. അസ്തമയത്തിനുശേഷം വന്നാൽമതി. വരുമോ?'

'വരാം...' ജീവൻ പറഞ്ഞു. പ്രാഞ്ചിയേട്ടാ ഇത് നിങ്ങളുടെ മാത്രം പ്രതികാരമല്ല. എന്റേതുകൂടിയാണ്.

ഫ്രാൻസിസ് എന്ന പ്രാഞ്ചിയേട്ടൻ തന്റെ വലതുകൈകൊണ്ട്

ജീവന്റെ ശിരസ്സിൽ സ്പർശിച്ചു. ഒരു തണുപ്പ് ശരീരത്തിൽ മുഴുവൻ വ്യാ പിച്ചതായി ജീവനുതോന്നി. പതുക്കെ കണ്ണുകൾ അടഞ്ഞുതുടങ്ങി.

****

അജയൻ മൊബൈലിൽ സമയം നോക്കി. അഞ്ചുമണി ആകുന്നേ യുള്ളൂ. എത്രാമത്തെ തവണയാണ് സമയം നോക്കിയതെന്ന് അജയ നുതന്നെ അറിയില്ല. ഉറക്കംവരാതെ തിരിഞ്ഞും മറിഞ്ഞും കിടന്നാണ് ഈ സമയംവരെ എത്തിച്ചത്. ഇടക്കിടയ്ക്ക് എണീറ്റ് കണ്ണുതുറക്കാതെ വെള്ളക്കുപ്പി തപ്പിയെടുത്ത് വെള്ളം കുടിച്ചുകൊണ്ടിരുന്നു. ഏതു സമയവും ആക്രമിക്കപ്പെട്ടേക്കാമെന്ന ഭീതിയിലാണ് ഓരോ നിമിഷവും പിന്നിട്ടത്. കെട്ടിടത്തിനകത്തുനിന്നും പുറത്തുനിന്നുമുണ്ടായ ഓരോ ശബ്ദത്തിലും ഞെട്ടിത്തരിച്ചുകൊണ്ടിരുന്നു. ചിലപ്പോഴൊക്കെ കണ്ണട ച്ചതന്നെ എണീറ്റിരിക്കും. അപ്പോൾ ഏതോക്കെയോ പക്ഷികളുടെയും മൃഗങ്ങളുടെയും മൂളല്യകളും മുരളല്യകളും ശക്തമാകും. വീണ്ടും കിടത്തമാ രംഭിക്കും. പലപ്പോഴും ജീവൻ കിടക്കുന്ന മുറിയിൽചെന്ന് കിടന്നാലോ എന്നാലോചിച്ചെങ്കിലും അത് കൂടുതൽ അപകടത്തിലാക്കുമോ എന്നു പേടിച്ച് വീണ്ടും അവിടെത്തന്നെ കിടക്കും. അഞ്ചുമണി ആയതോടെ എണീറ്റ് ജീവൻ കിടക്കുന്ന മുറിയിലേക്ക് നടന്നു. ജീവന് ആപത്തൊന്നും പറ്റാതിരിക്കണേ എന്ന് ഉള്ളിൽ പ്രാർത്ഥിച്ചുകൊണ്ടാണ് അജയൻ ജീവന്റെ മുറിയിലെത്തിയത്.

കട്ടിലിൽ കിടക്കുന്ന നിലയിലായിരുന്നു ജീവൻ. ഒന്നുരണ്ട് തവണ വിളിച്ചെങ്കിലും ഒരനക്കവുമുണ്ടായില്ല. അജയൻ ജീവന്റെ മൂക്കിന്റെ തുമ്പത്ത് വിരൽവച്ചുനോക്കി. ഉണ്ട്, ശ്വാസമെടുക്കുന്നുണ്ട്. ജീവനെ കുലുക്കിവിളിച്ചു. ജീവൻ പതുക്കെ കണ്ണ് തുറന്നു.

'എന്താ അജയാ, ഈ പാതിരാത്രിയിൽ?'

'പാതിരാത്രിയോ? നേരം വെളുത്തിട്ട് നേരമെത്രയായി. വേഗം എണീക്ക്. നമുക്ക് ഇപ്പോൾ തന്നെ പുറപ്പെടാം.'

'ഇപ്പോൾ സമയമെത്രയായി?'

'അഞ്ചുമണി.'

'ഞാൻ നല്ല ഉറക്കത്തിലായിരുന്നെടാ. കുറച്ചുനേരം കൂടി ഉറങ്ങട്ടെ. നീ പോയി കിടക്ക്. ഒരു ആറുമണിക്കെണീറ്റുപോകാം. ഉറക്കം മതിയാ കുന്നില്ലെടാ.'

അജയൻ ആകെ എരിപൊരികൊണ്ട് നിൽക്കുകയായിരുന്നു. തനി ക്കാണെങ്കിൽ തലേദിവസം സമ്മാനിച്ചത് ഒരിക്കലും മറക്കാനാവാത്ത

കാളരാത്രി. ഇവിടെ ഇതാ ഒരാൾ എല്ലാം മറന്ന് അഗാധമായ ഉറക്ക
ത്തിലും. അജയൻ ആ മുറിയിലെ ഒരു മൂലയ്ക്കിരുന്നു.

ഏഴുമണിയോടെ അവർ മടക്കയാത്ര ആരംഭിച്ചു. യാത്രയിൽ
ഉടനീളം ജീവൻ കാര്യമായൊന്നും സംസാരിച്ചില്ല. അജയൻ എന്തൊ
ക്കെയോ ചോദിച്ചതിന് മറുപടി നൽകുകമാത്രം ചെയ്തു.

****

ആതിരപ്പള്ളി യാത്രകഴിഞ്ഞ് തിരിച്ചെത്തിയതിനശേഷം ജീവൻ
അധികമൊന്നും വീടിനു പുറത്തിറങ്ങിയിരുന്നില്ല. അജയൻതന്നെ ഒന്നര
ണ്ടുതവണ വിളിച്ചെങ്കിലും തനിക്ക് ആ ഫോട്ടോകളുടെ കുറച്ച് വർക്കുകൾ
പൂർത്തിയാക്കാനുണ്ടെന്നു പറഞ്ഞ് ജീവൻ ഒഴിഞ്ഞുമാറുകയായിരുന്നു.
വീട്ടുകാർക്കുപോലും ജീവൻ അധികം മുഖം കൊടുത്തിരുന്നില്ല. അധിക
സമയവും മുറിക്കുള്ളിൽതന്നെ അടച്ചിട്ടിരിക്കുകയായിരുന്നു. ഇങ്ങനെ
മുറിയിൽമാത്രം ഒതുങ്ങിക്കഴിഞ്ഞിരുന്ന ജീവൻ വീട്ടുകാർക്കൊരു അത്ഭു
തമായിരുന്നു. എപ്പോൾ ചോദിച്ചാലും ഫോട്ടോകളുടെ എഡിറ്റിംഗ്
പൂർത്തിയാക്കിയിട്ടേ വീടിനു പുറത്തേക്കിറങ്ങുന്നുള്ള എന്നാണ് ജീവൻ
അമ്മയോട് പറഞ്ഞിരുന്നത്. കലണ്ടറിലെ അമാവാസി നാളിന് ചുറ്റും
ചുവപ്പുമഷികൊണ്ടൊരു വട്ടം വരച്ചിരുന്നു. സത്യത്തിൽ അമാവാസിദിന
ത്തിൽ എന്താണ് ചെയ്യേണ്ടിവരിക എന്ന കാര്യത്തിൽ ജീവന് പ്രത്യേക
ധാരണയൊന്നുമുണ്ടായിരുന്നില്ല. ഇക്കാര്യങ്ങൾ ആരോടെങ്കിലും ചർച്ച
ചെയ്യണോ സ്വയം രക്ഷയുടെ കാര്യത്തിൽ എന്തെങ്കിലും കരുതലുകൾ
സ്വീകരിക്കണമോ എന്നൊക്കെയുള്ള കാര്യത്തിൽ ജീവന് ചില സംശ
യങ്ങൾ ഉയർന്നുവന്നിരുന്നു. എങ്കിലും അതൊക്കെ ചിന്തകളിൽനിന്ന്
മാറ്റി നിറുത്തി. ഇക്കാര്യത്തിൽ തനിക്ക് അപകടം വരാതെ പ്രാഞ്ചി
യേട്ടൻ നോക്കിക്കൊള്ളുമെന്നൊരു വിശ്വാസം ജീവനിലുണ്ടായിരുന്നു.
നടന്നതും നടക്കാനിരിക്കുന്നതുമായ സംഭവങ്ങളെക്കുറിച്ച് അജയനോട്
സൂചിപ്പിക്കണമെന്ന് പലതവണ ആഗ്രഹിച്ചെങ്കിലും മനസ്സിന്റെ ഒരു
കോണിൽനിന്ന് ആരോ വിലക്കുന്നപോലെ തോന്നി. അജയനോട്
പറഞ്ഞാൽ ഒരിക്കലും തന്നെ അമാവാസി ദിനത്തിൽ പോകാൻ അനു
വദിക്കാതെ തടഞ്ഞേക്കുമെന്നപോലും ജീവനു തോന്നി. മുറിക്കുള്ളിലെ
ജീവിതം കഠിനതരമായിരുന്നു. മറ്റൊന്നും ചെയ്യാനില്ലാത്തതുകൊണ്ട്
കൈയിലുണ്ടായിരുന്ന പ്രേതകഥകൾ വായിച്ചാണ് സമയം തള്ളിനീ
ക്കിയത്. അമാവാസിയിലേക്കുള്ള ഒരാഴ്ചക്കാലം ഒരു മാസം പോലെ
തോന്നിച്ചു. തന്റെ മനസ്സിൽനിന്നും ഒരു സെക്കന്റ് നേരത്തേക്കുപോലും
അമാവാസി യാത്രയെക്കുറിച്ചുള്ള ചിന്ത മാഞ്ഞുപോകുന്നില്ലെന്ന് ജീവനു

തോന്നി. ആ ചിന്ത തന്നോടൊപ്പമുണ്ട്. അയാൾ തന്റെ തലയിൽ കൈവെച്ചപ്പോൾ ആ ചിന്തയാണ് തന്റെ ശിരസ്സിലേക്ക് അടിച്ചുകയറ്റി യത്. ചിലപ്പോൾ അയാൾതന്നെ തന്റെയൊപ്പം കുടിയേറിയിട്ടുണ്ടാകും. അതായിരിക്കും തനിക്കൊരിക്കലും ഇക്കാര്യം ഒഴിവാക്കാൻ കഴിയാ തിരിക്കുന്നത്.

അമാവാസി ദിനത്തിൽ വീണ്ടും ഒരിക്കൽക്കൂടി ജീവൻ പ്രാഞ്ചിയേട്ട ന്റെ സവിധത്തിലേക്ക് ബൈക്കോടിച്ചുപോയി.

****

ജീവൻ പത്രം താഴെവെച്ചു. ഇപ്പോൾ പ്രാഞ്ചിയേട്ടൻ അയാളുടെ ലോകത്ത് എന്ത്യ ചെയ്യുകയായിരിക്കും. പ്രതികാര നിർവ്വഹണംകൊണ്ട് അയാൾക്ക് സ്വസ്ഥത ലഭിച്ചിരിക്കുമോ. യഥാർഥത്തിൽ പ്രതികാരം നിർവ്വഹിച്ചത് താനും കൂടിയല്ലെ. അച്ഛന്റെ മരണത്തിന് കാരണക്കാര നായ ആ ദുഷ്ടനെ തനിക്കൊരിക്കലും ഒന്നും ചെയ്യാനാകില്ലായിരുന്നു. നേരിട്ട് ചെന്ന് ആക്രമിക്കാൻ സാധിച്ചേക്കും. പക്ഷെ താൻ ജയിലിൽ പോയാൽ അമ്മയ്ക്ക് പിന്നെ ആരുണ്ട്.

പ്രാഞ്ചിയേട്ടൻ സേനനോട് പ്രതികാരം നിർവഹിച്ചപ്പോൾ തന്റെ അഭിലാഷം കൂടി സഫലമാകുകയായിരുന്നു. ചിലപ്പോൾ മനക്കണ്ണുകൊണ്ട് ഇക്കാര്യം അറിഞ്ഞിട്ടായിരിക്കുമോ പ്രാഞ്ചിയേ ട്ടൻ തന്നെ ഈ ദൗത്യത്തിനായി തെരെഞ്ഞെടുത്തത്. ഗസ്റ്റ്ഹൗസ് മുതൽ സേനന്റെ വീട്ടുവരെയുള്ള യാത്രയിൽ പ്രാഞ്ചിയേട്ടൻ തന്നെ ചേർത്തുപിടിച്ചാണിരുന്നത്. 'ഇപ്പോൾ നമ്മെ ആരും കാണില്ല. ഈ ബൈക്ക്പോലും.' പ്രാഞ്ചിയേട്ടൻ പറഞ്ഞു.

'ഇനി ഞാൻ തിരിച്ചവരുന്നതുവരെ ഈ ബൈക്കും തൊട്ട് ഇവിടെത്തന്നെ നിൽക്കണം. നിങ്ങളെയും ബൈക്കിനെയും ആരും കാണില്ല. ഞാൻ കുറച്ചനേരത്തേക്ക് നിങ്ങളുടെ ശരീരത്തിലുണ്ടാവും.'

പ്രാഞ്ചിയേട്ടൻ ജീവനെ കെട്ടിപ്പിടിച്ചു. ക്രമേണ എന്തോ തന്നി ൽനിന്ന് ഒലിച്ചുപോകുന്നതുപോലെ ജീവനുതോന്നി. ശരീരം ദുർബലമാ വുകയും ഭാരരഹിതനാവുകയും ചെയ്യുതോടെ പറന്നുപോകാതിരിക്കാൻ ബൈക്കിൽ പിടിച്ചുനിന്നു.

എത്രസമയം പിന്നിട്ടുവെന്നറിയില്ല, പ്രാഞ്ചിയേട്ടൻ വീണ്ടും വന്ന് കെട്ടിപ്പിടിച്ചപ്പോഴാണ് ശരീരത്തിലേക്ക് ഊർജ്ജത്തിന്റെ തിരിച്ചൊഴുക്ക് തുടങ്ങിയത്. ശരീരം പൂർണമായും പഴയ അവസ്ഥയിൽ തിരിച്ചുകിട്ടിയതോടെ ആശ്വാസമായി.

'എന്തായി കാര്യങ്ങൾ?'

'എന്താകാൻ. ഇപ്പോൾ എന്റെ കഴിവിനുമുമ്പിൽ അയാൾ വെറുമൊരു എലിയല്ലെ. ചവിട്ടിയരച്ചു. എനിക്കു സമാധാനമായി.'

'എനിക്കും.'

'എന്നാൽ നമുക്ക് തിരിച്ചപോകാം. എന്നെ ആ ഗസ്റ്റ്ഹൗസി ൽതന്നെ ഇറക്കിയാൽ മതി.'

'പ്രാഞ്ചിയേട്ടൻ ഇനി എത്രകാലം ഇവിടെയുണ്ടാകും?'

'നാളെ പ്രഭാതം മുതൽ എന്റെ സാന്നിധ്യം ഈ ഭ്രമിയില്ലുണ്ടാ കില്ല. ഞാൻ മരിച്ചവരോടൊപ്പമായിരിക്കും.'

'സങ്കടമുണ്ട്'

'സങ്കടപ്പെടേണ്ട, നിങ്ങൾ ഈ ഭ്രമി വിട്ടവരുമ്പോൾ സ്വീകരി ക്കാൻ ഞാനവിടെ ഉണ്ടാകും.'

അന്ന് രാത്രി ബൈക്കോടിച്ച് പുലർച്ചെയാണ് വീട്ടിലെത്തി യത്.

ഇന്നോർക്കുമ്പോൾ എല്ലാം ഒരു സ്വപ്നം പോലെ. എന്നെ ങ്കിലും അജയനോടിതൊക്കെ പറയുമ്പോൾ അവന്റെ പ്രതികരണം എങ്ങനെയിരിക്കുമെന്ന് ആലോചിക്കാൻ പോല്യം വയ്യ.

****

വിചാരണ

ആയിരത്തി തൊള്ളായിരത്തി എൺപത്തി ഒന്നിലെ ഒരു വേന ൽക്കാലം. തൃശ്ശൂർ നഗരത്തിലെ പഴയ മാർക്കറ്റിനുള്ളിലെ അനേകം പുരാതന കെട്ടിടങ്ങളിലൊന്നിലെ ബീഡിപ്പുക നിറഞ്ഞുനി ൽക്കുന്ന കൂടുസ്സുമുറിയിൽ സഖാവ് ശിവദാസൻ ഇരിക്കുന്നുണ്ട്. ഒരു മുപ്പത്തഞ്ച് വയസ് പ്രായം. ചുണ്ടിൽ ദിനേശ് ബീഡിയുണ്ട്. ചുമരിൽ മാവോസേതുങ്ങിന്റെ ഒരു ചിത്രം തൂക്കിയിട്ടുണ്ട്. മുന്നിൽ ബീഡി വലിച്ച കൊണ്ടിരിക്കുന്ന കൃശഗാത്രൻ പവിത്രനാണ്. കവിയും പ്രാസംഗികനും ആക്ടിവിസ്റ്റുമായ പവിത്രൻ ജനകീയ വേദിയുടെ ജില്ലാ സംഘാടക നാണ്.

'കോഴിക്കോട്ടെ ഡോക്ടറുടെ വിചാരണ നമ്മുടെ പ്രസ്ഥാന ത്തിനൊരു പുത്തനുണർവ് നൽകിയിട്ടുണ്ട്. ജനദ്രോഹികളെ ജനകീയ വിചാരണ ചെയ്യുക എന്ന മുദ്രാവാക്യം ജനങ്ങളെ ആവേശം കൊള്ളി ച്ചിട്ടുണ്ട്' പവിത്രൻ പറഞ്ഞു.

'വേദി കുറേക്കൂടി ജനകീയമായിക്കൊണ്ടിരിക്കുന്നതിന്റെ സൂചനയാണിത്. വെറും കവിയരങ്ങുകളും സെമിനാറുകളും പോസ്റ്റർപ്ര ചരണങ്ങൾക്കുമപ്പുറം ജനകീയ പ്രശ്നങ്ങളിൽ നേരിട്ടിടപെടാനുള്ള ആർജ്ജവം കാണിക്കുമ്പോഴേ വളർച്ചയുണ്ടാകൂ. പക്ഷേ..' സഖാവ് ശിവദാസൻ പകുതി വെച്ച് നിറുത്തി, ഒന്ന് ശക്തിയായി ചുമച്ചു.

'ഇതിലെന്താണൊരു പക്ഷേ..'

'പാർട്ടി നേതൃത്വം ഇതിൽ അത്ര തൃപ്തരല്ല. വേദിയുടെ ജനകീയ വിചാരണകൾ കൈവിട്ട പോകുന്നുണ്ടോ എന്നാണ് പാർട്ടിയുടെ ആശങ്ക. തത്വങ്ങളിൽ നിന്നും ആശയങ്ങളിൽ നിന്നും വ്യതിചലി ച്ച് വെറുമൊരു കശ്മക്കിന്റെ പ്രകടനപരതയായി മാറുന്നുവെന്ന ആക്ഷേപവും പാർട്ടിക്കുണ്ട്'' സഖാവ് മുഴുമിപ്പിച്ചു.

'ഇവിടെ തൃശ്ശൂരില്ലം ഒരു ജനകീയവിചാരണ സംഘടിപ്പിക്ക ണമെന്നാണ് വേദിയിലെ ചില പുതിയ സഖാക്കൾ ആവശ്യപ്പെടുന്നത്. ആ നന്ദനാണ് വലിയ ആവേശം' പവിത്രൻ പറഞ്ഞു.

'നന്ദൻ പുതിയ സഖാവല്ലേ? അയാൾ ആശയപരമായിട്ടെ ങ്ങനെ? സ്റ്റഡിക്ലാസുകളിലൊക്കെ പങ്കെടുക്കാറുണ്ടോ?'

'ഭയങ്കര ആവേശമുണ്ട്. നല്ല സാഹസികതയുമുണ്ട്. പ്രീഡിഗ്രി കഴിഞ്ഞിട്ടേയുള്ളൂ. പുരോഗമനസാഹിത്യത്തില്ലം താൽപര്യമുണ്ട്. അതി നപ്പറത്തേക്ക് തൊഴിലാളിവർഗ്ഗ ചിന്താഗതിയിലോ മാവോ സേതുങ് ചിന്തയിലോ പ്രത്യേക താൽപര്യമുള്ളതായി തോന്നിയിട്ടില്ല. അത്തരം ചർച്ചകളിലൊന്നും അയാൾ ഇടപെടാറില്ല.'

'ഈ പറഞ്ഞ ക്വാളിറ്റികൾ നല്ലതാണ്. അതോടൊപ്പം

ആശയപരമായിക്കൂടി ആയുധമണിയിച്ചില്ലെങ്കിൽ വെറുമൊരു ക്രിമിനൽ കൂട്ടമായി മാറും' സഖാവ് ശിവദാസൻ ഓർമ്മിപ്പിച്ചു.

'നഗരത്തിലെ രാമചന്ദ്രൻ ഡോക്ടറെ വിചാരണ ചെയ്യണമെന്നാണ് അവന്റെ നിർദ്ദേശം. അയാളൊരു സ്പെഷ്യലിസ്റ്റ് ഡോക്ടറും നല്ല കാഷ്കാരനുമാണ്. ധാരാളം പരാതികൾ അയാളെക്കുറിച്ചുണ്ടെന്നാണ് നന്ദൻ പറയുന്നത്'

'രാമചന്ദ്രൻ ഡോക്ടറെ എനിക്കറിയാം. പാരമ്പര്യമായി നല്ല കാഷ് കാരനാണെന്നുള്ളത് ശരിയാണ്. പക്ഷേ ഒരു ജനവിരുദ്ധനൊന്നുമല്ല. ജനകീയനാണെന്ന് പറയാനാവില്ല. പക്ഷേ ഒരു വിചാരണക്ക് വിധേയനാക്കണമെങ്കിൽ അയാളൊരു ജനശത്രുവായിരിക്കണം. രാമചന്ദ്രൻ ഡോക്ടറുടെ കാര്യത്തിൽ ഒരിക്കലും അങ്ങിനെ പറയാൻ പറ്റില്ല.' സഖാവ് തന്റെ എതിർപ്പറിയിച്ചു. 'ജനങ്ങൾക്ക് ശക്തമായ എതിർപ്പും പകയുമൊക്കെയുള്ളവരെ നേരിടുമ്പോൾ മാത്രമേ ജനങ്ങൾ നമ്മോടൊപ്പം നിൽക്കൂ.'

'നന്ദൻ പറയുന്നത്, നല്ല പേരും പ്രശസ്തിയും പണവും ഉള്ള ആളാണ് വിചാരണ ചെയ്യപ്പെടുന്നതെങ്കിൽ സാധാരണ ജനങ്ങൾ നമ്മളോടൊപ്പമുണ്ടാകുമെന്നാണ്. പണക്കാരോടുള്ള എതിർപ്പിന്റെ മനശ്ശാസ്ത്രമുണ്ടല്ലോ. വേദിക്ക് നല്ല പബ്ലിസിറ്റിയും കിട്ടും. ധാരാളം ചെറുപ്പക്കാർ അനുഭാവികളായി കൂടെ വരാൻ തയ്യാറാകുകയും ചെയ്യും' പവിത്രൻ വിശദീകരിച്ചു.

'സഖാവേ രാമചന്ദ്രന്റെ കാര്യത്തിൽ എനിക്ക് എതിരഭിപ്രായമാണുള്ളത്. എന്തായാലും നന്ദനോട് എന്നെ വന്നൊന്ന് കാണാൻ പറയൂ. അയാൾക്ക് സ്റ്റഡി ക്ലാസുകൾ ഒന്നും കിട്ടാത്തതിന്റെ കുറവുണ്ട്.' ശിവദാസൻ നിർദ്ദേശിച്ചു.

'പുതിയ സഖാക്കളുടെ ആവേശം ചോർന്നു പോകാതിരിക്കാൻ നമ്മളും ശ്രദ്ധിക്കേണ്ടതുണ്ട്. എന്നും പോസ്റ്ററൊട്ടിക്കലും തെരുവുനാടകങ്ങളും കവിയരങ്ങുകളും മാത്രമായാൽ പോര ഇടക്കൊക്കെ ചില ആക്ഷനുകൾ കൂടി വേണം എന്നാണ് വേദിയിലെത്തിയ പുതിയ ചെറുപ്പക്കാരുടെ നിലപാട്. ആവേശം തണുത്തു പോയാൽ ഉള്ളവർ തന്നെ പിന്നോട്ടടിക്കാൻ സാധ്യതയുണ്ട്. അതൊക്കെ ചിന്തിച്ചത് കൊണ്ടാണ് ഞാൻ നന്ദന്റെ നിർദ്ദേശം സഖാവിന്റെ മുന്നിലവതരിപ്പിച്ചത്. ആക്ഷന് ഒരു ഇരുപത് പേരെ അവൻ സംഘടിപ്പിക്കാമെന്ന് ഏറ്റിട്ടുണ്ട്'പവിത്രൻ പറഞ്ഞു.

'ഓഹോ.. അപ്പോൾ എല്ലാം തീരുമാനിച്ചിട്ടാണോ സഖാവ്

വന്നിട്ടുള്ളത്? വേദി എടുക്കുന്ന തീരുമാനങ്ങൾക്ക് പാർട്ടിയുടെ അംഗീകാരം വേണ്ട എന്നുള്ളത് ശരി തന്നെ. വേദി ഒരു സ്വതന്ത്രസംഘട നയാണെന്നത് അംഗീകരിക്കുന്നു. പക്ഷേ പാർട്ടിയുടെ നയങ്ങൾക്കും പരിപാടികൾക്കും എതിരായതോ തൊഴിലാളി വർഗ്ഗത്തിന് പ്രതി ലോമകരമായതോ മാവോസെയ്ത്തുങ് ചിന്തക്ക് നിരക്കാത്തതോ ആയ നടപടികളൊന്നും വേദിയുടെ ഭാഗത്തു നിന്നും ഉണ്ടാകാൻ പാടില്ല. അത് നിയന്ത്രിക്കാനും തടയാനുമൊക്കെ പാർട്ടിക്ക് കഴിയും. ഈ ആക്ഷന് ശേഷം ഉണ്ടാകാനിടയുള്ള പോലീസ് നടപടികളെ എങ്ങിനെ നേരിടും? വേദിയുടെ കമ്മിറ്റിയിൽ ഇക്കാര്യം വിശദമായി ചർച്ച ചെയ്തിട്ടുണ്ടോ? പോലീസ് നടപടികളെ നേരിടാൻ പാർട്ടിയുടെ ഇടപെടൽ തീർച്ച യായും വേണ്ടി വരും. അതുകൊണ്ട് പാർട്ടിയുടെ അനുമതികിട്ടിയിട്ട് ആക്ഷനിലേക്ക് പോയാൽ മതി എന്നാണ് എന്റെ അഭിപ്രായം'

'എന്നാൽ ശരി. ഞാൻ നന്ദനോട് സഖാവിനെ വന്ന് കാണാൻ പറയാം.'

പവിത്രൻ ഒരു ബീഡിക്ക് തീകൊളുത്തിക്കൊണ്ട് പുറത്തേക്കിറങ്ങി.

****

'സഖാവേ, ശിവദാസൻ സഖാവേ വാതിലൊന്നു തുറക്ക്. ഇത് ഞാനാ പവിത്രൻ.'

'ഓ താനായിരുന്നോ? സഖാവെങ്ങനെ രക്ഷപ്പെട്ടു?'

'ഒന്നും പറയണ്ട സഖാവേ, ആക്ഷൻ അമ്പേ പരാജയപ്പെട്ടെന്ന് പറഞ്ഞാൽ മതിയല്ലോ. എനിക്ക് പരിചയമുണ്ടായിരുന്ന പോലീസുകാ രൻ സംഘർഷമുണ്ടാകുന്നതിനുമുന്നേ സൂചന നൽകിയത് കൊണ്ടാണ് ഞാൻ മുന്നിൽനിന്നും മാറിയത്. അയാൾ നമ്മുടെ ഒരനുഭാവി ഗ്രൂപ്പി ലുള്ളയാളാ. പോലീസിന്റെ ലാത്തിചാർജ് തുടങ്ങുന്നതിന്റെ തൊട്ടുമുൻപ് ഞാൻ പതുക്കെ സ്ഥലത്തുനിന്ന് മാറി. പക്ഷേ സഖാവെങ്ങനെയാണ് രക്ഷപ്പെട്ടത്?'

'ജനകീയവിചാരണ തുടങ്ങുന്നതിനുമുൻപ് ഞാൻ ജനങ്ങളോട് സംസാരിക്കണമെന്നായിരുന്നല്ലോ തീരുമാനം. ഞാനിന്നലെ സ്ഥല ത്തൊന്നുപോയി രഹസ്യമായി ചിലരോടൊക്കെ സംസാരിച്ചിരുന്നു. അപ്പോഴാണ് നാം പ്ലാൻ ചെയ്തത് തീർത്തും അബദ്ധമായിരുന്നുവെന്ന് എനിക്ക് മനസ്സിലായത്. നല്ല ജനകീയസപ്പോർട്ടുള്ള ഒരു ഡോക്ടറാണ് രാമചന്ദ്രൻ എന്നറിഞ്ഞപ്പോൾ ഈ വിചാരണ വേണ്ടെന്ന് വെയ്ക്കാ മെന്നാണ് ഞാനാദ്യം തീരുമാനിച്ചത്. പക്ഷേ അപ്പോഴേക്കും സമയം

വല്ലാതെ വൈകിപ്പോയിരുന്നു. നന്ദന്റെ നേതൃത്വത്തിലുള്ള ചിലർ എന്ത് വന്നാലും വിചാരണ നടത്തണമെന്ന് തർക്കിച്ചു. അതുകൊണ്ടാണ് ഞാൻ പ്രോഗ്രാമിന്റെ നിയന്ത്രണം അവരെ ഏൽപിച്ചിട്ട് ഉദ്ഘാടനച്ച ടങ്ങിൽ നിന്ന് പിൻമാറിയത്. ആക്ഷൻ തുടങ്ങുന്നതിനുമുൻപേ തന്നെ ഞാൻ അവിടെനിന്ന് മാറിയിരുന്നു. പോലീസ് ആക്ഷൻ തുടങ്ങിയതറി ഞ്ഞ് വേഗം ഇവിടെയെത്തിയതാണ്.'

'അതേതായാലും നന്നായി. അതുകൊണ്ട് തല്ലാലം ജീവൻ രക്ഷപ്പെട്ടു. പക്ഷേ ഇവിടെ ഇരിക്കുന്നതത്ര സെയ്ഫല്ല. ഏത് നിമിഷവും പോലീസ് തിരഞ്ഞെത്താം. എങ്ങോട്ടെങ്കിലും മാറണം.'

'സത്യത്തിൽ ഇത്ര ശക്തമായൊരു തിരിച്ചടി ഞാൻ പ്രതീക്ഷിച്ചില്ല.'

'പോലീസ് ഇടപെടുന്നത് സ്വാഭാവികം. പക്ഷേ ആ നാട്ടുകാർ. പോലീസിന്റെ അടിയേക്കാളും നാട്ടുകാരുടെ കല്ലേറിലാണ് നമ്മുടെ കൂട്ടതൽ സഖാക്കളും പരിക്കേറ്റ് വീണുപോയത്. പക്ഷേ അതിലും ദുഖകരമായൊരു വാർത്തയുണ്ട്.'

'അതെന്ത് വാർത്ത?'

'വിചാരണക്കിടയിൽ ഒരുമോഷണവും നടന്നു.'

'മോഷണമോ? എവിടെ?'

'രാമചന്ദ്രൻ ഡോക്ടറെ അയാളുടെ വീട്ടിൽ നിന്നാണല്ലോ വിചാ രണക്കായി പിടിച്ചുകൊണ്ടുവരുന്നത്. കഴുത്തിൽ ചെരുപ്പമാലയണിയി ച്ച് സഖാക്കളെല്ലാം ചേർന്ന് മുദ്രാവാക്യം മുഴക്കി ബസ്റ്റാൻ്റിനരികിലേക്ക് കൊണ്ടുവരികയായിരുന്നു. ആ സമയത്ത് ആരോ ഒരാൾ രാമചന്ദ്രൻ ഡോക്ടറുടെ വീട്ടിൽ കയറി അലമാരയിൽ നിന്ന് പണമടങ്ങിയ ബാഗ് മോഷ്ടിക്കുകയാണത്രേ ഉണ്ടായത്.'

'അതൊരു മോശം വാർത്തതന്നെ. കവർച്ച നടത്തിയതാരാണെന്ന് പോലീസ് അന്വേഷിക്കുന്നില്ലേ?.'

'അതാണ് അതിലേറ്റവും പ്രശ്നമുണ്ടാക്കിയവിവരം. ആ മോഷ്ടാവ് നമ്മുടെ സഖാക്കളിലൊരാളാണെന്നാണ് കരുതുന്നത്.'

'ആരാണയാൾ? അയാളെ പോലീസ് തിരിച്ചറിഞ്ഞോ?'

'അയാളെ ഇതുവരെപോലീസ് തിരിച്ചറിഞ്ഞിട്ടില്ല. അതുകൊണ്ട് ഡോക്ടറുടെ വീട്ടിലെത്തിയവർ എന്ന നിലയിൽ പിടികൂടിയ എല്ലാ സഖാക്കളുടെ പേരിലും കവർച്ചക്കൂടി ചാർജ് ചെയ്തിരിക്കയാണ്.'

'പണം മോഷ്ടിച്ചതാരാണെന്ന് തനിക്കറിയാമോ?'

'എനിക്ക് ചെറിയൊരു ഊഹമുണ്ട്. നേരിട്ട് കണ്ടിട്ടില്ല.

ഡോക്ടറുടെവിചാരണ തുടങ്ങുമ്പോൾ നമ്മുടെ പ്രധാന സഖാക്കളിലൊ രാൾ ആ കൂട്ടത്തിലുണ്ടായിരുന്നില്ല. ഈ വിചാരണക്കുവേണ്ടി ശക്തി യുക്തം വാദിക്കുകയും എത്രയും പെട്ടെന്ന് വിചാരണ നടത്തണമെന്ന് ആവശ്യപ്പെടുകയും ചെയ്ത ഒരാൾ . അയാൾ വിചാരണതുടങ്ങിയതി നുശേഷമാണ് അവിടേയ്ക്ക് എത്തിയത്. ഏതാനും മിനുട്ടുകൾ മാത്രം അവിടെ ചിലവഴിക്കുകയും പോലീസ് ലാത്തിചാർജ് തുടങ്ങുന്നതിനു തൊട്ടുമുൻപുതന്നെ ആ സ്ഥലത്തുനിന്ന് അപ്രത്യക്ഷനാകുകയും ചെയ്ത ഒരാൾ. അയാളെയാണ് എനിയ്ക്ക് സംശയം.'

'പവിത്രൻ പറഞ്ഞുവരുന്നത്? '

'അതെ, നന്ദൻ തന്നെ. അയാൾ എങ്ങോട്ടോ പോയ്ക്കഴിഞ്ഞു. പോലീസ് കൊണ്ടുപോയ ഇരുപത്തിരണ്ടു സഖാക്കളിലും ആ നന്ദനി ല്ല. പതിനൊന്നുപേരാണ്, അടിയും കല്ലേറുമേറ്റ് ആശുപത്രിയിലുള്ളത്. അവരിലും അവനില്ല.'

'പക്ഷേ ഈ കവർച്ചയിൽ നന്ദനു പങ്കുണ്ടെന്ന് എങ്ങനെ പറയാനാകും?'

'എന്റെ സംശയമാണ്. എല്ലാം അയാൾ നേരത്തേ പ്ലാൻ ചെയ്തത ല്ലേ എന്നൊരുസംശയം. ഈ കവർച്ചനടത്താൻ നേരത്തേ തീരുമാ നിക്കുകയും അതിനായി നമ്മുടെ പ്രസ്ഥാനത്തെ ഉപയോഗിക്കുകയും ചെയ്തതാണെന്നൊരു തോന്നൽ.'

'അയാൾ ജനകീയ വേദിയിൽ പ്രവർത്തിക്കാൻ തുടങ്ങിയിട്ട് എത്ര കാലമായി?'

'ഏതാനും മാസങ്ങൾ മാത്രം'

'അപ്പോൾ പവിത്രൻ പറഞ്ഞത് ശരിയാകാനൊരു സാധ്യതയുണ്ട ല്ലോ. പോലീസ് അയാളുടെ പേരിൽ കേസെടുത്തിട്ടില്ലേ?'

'ഇല്ല, അറസ്റ്റ്ചെയ്യപ്പെട്ടവരും ആശുപത്രിയിലുള്ളവരുമായ സഖാ ക്കളുടെ പേരിലും പ്രസംഗിച്ചവരുടെ പേരിലുമാണ് ഇപ്പോൾ മോഷ ണമുൾപ്പെടെ എല്ലാ കേസുകളുമുള്ളത്. നന്ദൻ ഒരു സന്ദർഭത്തിലും പോലീസിന്റെ കൺവെട്ടത്ത് വന്നിട്ടില്ല. എല്ലാ വകുപ്പുകളും ചേർത്ത് കേസെടുത്തുകൊണ്ട് നമ്മുടെ സഖാക്കളിലൊരാൾക്കും അടുത്തൊ നും പുറത്തിറങ്ങാനാവുമെന്നുതോന്നുന്നില്ല.'

'എത്ര രൂപയാണ് ഡോക്ടറുടെവീട്ടിൽനിന്ന് മോഷ്ടിക്കപ്പെട്ടത്?'

'കൃത്യമായി അറിയില്ല. ആ ഡോക്ടർ അയാളുടെ കുറേ ഭൂമി കൾവിറ്റുപന നടത്തി സ്വന്തമായൊരുഹോസ്പിറ്റൽ തുടങ്ങാനുള്ള

തയ്യാറെട്ടപ്പിലായിരുന്നത്രേ അതിനായി ഒരുക്കൂട്ടിയ പൈസമുഴവൻ വീട്ടിലുണ്ടായിരുന്നു എന്നാണ് കേൾവി. ഏതാനും ലക്ഷങ്ങൾ എന്നാണ് കേട്ടത്. പത്ത് ലക്ഷം ഉണ്ടായിരുന്നു എന്നും പറഞ്ഞു കേൾക്കുന്നുണ്ട്.'

'പത്ത് ലക്ഷംരൂപയൊ? ഇത്രയുമധികം സമ്പാദ്യമുണ്ടായിരുന്നോ ഡോക്ടർക്ക്. ഇത്രയും വലിയൊരുതുക ആരെങ്കിലും വീട്ടിനകത്ത് സൂക്ഷിക്കുമോ. വീട്ടിൽ ഇത്രയും ഭീമമായ തുകയുണ്ടെന്ന് ഈ നന്ദൻ എങ്ങനെയാണ് അറിഞ്ഞത്.'

'അതൊക്കെ അറിയാനാണോ വിഷമം. ഭ്രമിവിൽപനയൊന്നും അത്ര രഹസ്യമായ ഏർപ്പാടല്ലല്ലോ. അതൊക്കെ ചുറ്റപാട്ടമുള്ള പലരും അറിയും. അറിയേണ്ടവർ പ്രത്യേകിച്ചും. അയാൾ പണവുമായി എങ്ങോ ട്ടുപോയി എന്നാണെനിക്ക് മനസിലാകാത്തത്.'

'അയാളുടെ നാടെവിടെയാണെന്നറിയുമോ. അയാളുടെ വീട്ടുകാ രെപ്പറ്റി അറിയുമോ. ഇല്ലെങ്കിൽ അന്വേഷിച്ചറിയണം. മിക്കവാറും ഈ നാട്ടുകാരനല്ലെങ്കിൽ പണവുമായി സ്വന്തം നാട്ടിലേക്ക് തന്നെയാവും പോയിട്ടുണ്ടാവുക. അയാളുടെ പേരിൽ കേസൊന്നുമില്ലാത്തതുകൊണ്ട് പോലീസേതായാലും അന്വേഷിച്ച് ചെല്ലില്ലല്ലോ. അപ്പോൾ നമ്മൾ അന്വേഷിച്ചിറങ്ങണം'

'നമ്മളോ?'

'അതെ നമ്മൾ തന്നെ. ഈ പ്രസ്ഥാനത്തെയും നമ്മുടെ നിരവധി സഖാക്കളേയും വഞ്ചിച്ച് ജയിലറയിലേക്ക് വലിച്ചെറിഞ്ഞ അയാളെ വെറുതെ വിടരുത്. ശരിക്കും വിചാരണ ചെയ്യേണ്ടത് അവനെയാണ്. ആട്ടിൻതോലിട്ട ആ ചെന്നായയെ'

'ശരി സഖാവെ. നമുക്ക് രണ്ടുദിവസം ഒന്ന്കാത്തുനോക്കാം എന്നിട്ടും അയാളുടെ വിവരങ്ങളൊന്നും കിട്ടിയില്ലെങ്കിൽ ബാക്കി പുറത്തുനിൽക്കു ന്ന സഖാക്കളോട്ടുകൂടി ആലോചിച്ച് നമുക്കൊരു പ്ലാനുണ്ടാക്കാം'

പവിത്രൻ വാതിൽ തുറന്ന് പുറത്ത് പോലീസുകാരാരെങ്കിലും മറ്റിയിൽ നിൽക്കുന്നുണ്ടോ എന്ന് കണ്ണോടിച്ചു. ആരുമില്ലെന്ന് കണ്ട പ്പോൾ വേഗം നടന്നുതുടങ്ങി.

****

മുപ്പതോളം വർഷങ്ങൾക്ക് ശേഷമുള്ള ഒരു പകൽ. സഖാവ് ശിവദാസന്റെ വീട്ടിൽ മിക്കപ്പോഴും സന്ദർശകരാരെങ്കിലുമുണ്ടാകും. പഴയ സഖാവിനെ കാണാനും ആരോഗ്യവിവരങ്ങൾ അന്വേഷി ക്കാനും സൗഹൃദങ്ങൾ പങ്കിടാനുമായി ആരെങ്കിലുമൊക്കെയായി വരാറുണ്ട്. പ്രായത്തിന്റെ ചെറിയ അവശത കൾക്കിടയിലും വായന

മുടക്കിയിട്ടില്ല. തീവ്ര ഇടതുപക്ഷത്തോട് വഴിപിരിഞ്ഞതിന് ശേഷം കുറേ കാലം മുഖ്യധാരാ രാഷ്ട്രീയത്തിലും പ്രവർത്തിച്ചു. അക്കാലത്തുണ്ടായ സൗഹൃദങ്ങളാണ് ഇപ്പോൾ നിലനിൽക്കുന്നത്. പുതിയ തലമുറയിൽ പെട്ടവർക്കൊന്നും സഖാവ് ശിവദാസൻ എന്ന തീപ്പൊരി സഖാവിനെ പരിചയമില്ല. അവർക്കറിയാവുന്നത് മുൻ പഞ്ചായത്ത് പ്രസിഡണ്ട് സഖാവ് ശിവേട്ടനെ മാത്രം.

വൈകുന്നേരത്തോടെ ശിവദാസനെ കാണാനായി ഒരു ചെറുപ്പക്കാ രനെത്തി. ഒരു ഓൺലൈൻ പത്രത്തിന്റെ ലേഖകൻ.

'എന്റെ പേര് മഹേഷ്. ഞാനിവിടത്തെ പ്രാദേശിക ചാനലിൽ നിന്നാണ്. അങ്ങയെപ്പോലെയുള്ള പഴയകാല വിപ്ലവകാരികളുടെ ജീവി തത്തിലെ നിർണ്ണായക സംഭവങ്ങൾ ചേർത്ത് കൊണ്ട് ഞങ്ങളൊരു ഫീച്ചർ തയ്യാറാക്കുന്നുണ്ട്. അതിലേക്ക് സഖാവിന്റെ കുറച്ച് പഴയകാല ഓർമ്മക്കുറിപ്പുകൾ വേണം. തീവ്ര ഇടതുപക്ഷ കാലത്തെ ആക്ഷ നകളാണ് ഞാൻ ഉദ്ദേശിക്കുന്നത്. പറഞ്ഞാൽ മതി. ഞാൻ നോട്ട് ചെയ്തോളാം. പുതിയ ജനറേഷന് തീരെ പരിചയമില്ലാത്താണീ ക്കാര്യങ്ങൾ. അവർക്കൊക്കെ പരിചയപ്പെടുത്തുകയാണ് ഞങ്ങളുടെ ഉദ്ദേശം' മഹേഷ് പറഞ്ഞു.

'എന്റെ രാഷ്ട്രീയ ജീവിതത്തിൽ വ്യക്തമായ രണ്ട് കാലഘട്ടങ്ങളുണ്ട്. ഞാൻ മുഖ്യധാരാ രാഷ്ട്രീയവുമായി സഹകരിക്കുന്നതിന് മുമ്പ് ഇടതുപക്ഷ തീവ്രവാദ രാഷ്ട്രീയത്തിന്റെ ഭാഗമായിരുന്നു. ഇന്ന് ആ രാഷ്ട്രീയമോ ആ പാർട്ടിയോ നിലനിൽക്കുന്നില്ല. അന്നെന്തൊക്കെ പ്രവർത്തിച്ച എന്ന ള്ളതിന് ഈ കാലഘട്ടത്തിൽ ഏറെ പ്രസക്തി യൊന്നുമുള്ളതായി തോന്നുന്നില്ല. അതുകൊണ്ട് ആ കാലഘട്ടത്തെക്കുറിച്ചൊന്നും എനിക്കി പ്പോൾ പറയാനില്ല. മാത്രവുമല്ല പഴയ കാര്യങ്ങളൊന്നും ഓർമ്മയിൽ നിൽക്കുന്നില്ല. പ്രായമേറെ ആയില്ലേ?' ശിവദാസൻ ഒഴിഞ്ഞു മാറി.

'അങ്ങിനെയെങ്കിൽ ഞാൻ ഒരു പഴയ ആക്ഷനെപ്പറ്റി കേട്ടിട്ടുള്ളത് ചോദിക്കാം. ഞാൻ പഴയ ചില പത്രങ്ങളൊക്കെ റെഫർചെയ്ത് കണ്ടെ ത്തിയതാണിത്. പാർട്ടി ഇടപെട്ടിട്ടില്ലെങ്കിലും അന്ന് പാർട്ടിയോട് അനുഭാവമുള്ള ജനകീയവേദി നടത്തിയതായാണ് അറിഞ്ഞിട്ടുള്ളത്. ഒരു പത്തുമുപ്പതു വർഷം മുൻപ് കോഴിക്കോട് ഒരു ഡോക്ടറെ ജനകീയ വിചാരണ ചെയ്ത സംഭവം വലിയ ശ്രദ്ധ പിടിച്ച പറ്റിയതായി കേട്ടിട്ട ണ്ട്. എന്നാൽ അതിനെത്തുടർന്ന് ഇവിടെ തൃശ്ശൂരിലും ഒരു ഡോക്ടറെ വിചാരണ ചെയ്തെങ്കിലും അത് ജനകീയ പങ്കാളിത്തമില്ലാതെ പാളിപ്പോയതായി ഒരു വാർത്ത കണ്ടിട്ടുണ്ട്. എന്തായിരുന്നു ആ

ഓപ്പറേഷന്റെ പരാജയ കാരണം?'

'എന്റെ ഓർമ്മയിൽ അന്ന് പാർട്ടി തൃശ്ശൂരിലെ ഈ ജനകീയ വിചാരണക്ക് എതിരായിരുന്നു. നിങ്ങൾ പറഞ്ഞതു പോലെ ജനകീയ വേദിയുടെ നേതൃത്വത്തിലാണ് വിചാരണ നടന്നത്. അതിൽ വേദിക്ക് തന്നെ തെറ്റ് പറ്റിയതായി പിന്നീട് വിലയിരുത്തിയിട്ടുണ്ട്. അന്ന് വേദിയെ ഒരു സഖാവ് ഹൈജാക്ക് ചെയ്യുകയാണത്രെ ഉണ്ടായത്. അയാൾക്ക് മറ്റെന്തോ താൽപര്യങ്ങളാണ് ഉണ്ടായിരുന്നതെന്ന് പിന്നീട് കണ്ടെ ത്തിയിട്ടുണ്ട്. ഒരു ജനകീയ സമരമായി ഉയർന്ന വരേണ്ടതിന് പകരം വ്യക്തിനിഷ്ഠമായ താൽപര്യത്തിന്റെ അടിസ്ഥാനത്തിൽ ആക്ഷൻ നടത്തപ്പെട്ടു എന്നതാണ് ഈ സംഭവത്തിന്റെ പരാജയകാരണമായി വിലയിരുത്തപ്പെട്ടത്'

'അന്ന് ഡോക്ടറെ വിചാരണ ചെയ്ത ദിവസം ആക്ഷന് നേതൃത്വം കൊടുത്ത സഖാവ് ഡോക്ടറുടെ വീട്ടിൽ കയറി സമ്പാദ്യമെല്ലാം കൊള്ളയടിച്ച എന്നൊരു ആരോപണം കേട്ടിട്ടുണ്ട്. ഇതിലെത്രമാത്രം വാസ്തവമുണ്ട്?'

'അതാണ് ഞാൻ പറഞ്ഞത്. മറ്റ സഖാക്കളെല്ലാം ഈ ഡോക്ടറെ വിചാരണക്കായി കൊണ്ടുപോകുന്ന അവസരത്തിൽ ഇതിന്റെ നേതൃനി രയിലുണ്ടായിരുന്ന നേരത്തേ സൂചിപ്പിച്ച സഖാവ് ഡോക്ടറുടെ വീട്ടിൽ കയറുകയായിരുന്നു. അവിടെ നിന്ന് എന്തോ ഇക അയാൾ മോഷ്ടിച്ച തായും പറയപ്പെട്ടന്നു. അയാൾ ഈ വിചാരണ ആസൂത്രണം ചെയ്തത് തന്നെ ഈ മോഷണത്തിന് വേണ്ടിയായിരുന്നു എന്നായിരുന്നു പിന്നീട് വിലയിരുത്തപ്പെട്ടത്'

'എന്തായിരുന്നു അയാളുടെ പേര്? അയാൾ പിന്നെ സംഘടനയിൽ ഉണ്ടായിരുന്നോ? അയാൾ മോഷണത്തിന്റെ പേരിൽ അറസ്റ്റ് ചെയ്യ പ്പെട്ടോ?'

'നന്ദൻ എന്നോ മറ്റോ ആയിരുന്നു അയാളുടെ പേര്. അന്ന് പതിനെട്ടോ പത്തൊമ്പതോ മാത്രം വയസേ ഉണ്ടായിരുന്നുള്ള. ആക്ഷന് ശേഷം അയാൾ ഇവിടെ നിന്ന് പൊയ്ക്കളഞ്ഞു. പോലീസ് അയാളുടെ പേരിൽ മോഷണത്തിന് കേസെടുത്തില്ലായിരുന്നു എന്നാ ണെന്റെ ഓർമ്മ. സമീപ ജില്ലകളിലെല്ലാം അയാളെ തേടി ഞങ്ങൾ അന്വേഷിച്ച് ചെന്നെങ്കിലും ആളെ കണ്ടെത്താനായില്ല.'

'അയാൾ എങ്ങോട്ടാണ് ആ ഇകയുമായി പോയിട്ടുണ്ടാവുക?'

'ഇത്രയും കാലം കഴിഞ്ഞിട്ടും ഒരു വിവരവും കിട്ടിയില്ല. സത്യത്തിൽ കുറച്ച കാലം ഞങ്ങളെല്ലാവരും അയാളെ കണ്ടെത്താൻ പരമാവധി

ശ്രമിച്ചിരുന്നു. കാലം പോകെ ഞങ്ങളാ ശ്രമം മതിയാക്കി.'

'അതിരിക്കട്ടെ. എന്തായിരുന്നു ആ ഡോക്ടറുടെ പേര്? ആ ആക്ഷനു ശേഷം ആ ഡോക്ടർക്കെന്താണ് സംഭവിച്ചത്?'

'ആ ആക്ഷൻ എല്ലാ അർത്ഥത്തിലും ഒരു പരാജയമായിരുന്നു. പങ്കെടുത്തവരെയൊക്കെ പോലീസ് പൊക്കി. എല്ലാവർക്കും നന്നായി പരിക്കേൽക്കുകയും ചെയ്തിരുന്നു. എല്ലാവരും ശിക്ഷിക്കപ്പെട്ടു. നേരത്തെ പറഞ്ഞ ആളൊഴികെ. ജനങ്ങൾക്ക് യാതൊരു വിദ്വേഷവുമില്ലാത്ത ഒരു ഡോക്ടറെ, ഡോക്ടർ രാമചന്ദ്രൻ, അതായിരുന്നു പേര്, തെരുവിൽ അപമാനിച്ചതിന്റെ പേരിൽ വേദിയുടെയും പാർട്ടിയുടെയും നല്ലൊരു വിഭാഗം സംഘടനയിൽ നിന്നകന്നു പോയി. അപമാനിക്കപ്പെടുകയും വീട്ടിൽ നിന്ന് പണം നഷ്ടപ്പെടുകയും ചെയ്തതോടെ ആ ഡോക്ടർ വീടും സ്ഥലവുമൊക്കെ കിട്ടിയ വിലക്ക് വിറ്റ് ദൂരെയേതോ നാട്ടിൻപുറത്തേക്ക് താമസം മാറ്റി. പിന്നീട് അയാളെക്കുറിച്ചൊന്നും കേട്ടിട്ടില്ല.'

'അന്ന് നടത്തിയ ജനകീയ വിചാരണയെക്കുറിച്ച് ഇന്ന് കുറ്റബോധം തോന്നുന്നുണ്ടോ?'

'സംഘടനാ പ്രവർത്തനത്തിൽ കുറ്റബോധമെന്നൊരു വാക്കിന് പ്രസക്തിയില്ല. പാളിച്ചകൾ പറ്റും. അത് തിരിച്ചറിഞ്ഞാൽ തിരുത്തുകയും ചെയ്യും. അത്രമാത്രം'

'ഇത്ര നേരം സംസാരിച്ചതിന് നന്ദി. ഫീച്ചറിലേക്ക് ഒരു ആക്ഷനെങ്കി ലും കിട്ടിയല്ലോ. ഞാനിറങ്ങട്ടെ.' സഖാവ് ശിവദാസന്റെ ഒരു ഫോട്ടോ എടുത്തതിന് ശേഷം മഹേഷ് പുറത്തേക്കിറങ്ങി.

****

പത്രമോഫീസിൽ നിന്നിറങ്ങി പതിവുപോലെ ക്ലബിൽ പോയി കുറ ച്ചനേരം റിലാക്സ് ചെയ്തതിനശേഷം രാത്രി എട്ടുമണിയോടെയാണ് ടോണി കടവന്ത്രയിലെ തന്റെ ഫ്ളാറ്റിലെത്തിയത്. ബൈക്ക് നിറുത്തി ലിഫ്റ്റിനടുത്തേക്ക് നടക്കുമ്പോഴാണ് സെക്യൂരിറ്റി വിളിച്ചത്.

'സാറേ, സാറിനെകാണാൻ ഒരാൾ വന്നിട്ടുണ്ട്. സാറ് എത്തിയിട്ടി ല്ലെന്ന് പറഞ്ഞപ്പോൾ കാത്തിരിക്കാമെന്ന് പറഞ്ഞ് അവിടെ എന്റെ ക്യാബിനിൽ ഇരിക്കുന്നുണ്ട്.'

'താൻ ആളെ വിളിയ്ക്ക്.'

ഇവിടെവെച്ച് തീർക്കാനുള്ള കാര്യമാണെങ്കിൽ വെറുതെ ഫ്ളാറ്റി ലേക്ക് കൊണ്ടുപോകണ്ട.

സെക്യൂരിറ്റിയുടെ കൂടെവന്ന ആളെ കണ്ടിട്ട് ടോണിക്ക്

പരിചയമൊന്നും തോന്നിയില്ല.

'ആരാ എന്താ വേണ്ടത്. പത്രവുമായിബന്ധപ്പെട്ട കാര്യത്തിനാണെ ങ്കിൽ നാളെ ഓഫീസിലേക്ക് വന്നാൽ മതി.'

'ടോണീ തനിക്കെന്നെ മനസിലായില്ലേ? ഞാൻ മഹേഷ്. നമ്മളൊ ന്നിച്ച് കോളേജിൽഡിഗ്രിക്ക് ഒരേക്ലാസ്സിലുണ്ടായിരുന്നതല്ലേ. ഇപ്പോൾ ഓർമ വരുന്നുണ്ടോ?'

'സോറി ഡാ, ഒരു പത്തിരുപത് വർഷമായില്ലേ നമ്മൾ പിരിഞ്ഞിട്ട്. നിന്റെ രൂപമൊക്കെ ആകെ മാറിപോയല്ലോ. നീ എപ്പഴാ വന്നത്. എന്റെ താമസസ്ഥലം എങ്ങനെ കണ്ടുപിടിച്ചു. എല്ലാം നമുക്ക് റൂമിലി രുന്ന് സംസാരിക്കാം. നീ വാ..'

ടോണിയുടെ ഫ്ളാറ്റിലെത്തുന്നതുവരെ അവരൊന്നും സംസാരിച്ചില്ല. ടോണി ഭാര്യക്കും മകനും മഹേഷിനെ പരിചയപ്പെടുത്തി.

'നീ ആമുറിയിൽ പോയി ഫ്രഷായിവാ. എന്നിട്ട് നമുക്ക് സംസാരിക്കാം.'

ഭക്ഷണം കഴിച്ചുകൊണ്ടിരിക്കുമ്പോഴാണ് ടോണി വീണ്ടും ചോദ്യ ങ്ങൾ തുടങ്ങിയത്.

'ആദ്യം പറ. നീയെങ്ങനെ എന്നെ കണ്ടെത്തി? എന്താണ് നിന്റെ വരവിന്റെ ഉദ്ദേശം?'

'നമ്മൾ കോളേജിൽ നിന്ന് പിരിഞ്ഞിട്ട് വർഷങ്ങളേറെ ആയില്ലേ. ഇടക്കാലത്ത് സഹപാഠികളിൽ ചിലരെയൊക്കെ കണ്ടിരുന്നെങ്കിലും ഭൂരിപക്ഷം പേരുമായും എനിക്ക് യാതൊരു കോൺടാക്ടുമില്ലായിരുന്നു. എനിയ്ക്ക് കൊച്ചിയിൽ കുറച്ചകാര്യങ്ങൾ ചെയ്തുതീർക്കാനുണ്ട്. അന്നത്തെ ഓർമ്മയിൽ നീയൊരു കൊച്ചിക്കാരനാണെന്ന് എന്റെ മനസിൽ പതിഞ്ഞുകിടക്കുന്നുണ്ടായിരുന്നു. അറിയുന്ന ചില സഹപാഠികളിൽനി ന്നാണ് നിന്റെ പത്രമോഫീസിന്റെ വിലാസം കിട്ടിയത്. ഞാനവിടെ പോയെങ്കിലും അപ്പോഴേക്കും നീ അവിടെനിന്ന് ഇറങ്ങിയിരുന്നു. ഫോൺ നമ്പർ കിട്ടിയെങ്കിലും നേരിട്ട് കാണുന്നതാണ് നല്ലതെന്നു തോന്നി. അങ്ങനെ ഇവിടെയെത്തി.'

'എന്തായാലും നീ ഇവിടെ എത്തിയല്ലോ. കുറേകാലത്തെ വിശേ ഷങ്ങൾ പറയാനുണ്ട്. ആദ്യം നിന്റെ ഉദ്ദേശമെന്താണെന്ന് പറയ്. നീ ഇപ്പോഴെന്താണ് ചെയ്യുന്നത്?'

'ഞാനൊരു പ്രാദേശികചാനലിൽ വർക്ക് ചെയ്തുകൊണ്ടിരിക്ക കയാണ്. റിപ്പോർട്ടറും ക്യാമറാമാനുമൊക്കെ ഞാൻ തന്നെയാണ്. കൊച്ചിയിലെത്തിയത് ഒരു ഫീച്ചറുമായി ബന്ധപ്പെട്ടാണ്. എനിക്കീ നഗരത്തിൽ ഓരാളെ കണ്ടെത്തണം. അതിന് നീ എന്നെയൊന്ന്

സഹായിക്കണം.'

'അതിനെന്താ, കൊച്ചി നഗരത്തിൽ ഓരാളെയല്ല പത്താളെ കണ്ടെ ത്താനും ബുദ്ധിമുട്ടില്ല. ഇന്ന ആളെ വേണമെന്ന പറയരുതെന്നുമാത്രം.'

'ടോണീ ഇത് തമാശയല്ല. ഞാൻ ഒരാളെ അന്വേഷിച്ചാണ് ഇവിടെ വന്നത്.'

'ശരി. നീ ആളുടെ പേരും വിലാസവും താ. നമുക്കന്വേഷിക്കാം. ഫോട്ടോയോ ഫോൺ നമ്പരോ കയ്യിലുണ്ടോ? ആൾ എവിടെയാണ് വർക്ക് ചെയ്യുന്നത്?'

'ആളുടെ പേര് മാത്രമേ എന്റെ കയ്യിലുള്ളൂ. പേര് നന്ദൻ. ഒരുമുപ്പതു വർഷങ്ങൾക്കുമുമ്പ് നല്ലൊരു തുകയുമായി ഈ കൊച്ചിനഗരത്തിലെ ത്തിയെന്ന് കരുതുന്ന ആളാണ്. ആൾ ഇവിടത്തുകാരനാണെന്നൊരു ഊഹം മാത്രമേയുള്ളൂ. അത്രമാത്രമേ എനിക്ക് പറയാൻ കഴിയൂ'

'അത് ശരി, ഒരു പേരുമാത്രവുമായി വന്ന് ഈ കൊച്ചിനഗരത്തിൽ ഓരാളെ കണ്ടുപിടിക്കാൻ വന്നതാണല്ലേ, അതും ഇവിടെയെത്തിയി ട്ടുണ്ടാകുമെന്നൊരു ഊഹത്തിന്റെ പുറത്ത്. നിനക്കെന്താ വട്ടുണ്ടോ മഹേഷേ?'

'അങ്ങനെയല്ല ടോണീ, എനിക്കിയാളെ കണ്ടെത്തിയേതീരൂ. ഒരു മുപ്പതുവർഷംമുമ്പ് വലിയൊരു തുകയുമായി കൊച്ചിയിലെത്തിയ ഒരാൾ എന്തുചെയ്യും. ആ നിലയ്ക്ക് ഒരന്വേഷണത്തിലൂടെ ഇയാളിലേക്കെത്താ മെന്നാണ് ഞാൻ കരുതുന്നത്.'

'വലിയൊരുതുക എന്നുപറഞ്ഞാൽ, തുകയുടെ വലുപ്പത്തിനനുസ രിച്ച് അക്കാലത്ത് എന്തുചെയ്യുമായിരുന്നു എന്ന് ആലോചിച്ച് കണ്ടെ ത്തണം.'

'1981 ൽ പത്ത് ലക്ഷം രൂപയാണ് റൊക്കമായി അയാളുടെ കയ്യി ലുണ്ടായിരുന്നത്.'

'മുപ്പതുവർഷം മുമ്പത്തെ പത്ത്ലക്ഷം രൂപ എന്ന് പറഞ്ഞാൽ ഇന്നത്തെ കണക്കിൽ മൂന്നോ നാലോ കോടി രൂപയെങ്കിലുമുണ്ടാ കും. അങ്ങനെയെങ്കിൽ അന്നയാൾ ബിസിനസ് തുടങ്ങുകയോ ബിസിനസിൽ നിക്ഷേപിക്കുകയോ ചെയ്തിട്ടുണ്ടാകും. അന്നങ്ങനെ ബിസിനസ് തുടങ്ങിയിട്ടുണ്ടെങ്കിൽ ഇന്നയാളുടെ ആസ്തി അമ്പതോ നൂറോ കോടിയായി വർദ്ധിച്ചിട്ടുമുണ്ടാകും.'

'അതേ ചിലപ്പോൾ അത്തരമൊരു കോടീശ്വരനെയായിരിക്കും ഞാൻ ലക്ഷ്യമിടുന്നത്.'

'ബിസിനസ് പരാജയപ്പെട്ടിരുന്നെങ്കിലോ? ഇന്നയാൾ കുത്തുപാള
യെടുത്ത് നടക്കുന്നുണ്ടാവുമോ?'

'ഇല്ല, അയാളൊരിക്കലും പരാജയപ്പെടില്ല. അത്രക്കും ക്ഷൂരമബുദ്ധി
ക്കാരനാണയാൾ.'

'ഏതായാലും ഇന്ന് നീ സമാധാനപരമായി കിടന്നുറങ്. നാളെ
മുതൽ എങ്ങിനെ അന്വേഷണം കൊണ്ടുപോകണമെന്ന് നമുക്ക് തീരു
മാനിക്കാം.'

******

'മഹേഷേ നിന്റെ നന്ദനെ കണ്ടെത്താൻ ഇറങ്ങുന്നതിനുമുമ്പ് നമു
ക്കൊരുകാര്യത്തിൽ ധാരണയാകാം. അയാളുടെ കയ്യിലുണ്ടായിരുന്ന
പണം അയാൾ ബിസിനസിൽ മുടക്കിയെന്നും വലിയ ബിസിനസുകാ
രനായി മാറിയിട്ടുണ്ടാകുമെന്നും കണക്കുകൂട്ടാം. അത്തരമൊരു ബിസി
നസുകാരനായ നന്ദനെ കണ്ടെത്താൻ നമുക്ക് രണ്ട് മൂന്ന് മാർഗ്ഗങ്ങൾ
തേടാം. ഒന്നാമതായി ഈ ജില്ലയിലെ വ്യവസായികളുടെ പ്രധാന
സംഘടനകളുമായി ബന്ധപ്പെടാം. മറ്റൊരുവഴി ജില്ലയിലെ സർക്കാർ
വ്യവസായകേന്ദ്രം വഴി അന്വേഷണം നടത്തലാണ്. മൂന്നാമതൊരു
സാധ്യത വൻകിടവ്യവസായികളുടെ സംസ്ഥാനതലത്തിലും അഖി
ലേന്ത്യാതലത്തിലും പ്രസിദ്ധീകരിക്കുന്ന ജേണലുകൾ പരിശോധിക്ക
ലാണ്. ഇതൊന്നും വിജയിക്കുന്നില്ലെങ്കിൽ വിവിധ വ്യവസായങ്ങളുടെ
ലിസ്റ്റ് തയ്യാറാക്കി ഓരോ വിഭാഗങ്ങളുടെ സംഘടനാനേതാക്കളെ പ്ര
ത്യേകമായി കണ്ട് വിവരം തിരക്കലാണ്. ഉദാഹരണത്തിന് അബ്കാരി
ബിസിനസിലാണ് ഏർപ്പെട്ടതെങ്കിൽ ഏതെങ്കിലും ബാർ മുതലാളിമാ
രിൽ നിന്നോ അവരുടെ സംഘടനകളിൽ നിന്നോ വിവരം ലഭിക്കും.
ഹോസ്പ്പിറ്റൽ ബിസിനസോ, ഗോൾഡ്ബിസിനസോ, ഫർണീച്ചർ
ബിസിനസോആണെങ്കിൽ ആവഴിക്ക്.. അങ്ങനെ ഓരോന്നായി
നോക്കേണ്ടിവരും. ദിവസങ്ങളോളം നീണ്ടുനിൽക്കുന്ന ഒരു അന്വേഷ
ണമാവും. എന്താ നിന്റെ അഭിപ്രായം?'

'നീ പറയുന്നത് ശരി തന്നെ. പക്ഷേ ഇന്നുള്ള പല ബിസിനസുകള
മല്ലല്ലോ മുപ്പതുവർഷങ്ങൾക്കുമുമ്പ്. ആ കാലഘട്ടത്തിൽ കൊച്ചിയിൽ
നിലവിലുണ്ടായിരുന്ന പ്രധാന ബിസിനസുകളിൽ കേന്ദ്രീകരിച്ചാവും
അന്വേഷണം നടത്തേണ്ടത്. ഇടക്കാലത്ത് അയാൾ ബിസിനസ് മാറ്റി
പ്പിടിച്ചിട്ടുണ്ടെങ്കിൽ അപ്പോഴും നമ്മൾ പരാജയപ്പെട്ടും. എന്തായാലും
നീ ആദ്യം പറഞ്ഞ രീതിയിൽ അന്വേഷണത്തിന് ഇടക്കം കുറിക്കാം.'

'മഹേഷേ നീ പറഞ്ഞത് ശരിയാ. അക്കാലത്തെ ബിസിനസ്സുകളിൽ

പലയും ഇന്നില്ല. എത്രയോ പുതിയ മേഖലകൾ ഉയർന്നുവരികയും ചെയ്തു. ഏതായാലും ഞാനീ പറഞ്ഞ വഴികളിലൂടെ നീ ഒന്നന്വേഷിക്ക്. ഞാൻ ഓഫീസിലേക്ക് പോകുന്നു. നീ എന്റെ ബൈക്ക് എടുത്തേക്ക്. നിന്റെ അന്വേഷണം പൂർത്തിയായിട്ട് തിരിച്ച തന്നാൽ മതി. നമുക്ക് വൈകിട്ട് കാണാം.'

മഹേഷ്ഷും ടോണിയും ഒന്നിച്ചാണ് ഫ്ളാറ്റിൽ നിന്നിറങ്ങിയത്. ടോണിയെ പത്രമോഫീസിലിറക്കി മഹേഷ് ബൈക്കിൽ നന്ദനെ കണ്ടെത്താനുള്ള അന്വേഷണത്തിനിറങ്ങി.

വൈകിട്ട് ടോണിയെത്തി ഏറെകഴിഞ്ഞാണ് മഹേഷ് ടോണിയുടെ ബൈക്കോടിച്ചെത്തിയത്. അയാൾ തീർത്തും അവശനായിരുന്നു. പകൽ മുഴുവൻ അലഞ്ഞുതിരിഞ്ഞതിന്റെ ആലസ്യം മുഴുവനും ശരീര ത്തിൽ ദൃശ്യമായിരുന്നു. മുഖത്ത് നിരാശപ്രകടമായിരുന്നു.

'നിന്റെ മുഖം കണ്ടാലറിയാം ഇന്ന് കാര്യങ്ങളൊന്നും വിജയിച്ചിട്ടില്ല എന്ന്. അതുകൊണ്ട് ഞാനൊന്നും ചോദിക്കുന്നില്ല. പോസിറ്റീവായി എന്തെങ്കിലുമുണ്ടാവുമ്പോൾ എന്നോട് പറഞ്ഞാൽ മതി. നീ കുളിച്ച് വിശ്രമിക്ക്. നാളെകാലത്ത് സംസാരിക്കാം.'

മഹേഷ് ഒന്നും പറയാതെ വേഗം മുറിയിലേക്ക് പോയി.

******

'നമ്മുടെ ഊഹം തെറ്റിയോ എന്നൊരാശങ്ക എനിയ്ക്കുണ്ട്. 81 ൽ പത്ത്‌ലക്ഷംരൂപ കയ്യിലുള്ള ഒരാൾ അത് മുഴുവൻ ഒരു ബിസിനസിൽ ഇൻവെസ്റ്റ് ചെയ്ത കൊള്ളണമെന്നില്ല എന്നെനിക്ക് തോന്നുന്നു. അതല്ലെങ്കിൽ അയാൾ ഈ നാട്ടിൽ തന്നെ ബിസിനസ് ചെയ്തകൊ ള്ളണമെന്നുമില്ല. അയാളുടെ മുമ്പിൽ അനന്തമായസാധ്യതകളില്ലേ? അന്വേഷണങ്ങൾ എന്നെ എവിടെയുമെത്തിക്കുന്നില്ല'

'നീ എന്തിനുവേണ്ടിയാണ് ഈ അന്വേഷണം നടത്തുന്നതെന്ന് ഞാനിതുവരെ ചോദിച്ചിട്ടില്ല. എന്നാലും നീ അന്വേഷണം തുടരണം എന്നതന്നെയാണ് ഞാൻ പറയുക. നാലു ദിവസമല്ലേ ആയുള്ളൂ. എത്ര ദിവസം വേണമെങ്കിലും നിനക്കീ വീട്ടിൽ താമസിക്കാം. എനിയ്ക്ക് ഡ്യൂട്ടി ഓഫുള്ള ദിവസം നിന്റെ അന്വേഷണത്തിന്റെ വിശദാംശങ്ങൾ സംസാരിക്കാം'

ആറാം ദിവസം ടോണിയ്ക്ക് ഡ്യൂട്ടി ഓഫുള്ള ദിവസം മഹേഷ് അന്വേ ഷണത്തിനിറങ്ങാതെ ഫ്ളാറ്റിൽ ടോണിയുമായി സംസാരിച്ചിരുന്നു.

'ഞാനന്വേഷിക്കുന്ന നന്ദൻ എന്ന ആളിലേയ്ക്ക് നയിക്കുന്ന ഒരു

സൂചനയും എനിക്ക് കിട്ടിയില്ല. അന്ന് നീ പറഞ്ഞ എല്ലാ വഴികളില്ലൂടെ
യും ഞാൻ സഞ്ചരിച്ചു. ഇനി എന്റെ മുമ്പിൽ വഴികളൊന്നും കാണുന്നില്ല.'

'അങ്ങനെ നിരാശപ്പെടല്ലേ. അന്ന് ഞാൻ പറയാൻ വിട്ടുപോയ
ചിലവഴികൾ കൂടി ഇനിയും അവശേഷിക്കുന്നുണ്ട്. അതിലൊന്ന്
എക്സ്പോർട്ടേഴ്സ് ആണ്. അവരെ സാധാരണ ബിസിനസുകാരുടെ
കൂട്ടത്തിൽ അന്വേഷിച്ചാൽ കണ്ടെത്താനാവില്ല. ഇന്ത്യയിലെ ഇതര
സംസ്ഥാനങ്ങളിലേയ്ക്കും വിദേശങ്ങളിലേക്കും കയറ്റി അയക്കുന്നവരിൽ
പല കമ്പനികളും ബിഗ് ഷോട്ടുകളാണ്. സെൻട്രൽ എക്സൈസിൽ
എന്റെയൊരു സുഹൃത്തുണ്ട്. നാളെ ഉച്ചക്ക് ശേഷം നമുക്ക് അവിടെയൊ
ന്നു പോയിനോക്കാം.'

പിറ്റേന്ന് ടോണിയും മഹേഷും സെൻട്രൽ എക്സൈസ് ഓഫീസി
ലെത്തി. ടോണിയുടെ സുഹൃത്ത് പ്രസന്നകുമാറിനു മുമ്പിൽ പ്രശ്നം
അവതരിപ്പിച്ചു.

'നന്ദൻ എന്ന പേരിലൊരാൾ എക്സ്പോർട്ടിംഗ് ബിസിനസ് രംഗ
ത്തുണ്ടോ എന്നാണ് നിങ്ങൾക്കറിയേണ്ടതല്ലേ? അതും 1981 നുശേഷം
ബിസിനസ്രംഗത്തേയ്ക്ക് ഇറങ്ങിയ ഒരാൾ. ഞാനൊന്നു നോക്കട്ടെ.'

പ്രസന്നകുമാർ കമ്പ്യൂട്ടറിൽ നന്ദൻ എന്നപേരുകാരനെപ്പറ്റിയുള്ള
വിവരങ്ങൾ തിരഞ്ഞു. കുറച്ചനേരത്തെ ശ്രമത്തിന് ശേഷം ടോണി
പറഞ്ഞു. 'നന്ദൻ എന്നപേരിൽ ഒരു ബിസിനസ്സുകാരനില്ല. രണ്ട്
ആനന്ദൻമാരുണ്ട് ഒരു സച്ചിദാനന്ദനുമുണ്ട്. ഒരു ആനന്ദിന്റെ കമ്പനി ആറ്
വർഷം മുൻപ് തുടങ്ങിയതാണ്. മറ്റൊരു ആനന്ദുള്ളത് പഴയ ഒരു കമ്പ
നിയുടെ പേരിലാണ്. 1978ലേ തുടങ്ങിയതാണ്. ഒരു മാധവപ്പണിക്കർ
തുടങ്ങിയ കമ്പനിയാണ്. 1981ലാണ് ആനന്ദ് പാർട്ണറായി ചേർന്നി
ട്ടുള്ളത്. അന്ന് മുതൽ ആനന്ദ് & പണിക്കേഴ്സ് എക്സ്പോർട്ടേഴ്സ്
& ഇംപോർട്ടേഴ്സ് എന്ന പേരിലാണ് കമ്പനി അറിയപ്പെടുന്നത്.
വിലാസം ഇതാ.'

'അപ്പോൾ ആ വഴിയും അടഞ്ഞു. നന്ദൻ എന്ന പേരിൽ ഒരു
ബിസിനസ്സുകാരനില്ല. ആനന്ദ് എന്ന പേരിൽ ചെറിയൊരു സാമ്യം
കാണുന്നുണ്ട്. മാത്രവുമല്ല അയാൾ ആ കമ്പനിയിൽ 1981ൽ പാർട്ണ
റായി ചേർന്നതുമാണ്. ചിലപ്പോൾ ഈ ആനന്ദ് തന്നെയായിരിക്കുമോ
ഞാനന്വേഷിക്കുന്ന നന്ദൻ. നമുക്കേതായാലും ഈ വിലാസം വെച്ച്
ഒരന്വേഷണം നടത്തി നോക്കാം.' മഹേഷ് പറഞ്ഞു.

******

പിറ്റേന്ന് വൈകീട്ട് മഹേഷ് ടോണിയോട് തന്റെ അന്നത്തെ

അന്വേഷണത്തിന്റെ വിവരങ്ങൾ പങ്കുവെച്ചു.

'ഓൺലൈൻ ചാനലിൽ വ്യവസായ പ്രമുഖന്മാരുടെ വിജയ കഥകൾ അവതരിപ്പിക്കുന്നതിന്റെ ഭാഗമായി ഇന്റർവ്യൂ ചെയ്യാനെന്ന നിലയ്ക്കാണ് ഞാൻ അവിടെ ചെല്ലുന്നത്. ഒരു വൻകിട സ്ഥാപനമാണ് ആനന്ദിന്റെ കമ്പനി. ധാരാളം ജോലിക്കാരുണ്ട്. തിരക്ക പിടിച്ച ഓഫീസാണ്. നാളെ മുതൽ അരമണിക്കൂർ സമയം അനുവദിക്കാമെന്ന് പറഞ്ഞിട്ടുണ്ട്. ഞാൻ ഓഫീസിലെപ്രധാന ജോലിക്കാരിൽ ചിലരെ കണ്ട് സംസാരിച്ചു. വളരെ രസകരമായ കുറച്ച വിവരങ്ങൾ ഇതിനകം എനിക്ക് ലഭിച്ചു. 1978ൽ ഒരു മാധവപ്പണിക്കരാണ് ഈ സ്ഥാപനം തുടങ്ങിയതെന്ന് പ്രസന്നകുമാർ പറഞ്ഞിരുന്നല്ലോ. അത് ശരിയാണ്. ആനന്ദ് കമ്പനിയിലെത്തുന്നത് 1981ലും. പക്ഷേ 1992ൽ അതായത് ആനന്ദ് കമ്പനിയിൽ പാർട്ണ റായി ചേർന്ന് 11 വർഷം കഴിഞ്ഞപ്പോൾ ഈ മാധവപ്പണിക്കർ ഒരു കത്തെഴുതി വെച്ച് ദുരൂഹ സാഹചര്യത്തിൽ അപ്രത്യക്ഷനായി. കടബാ ധ്യത സഹിക്കാൻ കഴിയാതെ നാട്ട വിട്ടതാണെന്നാണ് കത്തിലെ സൂചന. അന്ന് മുതൽ ആനന്ദ് ഒറ്റക്കാണ് സ്ഥാപനം നടത്തുന്നത്. മറ്റൊരു കാര്യം ഈ പറഞ്ഞ മാധവപ്പണിക്കരുടെ ഒരേയൊരു മകൻ ഈ സ്ഥാപനത്തിലെ ജീവനക്കാരനാണെന്നതാണ്. ആനന്ദാണ് അയാൾക്ക് ജോലി കൊടുത്തത്. പണ്ട് അച്ഛന്റേതായിരുന്ന സ്ഥാപ നത്തിൽ ഒരു സാധാരണ ജീവനക്കാരനാണ് എം.ബി.എ ക്കാരനായ ഈ ചെറുപ്പക്കാരൻ. ദിനേശ് പണിക്കരെന്നാണ് പേര്. ഇത്രയൊക്കെ യാണ് ഇന്നത്തെ ഇൻവെസ്റ്റിഗേഷൻ വിവരങ്ങൾ'

'നീ അന്വേഷിച്ചവന്ന നന്ദൻ ഈ ആനന്ദ് തന്നെയാണോ?'

'തൊണ്ണൂറ് ശതമാനവും ഇയാൾ തന്നെ. ആളെ കണ്ടതുകൊണ്ടല്ല ഞാൻ പറയുന്നത്. 1981ലാണ് പാർട്ണറായി ഇയാൾ ചേർന്നതെന്ന വിവരമാണ് എന്നെ അങ്ങനെ ചിന്തിപ്പിക്കാൻ പ്രേരിപ്പിച്ചത്. ഒരു പക്ഷെ അയാൾ നേരത്തെ ഉപയോഗിച്ചിരുന്ന നന്ദൻ എന്ന പേര് കള്ളമായിരിക്കും.'

'നിന്റെ ഈ അന്വേഷണത്തിന്റെ ഉദ്ദേശ്യം നീയിതുവരെ വെളിപ്പെ ടുത്തിയിട്ടില്ലല്ലോ? ഒരു പരിചയവുമില്ലാത്ത നന്ദൻ എന്ന ആനന്ദിനെ അന്വേഷിച്ച വരാൻ എന്താണ് കാരണം?' ടോണി ചോദിച്ചു.

'യാദൃശ്ചികമായാണ് ഈ വ്യക്തിയിലേക്കെത്തിപ്പെട്ടത്. എല്ലാ വിശദാംശങ്ങളും ഞാനിവിടം വിട്ടന്നതിന് മുൻപ് പറയാം. ഏതായാലും ഒരു മൂന്ന് ദിവസം കൊണ്ട് ഇന്റർവ്യൂ പൂർത്തിയാക്കണം'

*****

പിറ്റേന്ന് വൈകുന്നേരം മഹേഷ് വളരെ സന്തോഷവാനായിട്ടാണ് ടോണിയെ അഭിമുഖീകരിച്ചത്. ആനന്ദുമായുള്ള ഇന്റർവ്യൂ നടന്നതിന്റെ സന്തോഷത്തിലായിരുന്ന മഹേഷ്.

'എന്റെ ആദ്യത്തെ മൂലധനം പത്ത് ലക്ഷം രൂപ മാധവപ്പണിക്ക രുടെ കാൽക്കൽ വെച്ചിട്ടാണ് ഞാൻ ഈ ബിസിനസിൽ പങ്കാളിയാ കുന്നത് എന്നാണ് ആനന്ദ് പറഞ്ഞത്. അത്രയും തുക അക്കാലത്ത് എവിടെ നിന്ന് കിട്ടി എന്ന് ചോദിച്ചപ്പോൾ സ്വന്തം അച്ഛൻ തനിക്കായി എഴുതി വെച്ച എല്ലാ സ്വത്തുക്കളും വിറ്റപ്പോൾ കിട്ടിയ തുകയായിരുന്ന അതെന്നായിരുന്ന മറുപടി. ബിസിനസിനോട് അത്രക്കും ആവേശമാ യിരുന്നത്രേ. സ്ഥാപനം വളരെ പുരോഗതിയിലാണെന്നും പുതിയൊരു പാർട്ണറെ കണ്ടെത്തിയിട്ടുണ്ടെന്നും അയാൾ പറഞ്ഞു. പുതിയ ടീമിന്റെ ആദ്യത്തെ കൺസൈൻമെന്റ് ഈയാഴ്ച എത്തുമെന്ന സന്തോഷത്തി ലാണ് സ്ഥാപനമെന്നും ആനന്ദ് പറഞ്ഞു. ഈ വർഷം അവസാന ത്തോടെ കേരളത്തിൽ ഒന്നാമതെത്തുമെന്നാണ് പ്രതീക്ഷയെന്നും പറഞ്ഞു. പക്ഷെ ആരാണ് ഈ പുതിയ പാർട്ണർ എന്നുള്ള കാര്യം മാത്രം പറഞ്ഞില്ല. ആനന്ദ് തിരക്കിലായതിനാൽ ആകെ ഇരുപത് മിനുട്ട് മാത്രമേ സംസാരിക്കാനായുള്ളൂ.'

'മാധവപ്പണിക്കരുടെ മകൻ ദിനേശ് പണിക്കരെ ഇന്ന് പരിചയപ്പെ ട്ടു. തനിക്ക് ജോലി തന്നതിൽ ആനന്ദ് സാറിനോട് അയാൾക്ക് കടപ്പാ ട്ടുണ്ട്. അച്ഛൻ ഒരുപാട് കടങ്ങൾ വരുത്തി വെച്ചിട്ടുണ്ടത്രേ അതെല്ലാം പിന്നീട് കമ്പനിയാണ് വീട്ടിയത്. നാളെ ഒഴിവു ദിവസമാണല്ലോ. ഞാൻ മാധവപ്പണിക്കരുടെ വീടൊന്ന് സന്ദർശിക്കാമെന്ന് വിചാരിക്കുന്നു. നീ വരുന്നോ?'

'നാളെ എനിക്ക് ഓഫാണ്. വേണമെന്നുണ്ടെങ്കിൽ ഞാനും വരാം. എന്താണ് നിന്റെ ഉദ്ദേശ്യം എന്ന് എനിക്ക് മനസിലാകുന്നില്ല'

'ഇപ്പോൾ പ്രത്യേകിച്ചൊന്നുമില്ല. ഈ സ്ഥാപനത്തെ പൂർണ്ണമായി മനസിലാക്കണമെന്നുണ്ട്. കൂടാതെ ആനന്ദ് എന്ന വ്യക്തിയെയും. ആ പുതിയ പാർട്ണറും പുതിയ കൺസൈൻമെന്റും ചെറിയ തോതിൽ ദുരൂഹമാണ്. ഓഫീസിൽ പലരോടും ചോദിച്ചിട്ടും എം.ഡിക്ക് മാത്രമേ ഇക്കാര്യങ്ങൾ അറിയൂ എന്നാണവർ പറയുന്നത്'

പിറ്റേന്ന് ടോണിയെയും കൂട്ടിയാണ് മഹേഷ് ദിനേശ് പണിക്കരുടെ വീട്ടിലെത്തിയത്. വല്ലതാണെങ്കിലും വളരെ പഴക്കമുള്ള വീട്. ദിനേശ് അമ്മയെ രണ്ട് പേർക്കും പരിചയപ്പെടുത്തിക്കൊടുത്തു. ഭാര്യയും രണ്ട് കുട്ടികളുമാണ് ദിനേശിനുള്ളത്. സംസാരത്തിനിടയിൽ മഹേഷ്

ചോദിച്ചു.

'അച്ഛൻ എങ്ങോട്ടാണ് പോയതെന്നതിനെക്കുറിച്ച് നിങ്ങൾ സ്വന്തം നിലക്ക് അന്വേഷണമൊന്നും നടത്തിയില്ലേ?'

'ഇരുപതോളം വർഷങ്ങൾക്ക മുൻപുള്ള സംഭവമാണ്. അച്ഛനന്ന് നാൽപത്തിരണ്ട് വയസേ പ്രായമുള്ളൂ. ഞാനന്ന് ഡിഗ്രിക്ക് ചേർന്നതേ ഉണ്ടായിരുന്നുള്ളൂ. അന്നാകപ്പാടെ ഒരു പരിഭ്രമമായിരുന്നു. എന്താണ് ചെയ്യേണ്ടത് എന്നറിയാത്ത അവസ്ഥ. ആനന്ദ് സാറിന്റെ നിർദ്ദേശ പ്രകാരമാണ് എല്ലാം ചെയ്തത്. പോലീസിൽ പരാതി കൊടുത്തിരുന്നു. പക്ഷേ അവർക്കൊന്നും ആളെ കണ്ടെത്താൻ കഴിഞ്ഞില്ല. ആനന്ദ് സാറിന് എല്ലായിടത്തും നല്ല സ്വാധീനം ഉണ്ടായിരുന്നു. എന്നിട്ടും അച്ഛനെ കണ്ടെത്താൻ പറ്റിയില്ല. അച്ഛൻ കമ്പനിക്ക്ധാരാളം കടങ്ങൾ ഉണ്ടാക്കി വെച്ചിട്ടുണ്ടെന്നാണ് ആനന്ദ് സാർ പറഞ്ഞത്. പിന്നീട് കുറേശ്ശെ കുറേശ്ശെയായി സാർ വീട്ടുകയായിരുന്നത്രേ. ഏതായാലും ഇപ്പോൾ കമ്പനിക്ക് കട ബാധ്യതകളൊന്നുമില്ല' ദിനേശ് പറഞ്ഞു.

'അച്ഛൻ ഒരു കത്തെഴുതി വെച്ച എന്ന് പറഞ്ഞിരുന്നല്ലോ. ആ കത്ത് ഇവിടെയുണ്ടോ? ഒന്ന് കാണാൻ പറ്റമോ?'

'ആ കത്ത് ഞാൻ ഇപ്പോഴും സൂക്ഷിച്ച വെച്ചിട്ടുണ്ട്' ദിനേശിന്റെ അമ്മ പറഞ്ഞു. അകത്തു പോയി കത്ത് തെരഞ്ഞെടുത്ത് മഹേഷിന് കൊടുത്തു.

കത്ത് രണ്ട് മൂന്ന് തവണ വായിച്ചതിന് ശേഷം മഹേഷ് ദിനേശിന്റെ അമ്മയോട് ചോദിച്ചു.

'ഈ കത്ത് പണിക്കർ സാർ എഴുതിയതാണെന്ന് നിങ്ങൾക്ക് ഉറപ്പ ണ്ടോ? അതല്ലെങ്കിൽ ആരെങ്കിലും നിർബന്ധിച്ച് എഴുതിപ്പിച്ചതാണോ എന്ന് തോന്നിയിട്ടുണ്ടോ?'

ദിനേശ് മഹേഷിന്റെ മുഖത്തേക്ക് നോക്കി. അച്ഛന്റെ മരണത്തിന് ശേഷം എത്രയോതവണ അമ്മ ആ കത്തു നോക്കിയിരിക്കുന്നത് കണ്ടി ട്ടുണ്ട്. അമ്മയ്ക്കനേ സംശയങ്ങളുണ്ടായിരുന്നു. രണ്ട മൂന്നതവണ അമ്മ യോടൊപ്പം പോലീസ് സ്റ്റേഷനിൽ പോയപ്പോഴൊക്കെ അമ്മയുടെ കയ്യിൽ ആ കത്തുണ്ടായിരുന്നു. പക്ഷേ അന്നൊന്നും അതിനെപ്പറ്റി ഒരന്വേഷണവും ഉണ്ടായില്ല. ഇന്നിപ്പോൾ ഇദ്ദേഹം എന്തിനായിരിക്കും ആ കത്തിന്റെ ആധികാരിതയെക്കുറിച്ച് സംസാരിക്കുന്നത്. ആനന്ദ് മുതലാളിയെ ടാർജറ്റ് ചെയ്യകൊണ്ടായിരിക്കുമോ ഇദ്ദേഹത്തിന്റെ വരവ്. ഇയാളെ എത്രകണ്ട് വിശ്വസിക്കാനാവും?

'ആ കാലത്ത് ഈ കത്തിനെപ്പറ്റി എനിക്ക് ധാരാളം സംശയങ്ങള ണ്ടായിരുന്നു. ഒന്നാമത് അതുവരെ കടങ്ങളെപ്പറ്റി ഒരു വാക്ക് പോലും ഈ വീട്ടില് സംസാരിച്ചിട്ടില്ലായിരുന്നു. പതിനഞ്ചു വര്‍ഷത്തോളമായി നടത്തിക്കൊണ്ടു പോകുന്ന സ്ഥാപനം ഉപേക്ഷിച്ചു പോകാനുള്ള ഒരു സാധ്യതയുമില്ലായിരുന്നു. ദിനേശിനെ എം.ബി.എക്കാരനാക്കിയിട്ട് കമ്പ നിയുടെ ചുമതലകള്‍ ഏല്‍പ്പിച്ചു കൊടുക്കണമെന്ന് പറയുമായിരുന്നു. ഞങ്ങളെ രണ്ടു പേരെയും അദ്ദേഹത്തിന് അത്രക്കിഷ്ടവുമായിരുന്നു.'

'ഈ ആനന്ദ് സാറിന്റെ സ്വഭാവമെങ്ങനെ?' മഹേഷ് ദിനേശ് പണി ക്കരോട് ചോദിച്ചു.

'ഞാനുദ്ദേശിച്ചത് ആളുകളെ സ്നേഹിക്കുന്ന പ്രകൃതമാണോ? അതോ ബിസിനസിന്റെ വളര്‍ച്ച മാത്രം ലക്ഷ്യം വെച്ച് നീങ്ങുന്ന ആളോണോ? ബിസിനസ് ഫീല്‍ഡില്‍ ധാരാളം പ്രശ്നങ്ങളുണ്ടാ കുമല്ലോ'

'ഇടക്കിടക്ക് പല കേസുകെട്ടുകളും ഉണ്ടാകാറുണ്ട്. ആനന്ദ് സാറിന് പലയിടങ്ങളിലും നല്ല സ്വാധീനമായതു കൊണ്ട് അതൊന്നും വലിയ പ്രശ്നമാകാതെ ഒതുക്കിത്തീര്‍ക്കുകയാണ് പതിവ്. ബിസിനസിന്റെ വളര്‍ച്ചക്കു വേണ്ടി എന്തും ചെയ്യും എന്നൊരു നിലപാടാണ്. പിന്നെ ഞങ്ങള്‍ വലിയൊരു പ്രതിസന്ധിയില്‍ നില്‍ക്കുമ്പോഴായിരുന്നു എനി ക്കവിടെ ജോലി തന്ന് സഹായിച്ചത്'

'ആനന്ദ് എങ്ങിനെയാണ് അച്ഛന്റെ ബിസിനസിലേക്ക് കടന്നു വരുന്നത്?'

അമ്മയാണ് അതിന് മറുപടി പറഞ്ഞത്.

'എഴുപത്തെട്ടിലോ മറ്റോ ആണ് മാധവേട്ടന്‍ സ്ഥാപനം ആരംഭി ച്ചത്. മൂന്ന് വര്‍ഷത്തോളം നടത്തി. തുടര്‍ന്ന് മുന്നോട്ട് പോകണമെങ്കില്‍ കുറച്ച് പൈസ വേണ്ടി വരും എന്ന അവസ്ഥയിലാണ് പാര്‍ട്ണര്‍മാരെ ആവശ്യമുണ്ടെന്ന് പറഞ്ഞ് ഒരു പത്രപ്പരസ്യം കൊടുത്തത്. അങ്ങനെ യാണ് ആനന്ദ് മാധവേട്ടനെ വന്ന് കാണുന്നത്. പത്ത് ലക്ഷം രൂപ ആനന്ദ് നിക്ഷേപിച്ചു എന്നാണ് മാധവേട്ടന്‍ അന്ന് പറഞ്ഞിരുന്നത്. എന്താണ് ഇക്കാര്യങ്ങളൊക്കെ ഒരു സംശയം പോലെ ചോദിക്കുന്നത്? മോന് ഈ ആനന്ദിനെ മുന്‍പ് പരിചയമുണ്ടോ? അയാള്‍ കമ്പനിയിലെ ത്തുന്നത് വരെ ഞങ്ങള്‍ക്കയാളെ പരിചയമുണ്ടായിരുന്നില്ല. ഞങ്ങളുടെ മാധവേട്ടനെ കണ്ടെത്താന്‍ എന്തെങ്കിലും വഴി കണ്ടിട്ടുണ്ടോ? എത്രയോ വര്‍ഷങ്ങളായി ഞങ്ങള്‍ തീ തിന്നു ജീവിക്കുന്നു' ദിനേശിന്റെ അമ്മക്ക് സങ്കടമടക്കാനായില്ല.

'എനിക്ക് ചില സംശയങ്ങൾ ഇല്ലാതില്ല. എന്റെ ഉള്ളിൽ നിന്നാരോ പറയുന്നു ആനന്ദ് അത്ര നല്ല മനുഷ്യനല്ല എന്ന്. നിങ്ങളുടെ അച്ഛന്റെ സ്ഥാപനത്തിൽ പാർട്ണറായി കയറി വന്ന് കേവലം പത്ത് പതിനൊന്ന് വർഷം കൊണ്ട് സ്ഥാപനം സ്വന്തം പേരിലാക്കുകയാണ് അയാൾ ചെയ്തിട്ടുള്ളത്. മാധവപ്പണിക്കരെ ഒഴിവാക്കിയതോടെയാണ് അയാൾക്കത് സാധിച്ചത്. പണിക്കർ സാറിനെ എന്താണ് ചെയ്തിട്ടുള്ളത് എന്നെനിക്കറിയയില്ല. എങ്കിലും ഒരു കാര്യം എന്റെ മനസ് ഉറപ്പിച്ചു പറയുന്നു. പണിക്കർ സാറിന്റെ തിരോധാനത്തിനു പിന്നിൽ ആനന്ദാണെന്ന്. ഞാൻ മനസിലാക്കിയടത്തോളം അയാൾ ക്രൂര്മ്മ ബുദ്ധിയായൊരു കൗശലക്കാരനും ക്രൂരനായ ഒരു കുറ്റവാളിയുമാണ്.'

'കുറ്റവാളിയോ? ആനന്ദ്സാർ ബിസിനസ്സിന്റെ വിജയത്തിനുവേണ്ടി ഏതറ്റവും പോകാറുളള മനുഷ്യനാണ്. പക്ഷേ ഒരു കുറ്റവാളിയാണെന്ന് എനിക്ക് തോന്നുന്നില്ല.' ദിനേശ് പറഞ്ഞു.

'ഞാൻ പറയുന്നത് കൃത്യമായ ബോധ്യത്തോടെയാണ്. അതിന് തക്കതായ കാരണങ്ങളും തെളിവുകളും എന്റെ കയ്യിലുണ്ട്. പക്ഷേ അതൊക്കെ പഴയ കഥകളാണ്. ഇപ്പോഴെത്തെ ആനന്ദിനെക്കുറിച്ച് കൂടുതൽ മനസിലാക്കാൻ എനിക്ക് ദിനേശിന്റെ സഹായം വേണം. ആ അന്വേഷണങ്ങൾ വിജയിച്ചാൽ ഒരു പക്ഷേ നിങ്ങൾക്ക് അച്ഛനെ തിരിച്ചുകിട്ടിയെന്നുപോലും വരാം.

നാളെ എനിക്ക് ചില വിവരങ്ങൾ എടുത്തു തരണം. ഓഫീസിൽ നിന്ന് സ്ഥിരമായി സംഭാവന കൊടുക്കുന്ന വ്യക്തികളോ സ്ഥാപന ങ്ങളോ ഉണ്ടെങ്കിൽ അവയുടെ പേരും തുകയും ഒന്ന് സംഘടിപ്പിച്ച് തരണം. സ്ഥിരമായി കൊടുക്കുന്നുണ്ടെങ്കിൽ എന്നാണ് ആ സംഭാവന കൊടുക്കാൻ തുടങ്ങിയത് എന്നും അറിയണം. പിന്നെ മറ്റൊരു കാര്യം, സ്ഥാപനം പുതിയൊരു പാർട്ണറെ കണ്ടെത്തിയിട്ടുണ്ടെ ന്നും ആദ്യത്തെ കൺസൈൻമെന്റ് ഈയാഴ്ച എത്തുമെന്നും ആനന്ദ് പറഞ്ഞിരുന്നു. എന്നാൽ ആരാണ് പാർട്ണറെന്ന് ഒരാൾക്കും അറി ഞ്ഞുകൂടാ. ഇറക്കുമതി ചെയ്യുന്ന സാധനങ്ങൾ എന്താണെന്ന് ചോദിച്ചി ട്ടും എനിക്കൊരു മറുപടിയും കിട്ടിയില്ല. എന്തൊക്കെയോ ദുരൂഹതകൾ ഇക്കാര്യത്തിലുണ്ട്. ദിനേശ് രഹസ്യമായി ഇക്കാര്യങ്ങളൊന്നറിയണം. എന്തെങ്കിലും വിവരം കിട്ടിയാൽ എന്നെ അറിയിക്കണം."

ദിനേശ് സമ്മതിച്ചു. അച്ഛനെ തിരിച്ചുകിട്ടാനുളള ഒരു നേരിയ സാധ്യ തയെങ്കിലുമുണ്ടെങ്കിൽ അയാൾ മഹേഷിന്റെ കൂടെ ഏതറ്റം വരെയും പോകാൻ തയ്യാറാണ്.

കുറച്ച് നേരം കൂടി സംസാരിച്ചതിന് ശേഷം ടോണിയും മഹേഷും ദിനേശ് പണിക്കരുടെ വീട്ടിൽ നിന്നും തിരിച്ച പോന്നു.

പിറ്റേന്ന് വൈകീട്ട് മഹേഷ് ടോണിയുമായി സംസാരിക്കാനിരിക്ക മ്പോൾ മഹേഷിന്റെ കയ്യിൽ ഒരു ലിസ്റ്റുണ്ടായിരുന്നു.

'ആനന്ദിന്റെ കമ്പനിയിൽ നിന്നും സംഭാവന കൊടുക്കുന്ന വ്യക്തി കളുടെയും സ്ഥാപനങ്ങളുടെയും ലിസ്റ്റാണിത്. കഴിഞ്ഞ ഒരു വർഷത്തെ ഈ ലിസ്റ്റിൽ നോക്കിയാൽ ഒറ്റത്തവണ കൊടുത്തവരേയും പ്രതിമാസം കൊടുക്കുന്നവരേയും കാണാം. പ്രതിമാസം കൊടുക്കുന്നവരിൽ ഭൂരിഭാഗവും നേരിട്ട് ബിസിനസുമായി ബന്ധപ്പെട്ട വിഭാഗങ്ങളാണ്. ഒന്നൊഴികെ. ഈ ജില്ലയിൽ വളരെ റിമോട്ടായ ഒരു പ്രദേശത്ത് പ്രവ ർത്തിക്കുന്ന സാന്ത്വനം എന്ന പേരിലുള്ള ഒരു മനോരോഗാശ്രമപത്രിക്ക് നല്ലൊരു തുക എല്ലാ മാസവും കൊടുക്കുന്നുണ്ട്. ഏറ്റവും ശ്രദ്ധേയമായ വസ്തുത മാധവപ്പണിക്കർ അപ്രത്യക്ഷനായ 1992 മുതലാണ് ഈ സംഭാവന കൊടുത്തു തുടങ്ങിയത് എന്നതാണ്. ഇത് ഒട്ടേറെ കാര്യങ്ങൾ നമ്മോട് പറയുന്നില്ലേ? ഒന്നുകിൽ ആനന്ദിന്റെ ആരെങ്കിലും അവിടെ ചികിത്സയിലുണ്ടാകും. അതല്ലെങ്കിൽ എന്തോ ഒന്ന് മറച്ച വെക്കുന്ന തിനുള്ള പ്രത്യുപകാരമായി നൽകുന്നതുമാവാം. എന്തായാലും നമുക്കീ ആശ്രമപത്രിയിൽ ചെന്നൊന്നന്വേഷിക്കണം''

'എങ്ങിനെ?' ടോണി ചോദിച്ചു.

'അതിനു വഴിയുണ്ട്. കലക്ടറുടെയോ എ.ഡി.എമ്മിന്റെയോ അടുത്തു നിന്ന് ഈ മനോരോഗാശ്രമപത്രി സന്ദർശിക്കാൻ ഒരു പെർമിഷൻ ലെറ്റർ കിട്ടണം. എന്തെങ്കിലുമൊരു കാരണം സൂചിപ്പിച്ചാൽ മതി. നാളെ കിട്ടുകയാണെങ്കിൽ നാളെത്തന്നെ പോകാം. തനിക്ക് നാളെ ലീവെടുക്കാൻ പറ്റുമോ?'

'കലക്ടറേറ്റിൽ നിന്നും പെർമിഷൻ സംഘടിപ്പിക്കാം. നാളെ രാവിലെ ശ്രമിച്ചാലും ഉച്ചയോടെയേ കടലാസ് കയ്യിൽ കിട്ടൂ. അങ്ങിനെയെങ്കിൽ നമുക്ക് ഉച്ചക്ക് ശേഷം പോകാം' ടോണി പറഞ്ഞു.

മഹേഷ് ഉടൻ തന്നെ ദിനേശ് പണിക്കരെ വിളിച്ച് പിറ്റേന്ന് ഒരു യാത്രുക്ക് തയ്യാറാവാൻ ആവശ്യപ്പെട്ടു.

ടോണിയുടെ കാറിലായിരുന്നു യാത്ര. ഉച്ച കഴിഞ്ഞാണ് അവർ മൂന്നു പേരും ആ ചെറിയ നഗരത്തിലെത്തിയത്. അവിടെ നിന്നും ഒറ്റപ്പെട്ട വഴികളിലൂടെ സാന്ത്വനം എന്ന പേരിലുള്ള മാനസികാരോഗ്യ കേന്ദ്ര ത്തിലെത്താൻ നന്നായി ബുദ്ധിമുട്ടി. നാട്ടുകാർക്കൊന്നും അത്തരമൊരു സ്ഥാപനത്തെക്കുറിച്ച് അറിവുണ്ടായിരുന്നില്ല. വഴിയിൽ അടയാള

ബോർഡുകളമില്ലായിരുന്നു. കറങ്ങിത്തിരിഞ്ഞ് സ്ഥാപനത്തിലെത്തി എ.ഡി.എമ്മിന്റെ പെർമിഷൻ ലെറ്റർ കാണിച്ചതിന് ശേഷം അവർക്ക് അവിടെയൊക്കെ നടന്ന കാണാനുള്ള അനുവാദം കിട്ടി. ഗുരുതര മായ അസുഖം ബാധിച്ചവരെ സൂക്ഷിച്ചിരുന്ന സെല്ലുകളിലേക്ക് ഒരു ഗാർഡിനെ കൂടെ പറഞ്ഞയച്ചു. കൂടുതൽ പേരും മയങ്ങിക്കിടക്കുന്നവർ, കുറേ പേർ അലറി വിളിക്കുന്നവർ, വെറുതെ ഒച്ചയുണ്ടാക്കുന്നവർ, തുറന്ന വിടണമെന്ന് അപേക്ഷിക്കുന്നവർ. ആ കാഴ്ചകൾ ദയനീയമായിരുന്നു. ഒരു മൂലയിൽ നിശ്ശബ്ദനായി പ്രാർത്ഥനാ രൂപത്തിൽ നിൽക്കുന്ന ഒരു വൃദ്ധൻ. നീട്ടി വളർത്തിയ താടിക്കും മുടിക്കുമിടയിലുള്ള വൃദ്ധ മുഖത്തിൽ നിന്നും ദിനേശ് തന്റെ അച്ഛന്റെ മുഖം തിരിച്ചറിഞ്ഞു.

'അതാ..അതാണെന്റെ അച്ഛൻ'

'പതുക്കെ.'

'അയ്യോ എന്റെ അച്ഛൻ ഒരു മനോരോഗിയാണെന്നോ? ആരാണ് അച്ഛനെ ഇവിടെകൊണ്ടാക്കിയത്. ഇങ്ങനെയൊരവസ്ഥയിലാവും അച്ഛനെന്ന് ഞാനൊരിക്കലും കരുതിയില്ല. അച്ഛനെന്തെങ്കിലും അസു ഖമുണ്ടെങ്കിൽ നമുക്ക് എങ്ങനെയെങ്കിലും ഇവിടെനിന്ന് കൊണ്ടുപോയി നല്ലൊരാശുപത്രിയിൽ ചികിത്സിക്കാം.'

'ദിനേശ് സമാധാനപ്പെട്ടൂ. നിങ്ങളുടെ അച്ഛന് യാതൊരു അസുഖ വുമില്ല.ഇവിടെഇത്രുകാലം കിടന്നതിന്റെ ഫലമായുണ്ടായ അസുഖം മാത്രമേയുള്ളൂ.കാരണം അച്ഛന് ഒരസുഖവുമില്ലാത്ത സമയത്താണ് ഇവിടെ പൂട്ടിയിട്ടത്.'

'ആരാണത് ചെയ്തത്? രോഗിയല്ലാത്ത എന്റെ അച്ഛനെ ഇത്തര മൊരു ഭ്രാന്താശുപത്രിയിൽ കൊണ്ടാക്കിയത് ആരാണ്? ആരാണാ ശത്രു?'

'നിങ്ങൾക്കൊരേ ഒരു ശത്രുവേയുള്ളൂ. നിങ്ങൾ ദൈവതുല്ല്യനായി കാണുന്ന നിങ്ങളുടെ മുതലാളി ആനന്ദ് എന്ന കൊടും ക്രൂരൻ. നിങ്ങളുടെ അച്ഛന്റെ കമ്പനിയിൽ പാർട്ണറായി കടന്നുകൂടി ഏതാനും വർഷ ങ്ങൾക്കുള്ളിൽ അച്ഛൻ കടക്കാരനാണെന്നും നാട്ടുവിട്ടുപോയെന്നും പ്രചരിപ്പിക്കുകയും രഹസ്യമായി മാനസികരോഗിയെന്ന് മുദ്രകുത്തി ഇവിടെ പൂട്ടിയിട്ടുകയും ചെയ്ത നരാധമൻ.'

'അയാൾ, ആ ആനന്ദ് ഇത്രയും ക്രൂരനാണോ. മുമ്പിതുപറഞ്ഞപ്പോൾ എനിക്ക് നിങ്ങളെ വിശ്വസിക്കാനായിരുന്നില്ല. ഇപ്പോൾ എനിയ്ക്കെ ല്ലാം മനസിലായി വരുന്നു. അയ്യോ അച്ഛനെന്നെ കണ്ടിട്ടും തിരിച്ചറിയു ന്നില്ലല്ലോ.'

ദിനേശ് വീഴാതിരിക്കാൻ മഹേഷിന്റെ കയ്യിൽ മുറുകെപ്പിടിച്ചു.

'ഇപ്പോൾ തിരിച്ചറിഞ്ഞതായി ഭാവിക്കരുത്. അച്ഛനെ തിരിച്ച കിട്ട ണമെങ്കിൽ കുറേ മുന്നൊരുക്കങ്ങൾ വേണ്ടി വരും. നമ്മുടെ ദൗത്യം പണിക്കർസാറിന വേണ്ടിയുള്ളതാണെന്ന് ഈ സ്ഥാപനത്തിന്റെ സംഘാടകർ അറിയരുത്. നമ്മൾ ഉദ്ദേശിച്ച കാര്യം നടന്നു കഴിഞ്ഞ സ്ഥിതിക്ക് ഇപ്പോൾ നമുക്ക് തിരിച്ച് പോകാം'

പുത്തൻ ഊർജ്ജത്തോടെയായിരുന്നു മാനസികാരോഗ്യ കേന്ദ്ര ത്തിൽ നിന്നുള്ള അവരുടെ മടക്കം.

രാത്രിയാണ് മഹേഷിന് ദിനേശിന്റെ ഫോൺ വരുന്നത്.

'പുതിയ പാർട്ണറെ കുറിച്ചുള്ള വിവരങ്ങൾ ഓഫീസിൽ എം.ഡിയുടെ പ്രൈവറ്റ് സെക്രട്ടറിക്ക് മാത്രമേ അറിയുമായിരുന്നുള്ളൂ. തന്ത്രപര മായ നീക്കത്തിലൂടെ ആ രഹസ്യം ചോർത്തിക്കിട്ടി. ഗൾഫില്ലുള്ള

കമ്പനിയാണ്. വിലാസം ഞാൻ ഫോണിലേക്ക് അയച്ചിട്ടുണ്ട്. ഹൗസ് ഹോൾഡ് ഐറ്റംസ് ആണ് ഇത്തവണ ദുബായിൽ നിന്നും വരുന്നത്. കമ്പനി ഇതിന് മുമ്പ് ഇത്തരമൊരു കൺസൈൻമെന്റ് ഇറക്കിയിട്ടില്ല. ഇത്തവണ കപ്പലിലാണ് സാധനങ്ങൾ വരുന്നത്'

'അങ്ങിനെയെങ്കിൽ നമുക്കറിയേണ്ടത് എന്നാണ് എത്തുന്നത് എന്ന വിവരമാണ്. അതോടൊപ്പം നാളെ വക്കീലിനെ കണ്ടതിന് ശേഷം ജില്ലാ കളക്ടറെയും കാണണം. അച്ഛന്റെ മോചനത്തിന് മറ്റെന്തെങ്കി ലും ഫോർമാലിറ്റികളുണ്ടാവുമോ എന്നറിയില്ല. എന്തായാലും അധികം വൈകാതെ അച്ഛനെ മോചിപ്പിക്കാനാകും'

ദിനേശ് അയച്ചതന്ന വിലാസം മഹേഷ് ടോണിക്ക് കൈമാറി. ആ വിലാസം ടോണി പ്രസന്നകുമാറിന് അയച്ചുകൊടുത്ത് പരിശോധിക്കാ നാവശ്യപ്പെട്ടു.

'ഇയാളാണ് പുതിയ പാർട്ണറെന്നാണോ നീ പറയുന്നത്? ഇയാൾ സ്വർണ്ണക്കള്ളക്കടത്തുകാരനാണെടാ. പല രാജ്യങ്ങളും ഇയാളുടെ കമ്പനിയെ കരിമ്പട്ടികയിൽ പെടുത്തിയിട്ടുണ്ട്. ഇയാളുടെ പേരിൽ ചില രാജ്യങ്ങളിൽ ആയുധക്കള്ളക്കടത്തിനും മയക്ക മരുന്ന കടത്തിനും കേസുകളുണ്ട്. ഇയാളാണെന്ന് നിനക്കുറപ്പുണ്ടോ? ഇയാളാ ണെങ്കിൽ എന്തോ വലിയൊരു ഗൂഢാലോചന നടക്കുന്നുണ്ട്. ഹൗസ് ഹോൾഡ് ഐറ്റംസ് എന്ന പേരിൽ മറ്റെന്തോ ഒളിച്ച കടത്താനുള്ള പ്ലാനാകാനാണ് സാധ്യത. ഏതായാലും ഞാൻ എന്റെ ഓഫീസർമാ രുമായൊന്ന് സംസാരിക്കട്ടെ. പക്ഷെ ഓഫീസിൽ ആരൊക്കെയാണ് ഇയാളുടെ കയ്യാളുകൾ എന്ന് കൃത്യമായി അറിയില്ലെന്നതാണ് പ്രശ്നം. ചിലപ്പോൾ ഞങ്ങളെ സംബന്ധി ച്ചടത്തോളം ഇതൊരു വൻ കൊമ്പ് ആവാനും സാധ്യതയുണ്ട്. എന്നാണ് വരുന്നതെന്നുള്ള വിവരങ്ങളൊ ക്കെ അറിയാൻ ബുദ്ധിമുട്ടില്ല. അതൊക്കെ ഞാൻ നോക്കിക്കൊള്ളാം"

പിന്നീടുള്ള ദിവസങ്ങളിൽ മഹേഷിനും ദിനേശ് പണിക്കർക്കുമൊ പ്പം ടോണിയും അവരുടെ നീക്കങ്ങളിൽ പങ്കാളിയായി. ടോണിയുടെ സുഹൃത്തായ വക്കീലിന്റെ നിർദ്ദേശപ്രകാരം മാധവപ്പണിക്കരുടെ മോചനത്തിനുള്ള കരുക്കൾ നീക്കി. ജില്ലാകളക്ടറുൾപ്പെടെ ഉന്നത ഉദ്യോഗസ്ഥൻമാരിൽ ചിലരെ ചെന്ന കണ്ട്. മൂന്ന ദിവസത്തെ ഓട്ട ത്തിന് ശേഷം ഒരു രണ്ടംഗ കമ്മറ്റിയുടെ മുൻപിൽ ഹാജരാക്കാനും അവരുടെ റിപ്പോർട്ടിന്റെ അടിസ്ഥാനത്തിൽ മോചനത്തിനുള്ള തീരു മാനമെടുക്കാനുമുള്ള ഉത്തരവ് ലഭിച്ചു.

മഹേഷും ദിനേശ് പണിക്കരും ടോണിയും ഒരിക്കൽ കൂടി സാന്ത്വനം

മനോരോഗാശ്രപത്രിയിൽ എത്തി. ഇത്തവണ ആവശ്യമായ മുന്നൊരു ക്കങ്ങളോടെയാണ് അവർ ചെന്നത്. നീണ്ട കാലത്തെ തടവറവാസ ത്തിൽ മനോനിലക്ക് ചെറിയ തോതിൽ ക്ഷതം പറ്റിയ അവസ്ഥയി ലായിരുന്ന മാധവപ്പണിക്കർ. ഏറെ പണിപ്പെട്ടാണ് സ്വന്തം മകനെ തിരിച്ചറിഞ്ഞത്. ആവശ്യമായ സർക്കാർ ഉത്തരവുമായെത്തിയതിനാൽ ആശ്രപത്രി അധികൃതർക്ക് പണിക്കരുടെ മോചനം തടയാനായില്ല. ആനന്ദിന് ഇടപെടാനുള്ള അവസരം ലഭിക്കുന്നതിന് മുമ്പ് തന്നെ മാധവപ്പണിക്കരെയും കൊണ്ട് അവർ അവിടന്ന് തിരിച്ചു. പണിക്കരെ വീട്ടിൽ കൊണ്ടാക്കിയശേഷം മഹേഷും ടോണിയും വൈകീട്ട് വീട്ടിലെ ത്തി വിശ്രമിക്കുമ്പോൾ മഹേഷ് ടോണിയോട് പറഞ്ഞു.

'ഞാനെന്തിനാണ് ആനന്ദിന്റെ പിന്നാലെ അന്വേഷണവുമായി ഇറങ്ങിയതെന്ന് നീ ചോദിച്ചിരുന്നില്ലേ? ഇന്ന് ഞാനതിന് മറുപടി പറയാം. ആദ്യം എനിക്കൊരു ദു:ഖവാർത്ത അറിയിക്കാനുണ്ട്. എന്റെ അച്ഛൻ മൂന്ന് മാസം മുമ്പാണ് എന്നെ വിട്ടു പിരിഞ്ഞത്. എന്റെ ചെറു പ്പകാലത്ത് എല്ലാ നിലക്കും നല്ല രീതിയിൽ ജീവിച്ചിരുന്നവരായിരുന്ന ഞങ്ങൾ. ഏകദേശം മുപ്പതു വർഷം മുൻപ് ആ സംഭവം നടക്കുന്നത് വരെ. ഇപ്പോഴും ആ കാഴ്ച എന്റെ കണ്ണിൽ നിന്നും മാഞ്ഞിട്ടില്ല. അന്ന് ഞാൻ ആറാം ക്ലാസിലോ മറ്റോ പഠിക്കുകയായിരുന്ന. കുറച്ചാളുകൾ വന്ന് എന്റെ അച്ഛനായ രാമചന്ദ്രൻ ഡോക്ടറെ പിടിച്ചിറക്കി കൊണ്ട പോയി തെരുവില്ലൂടെ നടത്തിച്ച ദിവസം. ഞാൻ പേടിച്ച് ഒരു മുറിക്ക ള്ളിൽ ഒളിച്ചിരിക്കുകയായിരുന്ന. അപ്പോൾ ആ മുറിയിലേക്ക് നല്ല ഉയര മുള്ള ഒരാൾ ഓടിക്കേറി വന്ന. അലമാരകളും മറ്റും തുറന്ന് പരിശോധിച്ച കൊണ്ടിരുന്ന. തിരച്ചിലിനൊടുവിൽ അച്ഛന്റെ പണം സൂക്ഷിച്ചിരുന്ന ബാഗ് അയാൾ കണ്ടെത്തി. സ്വന്തമായി ഒരു ആശ്രപത്രി തുടങ്ങുന്നതിന് വേണ്ടി അച്ഛൻ സ്വരുക്കൂട്ടി വെച്ചിരുന്ന സമ്പാദ്യമായിരുന്ന അത്. തുറന്ന് നോക്കി തൃപ്തിപ്പെട്ട് അതുമായി അയാൾ സ്ഥലം വിട്ട. ആ സംഭവത്തിന് ശേഷമാണ് ഞങ്ങളുടെ അധോഗതി തുടങ്ങിയത്. അച്ഛന്റെ അതുവരെ യുള്ള സമ്പാദ്യമാണ് അന്ന് ജനകീയ വിചാരണയുടെ മറവിൽ മോഷ്ടി ക്കപ്പെട്ടത്. അതിനെ തുടർന്ന് ഞങ്ങൾ നഗരത്തിലെ വീട് കിട്ടിയ വിലക്ക് വിറ്റ് ഒരു നാട്ടിൻപുറത്തേക്ക് താമസം മാറ്റി.

അച്ഛൻ ഒരിക്കല്യം പഴയതു പോലെയായില്ല. താൻ സഹിച്ച അപമാ നഭാരത്താൽ ദിവസങ്ങളോളം അച്ഛൻ ആ വീട്ടിൽ നിന്ന് പുറത്തിറ ങ്ങിയതേ ഇല്ല. വല്ലാത്തൊരു ഷോക്കിലായിരുന്ന അച്ഛൻ. ആരോട്ടം സംസാരിക്കാതായി. വീടിന്റെ ഒരു മുറിയിൽ മാത്രം രാവും പകല്യം കഴിയുന്ന ഒരവസ്ഥയിലായി. അമ്മയുംഞാനും നഷ്ടപ്പെട്ട പൈസ

തിരിച്ചകിട്ടാൻവേണ്ട നിയമനടപടികൾ സ്വീകരിക്കാൻ അച്ഛനെ പലതവണ നിർബന്ധിച്ചവെങ്കിലും യാതൊരു ഫലമുണ്ടായില്ല. കുട്ടിയായിരുന്നതിനാൽ എനിയ്ക്കൊന്നും ചെയ്യാൻ കഴിയില്ലായിരുന്നു.ആ കാലത്ത് ഞാനും അമ്മയും അനുഭവിച്ച മാനസികാവസ്ഥയെപ്പറ്റി എന്തു പറയാൻ. ഒരു പക്ഷേ ഞങ്ങൾ മൂന്നുപേരും ഒരേ അവസ്ഥയിലേക്ക് പോകുന്നതിൽനിന്ന് യാദൃശ്ചികമാണെങ്കിലും തടഞ്ഞത് ആപ്രദേശത്തെ ചില നാട്ടുകാരായിരുന്നു.

പുതുതായി താമസിയ്ക്കാനെത്തിയത് ഒരു ഡോക്ടറാണെന്ന് തിരിച്ചറിഞ്ഞ നാട്ടുകാരിൽ ചിലരാണ് അച്ഛനെ വീട്ടിൽ തന്നെ പ്രാക്ടീസ് തുടങ്ങാൻ നിർബന്ധിച്ചത്. ഏറെകാലത്തെ സമ്മർദ്ദത്തിന് ശേഷമാണ് അച്ഛൻ ഒരു സാധാരണ ഡോക്ടറെ പോലെ വീട്ടിൽ രോഗികളെ കണ്ടു തുടങ്ങി . ചെറിയതോതിൽ വരുമാനം കിട്ടിതുടങ്ങിയതിൻശേഷമാണ് ഞാനെന്റെ മുടങ്ങിയ സ്കൂൾ പഠനം പോലും പുനരാരംഭിച്ചത്.ജീവിത നിലവാരംപറ്റെ താഴ്ന്നിരുന്നെങ്കിലും ഞങ്ങൾ അതിജീവിച്ചു.

ഞാനന്ന് കോളേജിലൊക്കെ വരുന്ന ഘട്ടങ്ങളിൽ ശരാശരിയിൽ നിന്നും വളരെ താഴെയായിരുന്നു ഞങ്ങളുടെ അവസ്ഥ. ഞങ്ങളുടെ ജിവിതം മാറ്റി മറിച്ച ആ സംഭവം ഞാനെന്നോ മറന്നു കഴിഞ്ഞിരുന്നു. പക്ഷേ മരിക്കുന്നതിന് മുൻപ് അച്ഛൻ അതെന്നെ ഓർമ്മിപ്പിച്ചു. അച്ഛന്റെ സമ്പാദ്യം പത്ത്ലക്ഷം രൂപ മോഷ്ടിച്ചെടുത്ത ആളെ എന്നെങ്കില്യമൊന്ന് കാണണം എന്ന് എന്നോടാവശ്യപ്പെട്ടു. സാധിക്കുമെങ്കിൽ അയാളോട് പകരം ചോദിക്കണം. അപ്പോഴാണ് ഞാൻ മറന്നുപോയതും കുഞ്ഞു നാളിൽ എന്റെ മനസിൽ പതിഞ്ഞതുമായ ആ രംഗം വീണ്ടും എനിക്കോർമ്മ വന്നത്. കഴിഞ്ഞ രണ്ട് മാസങ്ങളായി ഞാനതിന്റെ അന്വേഷണത്തിലായിരുന്നു. ശൂന്യതയിൽ നിന്നാണ് ഞാൻ തുടങ്ങിയത്. എന്തായിരുന്നു ആ സംഭവം? ആരായിരുന്നു അത് സംഘടിപ്പിച്ചത്? ആരാണാ മോഷ്ടാവ്? അതിൽപ്പെട്ടവർ ആരെങ്കിലും ഇപ്പോഴുണ്ടോ തുടങ്ങി ഓരോ കാര്യങ്ങളും അന്വേഷിക്കേണ്ടി വന്നു. പല ആളകളെയും കണ്ട് ചോദിച്ചു. ആ മോഷ്ടാവിനെ തിരിച്ചറിയാനായിരുന്നു ഏറെ ബുദ്ധി മുട്ട്. ഇപ്പോഴും രംഗത്തുള്ള ഒരാൾക്ക് മാത്രമേ ആ മോഷ്ടാവിനെപ്പറ്റി എന്തെങ്കില്യമൊരു സൂചന തരാൻ കഴിയുമായിരുന്നുള്ള. തൊള്ളായിരത്തി എൺപത്തി ഒന്നിലെ പത്ത് ലക്ഷം രൂപ. ഇന്നത്തെ പത്ത് കോടി രൂപയാണ് ഞങ്ങൾക്ക് നഷ്ടപ്പെട്ടത്. അത് കട്ടെടുത്ത ആളെ തിരിച്ചറിഞ്ഞു. അയാളെ നേരിലൊന്നു കാണാനാണ് ഞാനീ കൊച്ചിയിലെത്തിയത്. അതെ ആനന്ദ് എന്ന പെരുങ്കള്ളനാണ് എന്റെ കുടുംബം തകർത്ത ആ മോഷ്ടാവ്. ഇനി എനിക്ക് വേണ്ടത് അച്ഛന് കൊടുത്ത

രണ്ടാമത്തെ വാക്ക് പാലിക്കലാണ്. ഭാഗ്യമുണ്ടെങ്കിൽ അധികം താമസിയാതെ അതും സംഭവിക്കും' മഹേഷ് പറഞ്ഞ് നിർത്തി.

എല്ലാം കേട്ട് ടോണി സ്തബ്ധനായി ഇരുന്നു.

'നീ കോളേജിലൊക്കെ വരുന്ന കാലത്ത് നിന്റെ ലളിതമായ വസ്ത്രധാരണം കണ്ട് ഞാൻ വിചാരിച്ചിരുന്നത് ലളിതജീവിതം ഇഷ്ടപ്പെടുന്ന ഒരു ഹൈക്ലാസുകാരനാണെന്നാണ്. കോളേജിലെ അവസാന വർഷമൊക്കെ ആയപ്പോൾ നിന്റെ സാമ്പത്തികസ്ഥിതി ദയനീയമാണെന്നുള്ള സത്യം ഞാൻ മനസിലാക്കിയിരുന്നു. പക്ഷേ നിന്റെ കുലീനവും ആത്മവിശ്വാസമുള്ളതുമായ പെരുമാറ്റവും ഡോക്ടറുടെ മകനാണെന്നുള്ള പേരുമൊക്കെ കാരണം ഉള്ളിലൊരു ബഹുമാന ത്തോടെയാണ് ഞങ്ങളൊക്കെ നിന്നെ കണ്ടിരുന്നത്. പക്ഷേ നിന്റെ ജീവതത്തിൽ സംഭവിച്ച ട്രാജഡി ഞാനിപ്പോൾ മാത്രമാണ് അറിയു ന്നത്. ഇതിനൊക്കെ കാരണക്കാരനായ ആ ദുഷ്ടനെ ഏതായാലും കണ്ടെത്തിയല്ലോ. അവന്റെ ജീവിതത്തിൽ ഒരിക്കലും മറക്കാനാവാത്ത തിരിച്ചടി തന്നെയാണ് അവന് കൊട്ടക്കേണ്ടത്. അതിന് ഞാനും നിന്റെ കൂടെയുണ്ട്'

*****

പത്തുമണിക്കാണ് പത്രസമ്മേളനം വിളിച്ചുകൂട്ടിയത്. ഒരു വ്യവസാ യപ്രമുഖനെക്കുറിച്ചുള്ള വെളിപ്പെടുത്തലുണ്ടാകുമെന്നറിഞ്ഞതോടെ മീഡിയക്കാരെക്കൊണ്ട് ഹാൾ നിറഞ്ഞു.

ദിനേശ് പണിക്കർ സംസാരിച്ചുതുടങ്ങി. വർഷങ്ങൾക്കുമുമ്പ് അച്ഛൻ തുടങ്ങിയ എക്സ്പോർട്ട് കമ്പനിയിലേക്ക് പത്തുലക്ഷം രൂപയുമായി ആനന്ദ് കടന്നുവന്നതും ഏതാനും വർഷങ്ങൾക്കുള്ളിൽ അച്ഛനെ ചതിച്ച് കമ്പനി കയ്യടക്കിയതും ദിനേശ് വിവരിച്ചു. അച്ഛനെ ഒഴിവാക്കാനായി മാനസിക രോഗിയാക്കി മുദ്രകുത്തി മാനസികാരോഗ്യ കേന്ദ്രത്തിൽ തടവിലിട്ടതും കടംകാരണം നാട്ടുവിട്ടു എന്ന് പ്രചരിപ്പിച്ചതും വിവരിച്ച പ്പോൾ ദിനേശ് ഗദ്ഗദകണ്ഠനായി.

മാധവപ്പണിക്കരോടായിരുന്ന റിപ്പോർട്ടർമാരുടെ ചോദ്യങ്ങള ധികം. വിഭ്രാന്തിയുടെ ലോകത്തുനിന്നും സ്വബോധത്തിലേക്ക് മടങ്ങി വന്നിരിക്കയായണെങ്കിലും ചോദ്യങ്ങൾക്കെല്ലാം അദ്ദേഹം സാവധാനം മറുപടി നൽകി.

ഇടർന്ന് മഹേഷ് ആനന്ദിന്റെ ചതിയുടെ ചരിത്രം വിശദീകരിച്ചു. ജനകീയ വിചാരണയുടെ മറവിൽ തൃശൂരിലെ ഡോക്ടർ രാമചന്ദ്രന്റെ വീട്ടിൽ നിന്നും പത്തു ലക്ഷംരൂപ മോഷ്ടിച്ച് നാട്ടുവിട്ടാണ് ആനന്ദ്

കൊച്ചിയിലെത്തിയത്.മോഷ്ടിച്ചപത്തുലക്ഷംരൂപയാണ്ബിസിനസിൽ
പങ്കാളിത്തം കിട്ടാനായി മാധവപ്പണിക്കരെ ഏൽപ്പിച്ചത്. ആ മാധവ
പ്പണിക്കരെ ഭ്രാന്തനാക്കി മാറ്റി. 1992ൽ ആ സ്ഥാപനവും സ്വന്തമാക്കി.
വിചാരണയുടെയും മോഷണത്തിന്റെയും പത്രവാർത്തകൾ മഹേഷ്
പ്രദർശിപ്പിച്ചു. കവർച്ചയിൽ പോലീസ് കേസെടുത്തെങ്കിലും സ്വന്തം
പേരിൽ കേസ് വരാത്തവിധം സമർത്ഥമായാണ് ആനന്ദ് കവർച്ച
നടത്തിയത്. ജനകീയവിചാരണയിൽ പങ്കെടുത്ത മറ്റെല്ലാവരുടെയും
പേരിൽ കേസെടുത്ത് പോലീസ് അന്വേഷണം അവസാനിപ്പിച്ചതോടെ
ആനന്ദ് ആ കേസിൽനിന്നും സമർത്ഥമായി രക്ഷപ്പെട്ടു.

ദിനേശിന്റെ പത്രസമ്മേളനം നടക്കമ്പോൾ കൊച്ചിൻ കസ്റ്റംസിന്റെ
ചരിത്രത്തിലെ ഏറ്റവും വലിയ കള്ളക്കടത്തുവേട്ട കൊച്ചിൻ തുറമുഖത്ത്
നടക്കുകയായിരുന്നു. ദുബായിൽ നിന്ന് കേരളത്തിലെത്തിയ കപ്പലിൽ
നിന്ന് ആനന്ദിന്റെ കമ്പനിക്കവേണ്ടി കൊണ്ടുവന്ന ഹൗസ്ഹോൾഡ്
ഐറ്റംസിന്റെ പാക്കകളിൽ നിന്നും കോടിക്കണക്കിന് രൂപയുടെ
ആയുധങ്ങളും മയക്കമരുന്നുകളുമാണ് കസ്റ്റംസ് പിടിച്ചെടുത്തത്.
സാധനങ്ങളേറ്റുവാങ്ങാൻ ഇത്തവണ ആനന്ദ് നേരിട്ട തന്നെ എത്തി
യിരുന്നു. കസ്റ്റംസിന്റെപിടിയിൽനിന്ന് രക്ഷപ്പെടാൻ ആനന്ദിനായില്ല.
ടിവിയിൽ ആനന്ദിന്റെ അറസ്റ്റിന്റെ വാർത്ത സ്ക്രോൾ ന്യൂസായി
വന്നുകൊണ്ടിരിക്കമ്പോഴായിരുന്ന ദിനേശ്പണിക്കർ പത്ര സമ്മേളനം
അവസാനിപ്പിച്ചത്.

*****

'മഹേഷേ, നീ പറഞ്ഞ കഥയൊക്കെ നന്നായി. പക്ഷെ
ഇതൊന്നും എനിക്ക് പൂർണ്ണമായി വിശ്വസിക്കാനാവുന്നില്ല. ഒക്കെ ഒരു
നാടകംപോലെ തോന്നുന്നു.'

'ഞാൻ പറഞ്ഞതെല്ലാം സത്യമാണമ്മേ. മാധവപണിക്കർക്കും
മകൻ ദിനേശിനും അവരുടെ നഷ്ടപ്പെട്ട സ്ഥാപനം തിരിച്ചകിട്ടി. അവർ
വീണ്ടും സ്വന്തം സ്ഥാപനത്തിലേക്ക് തിരിച്ച കയറിയതിനുശേഷമാണ്
ഞാനിങ്ങോട്ട് പോന്നത്.'

'നീ അച്ഛന് കൊടുത്ത വാക്ക് പാലിച്ചു. അമ്മക്കും സന്തോഷമായി.
പക്ഷെ...'

'എന്താണമ്മേ ഒരു പക്ഷേ.'

'നമുക്ക് നഷ്ടപ്പെട്ടതൊന്നും തിരിച്ചകിട്ടിയില്ലല്ലൊ മോനേ.'

'ഇല്ലെന്നാരു പറഞ്ഞു. അതു പറയാൻ കൂടിയാണ് ഞാനിങ്ങോട്ട്

തിരക്കിട്ട് പോന്നത്.'

'എന്ത്യ പറയാൻ?'

'ആനന്ദ് &പണിക്കേഴ്സ് എന്ന സ്ഥാപനത്തിന്റെ യഥാർഥ പാർട്ണർ ഞാനാണെന്നും ഇനിമുതൽ സ്ഥാപനത്തിന്റെ പേര് മഹേഷ് & പണിക്കേഴ്സ് എന്നായിരിക്കുമെന്നും മാധവപണിക്കർ പറഞ്ഞപ്പോൾ ആ വിവരം അമ്മയെ അറിയിക്കാനാണ് ഞാൻ ഓടിവന്നത്. ആനന്ദ് കവർന്നെടുത്ത നമ്മുടെ പണമാണ് മൂലധനം. നാളെ മുതൽ എനിക്കാ സ്ഥാപനത്തിലാണ് ജോലി. അല്ല, ഞാനാണ് അതിന്റെ ഉടമകളിലൊരാൾ. ഇപ്പോളമ്മക്ക് സമാധാനമായില്ലേ. അടുത്താഴ്ചയോടെ നാം കൊച്ചിയിലേക്ക് താമസം മാറ്റുകയാണ്. റെഡിയായിക്കോളൂ.'

'ഞാൻ നിന്നോടൊരു കാര്യം ചോദിക്കട്ടെ, ആനന്ദ് എന്നയാൾ വർഷങ്ങൾക്കുമുമ്പ് നിന്റെ അച്ഛനെ അപമാനിക്കുകയും നമ്മുടെ പണം മുഴുവൻ കവർച്ച നടത്തുകയും ചെയ്തത് യാദൃശ്ചികമാണെന്നാണോ നീ കരുതുന്നത്.'

'പിന്നല്ലാതെ. അവരാ സംഘടനാപ്രവർത്തനത്തിന്റെ ഭാഗമായാണ് ജനകീയ വിചാരണ സംഘടിപ്പിച്ചത്. പക്ഷേ അതിലേക്ക് അച്ഛന്റെ പേര് നിർദ്ദേശിച്ചതും പണം കൊള്ളയടിച്ചതും നന്ദൻ എന്ന ആനന്ദിന്റെ മാത്രം താല്പര്യമായിരുന്നു. അയാൾ സംഘത്തെ ഹൈജാക്ക് ചെയ്തുവെന്നാണ് ഒരു സഖാവ് പറഞ്ഞത്. അയാൾക്കന്ന് പതിനെട്ടോ പത്തൊമ്പതോ വയസ്സേ ഉണ്ടായിരുന്നുള്ളൂ. അമ്മ എന്താ ഇങ്ങനെ ചോദിക്കാൻ?'

'നിന്റെ അച്ഛന്റെ മരണം നടന്നതിന്റെ മൂന്നാമത്തെ ദിവസം ഒരാൾ ഇവിടെ വന്നിരുന്നു. നീയപ്പോൾ വീട്ടിലില്ലായിരുന്നു. ധാരാളം നാട്ടുകാർ വന്നും പോയും ഇരിക്കുന്നുണ്ടായിരുന്നു. ഇയാൾ വന്നത് വലിയൊരു ആഡംബരകാറിലായിരുന്നതുകൊണ്ട് എല്ലാവരും ഇയാളെ ശ്രദ്ധിച്ചു. അയാൾ എന്റെ അടുത്തുവന്നിട്ട് ചോദിച്ചു.

'എന്നെ അറിയുമോ? ഞാൻ പരമേശ്വരൻ. ഡോക്ടറുടെ തറവാട്ടിലെപഴയ കാര്യസ്ഥൻ.'

എനിക്ക് നിന്റെ അച്ഛൻ പറഞ്ഞിട്ട് ആ പേര് ഓർമ്മയുണ്ടായിരുന്നു. നിന്റെ അച്ഛന്റെ ചെറുപ്പത്തിൽ കാര്യസ്ഥനായിരുന്ന പരമേശ്വരൻ കുടുംബത്തിലെ കാരണവരറിയാതെ നിരവധി സാധനങ്ങൾ മോഷ്ടിച്ച് കൊണ്ടുപോകുമായിരുന്നു. വിദ്യാർത്ഥിയായിരുന്ന നിന്റെ അച്ഛൻ എല്ലാം അറിയുന്നുണ്ടായിരുന്നെങ്കിലും അയാളെ കുട്ടികൾക്കെല്ലാം

ഭയങ്കരപേടിയായിരുന്നു.

ഒരു ദിവസം കാരണവരില്ലാതിരുന്ന സമയത്ത് വീട്ടിലെ പണപ്പെ
ട്ടി മോഷ്ടിക്കാൻ ശ്രമിക്കുമ്പോൾ നിന്റെ അച്ഛൻ ഇയാളെ പിടിക്കൂട്ടുകയും
മറ്റള്ളവരേയും കൂട്ടി തൂണിൽ കെട്ടിയിട്ടുകയും ചെയ്തു. കാരണവരന്ന്
ചോദ്യം ചെയ്തപ്പോഴാണ് അയാൾ ആ കുടുംബത്തിനു വരുത്തിവെച്ച
ദ്രോഹങ്ങൾ ഓരോന്നായി പുറത്തു വന്നത്.

അതോടെ കാരണവർ ഈ പരമേശ്വരനെ ആ തറവാട്ടിൽ നിന്ന് പുറ
ത്താക്കി. അതോടെ നാട്ടിൽ നിൽക്കാനാകാതെ അയാൾ എങ്ങോട്ടോ
ഓടിപോവുകയാണുണ്ടായത്. അയാളെ ഞാൻ മുൻപൊന്നും കണ്ടിട്ടി
ല്ലെങ്കിലും ആ പേരെന്റെ മനസ്സിലുണ്ടായിരുന്നു.'

'അച്ഛൻ മരിച്ചപ്പോൾ അയാളും വന്നിരുന്നുവല്ലെ.? ചിലപ്പോൾ
പശ്ചാത്താപം കൊണ്ടാവും.'

'പക്ഷേ പോകാൻ നേരം അയാളൊരു വാചകം പറഞ്ഞു. ഇന്നും
അതെന്റെ മനസ്സിലിങ്ങനെ നീറികൊണ്ടിരിക്കുകയാണ്.'

'എന്താണയാൾ അമ്മയോട് പറഞ്ഞത്?'

'രാമചന്ദ്രനോട് പ്രതികാരം വീട്ടുമെന്നുള്ള എന്റെ പ്രതിജ്ഞ
ഇപ്പോഴാണ് പൂർത്തിയായത്. ഇനിയെനിക്ക് സമാധാനമായിട്ട്
മരിക്കാം എന്ന്.'

'അമ്മ എന്താണീ പറയുന്നത്? അച്ഛന്റേത് ഒരു സ്വാഭാവിക മരണ
മായിരുന്നില്ലേ. ഞാനും ആ ദിവസങ്ങളിലെല്ലാം ഈ വീട്ടിലുണ്ടായിരുന്ന
താണല്ലോ. ഇതിലെവിടെയാണ് പ്രതികാരമൊക്കെ കടന്നുവരുന്നത്?'

'നിന്റെ അച്ഛൻ പെട്ടെന്ന് മരിച്ചതൊന്നുമല്ലല്ലോ. ഇഞ്ചിഞ്ചായി മരി
ച്ചതല്ലേ. വർഷങ്ങൾക്കുമുമ്പ് അച്ഛന്റെ സ്വത്തെല്ലാം തട്ടിയെടുക്കുകയും
അച്ഛനെ അപമാനിക്കുകയും ചെയ്തപ്പോൾ തുടങ്ങിയതല്ലേ അച്ഛന്റെ
തകർച്ച. അന്നുമുതൽ അദ്ദേഹം മരണത്തിലേക്ക് നടന്നടുക്കുകയായി
രുന്നല്ലോ.'

'അമ്മ പറയുന്നത് ഞാനും അംഗീകരിക്കുന്നു. ആദിവസം മുതൽ
അച്ഛൻ തകർന്നുകൊണ്ടിരിക്കുകയായിരുന്നു. പക്ഷേ ആ ദിവസത്തെ
സംഭവങ്ങളും ഈ പരമേശ്വരനുമായിട്ടെന്താണ് ബന്ധം? അതെല്ലാം
ചെയ്തത് ആനന്ദല്ലേ?'

'അതാണ് നീ അറിയേണ്ടത്. നമ്മുടെ കുടുംബം നശിപ്പിക്കുകയും
നിന്റെ അച്ഛനെ ഇഞ്ചിഞ്ചായികൊല്ലുകയും ചെയ്ത ആ നരാധമനുണ്ട
ല്ലോ, നന്ദൻ എന്ന കള്ളപ്പേരിൽ ഈ നാട്ടിലെത്തിയ ആനന്ദ്. അയാൾ
നിന്റെ അച്ഛനെ തേടിയെത്തിയത് യാദൃശ്ചികമല്ല.'

'പിന്നെ?'

'അതൊരു പ്രതികാരമായിരുന്നു. നമ്മുടെ കുടുംബത്തോട്ടുള്ള പരമേശ്വരന്റെ പ്രതികാരം. ആനന്ദ് ഈ പരമേശ്വരന്റെ മകനാണ്.'

മഹേഷ് അമ്പരപ്പോടെ അമ്മയെ നോക്കി.

****